स्त्रीत्व

संघर्षातून सन्मानाकडे...

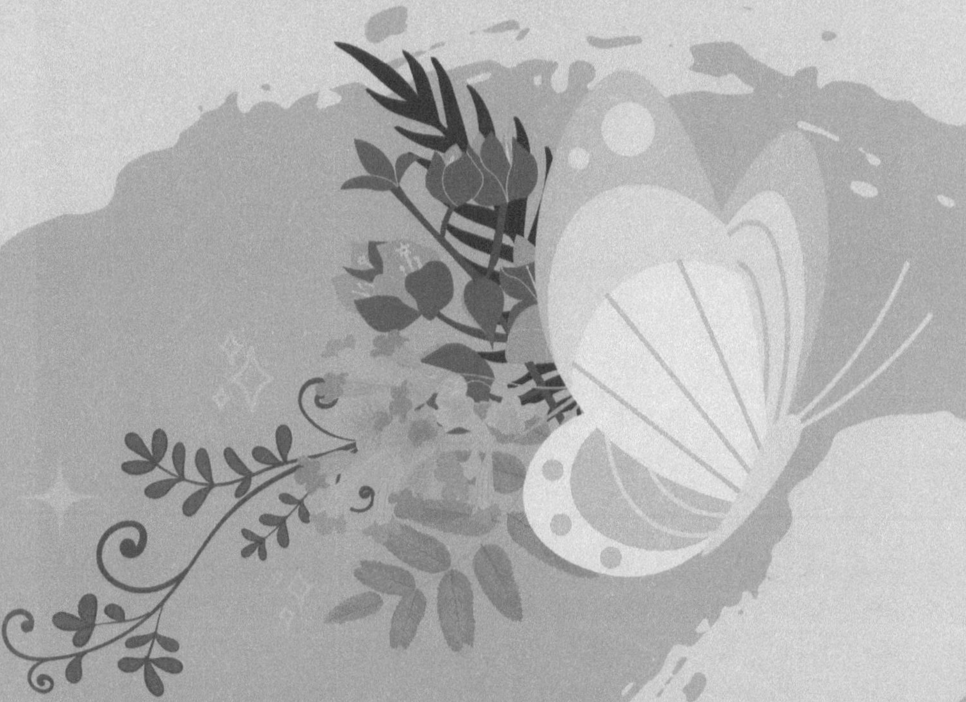

रेखा नागदेवे

स्त्रीत्व

संघर्षातून सन्मानाकडे...

रेखा नागदेवे

मी केवळ सुखाच्या तरंगांवर
विहार करण्यास निघाले होते
पण दु:खाच्या अनुभवांना पार
केल्यावरच आयुष्य गवसले मला
मी केवळ उजेड आपल्या
कवेत भरण्यास निघाले होते
पण काळोखात चाचपडल्यावरच
आयुष्य गवसले मला
मी केवळ अविरत मार्गक्रमण
करण्यास निघाले होते
पण जीवनप्रवासात स्थिर
झाल्यावरच आयुष्य गवसले मला

प्रस्तावना

स्त्रीत्व एक अदभूत पुस्तक. सर्व अर्थाने हे पुस्तक खूप वेगळं आहे. हे पुस्तक अशा स्त्री ने लिहिलं आहे. ज्याचं हे पहिलंच पुस्तक, पण पुस्तक वाचल्यावर जाणवतं की इतकी प्रतिभा कुठे लपली होती. प्रत्येक स्त्री मध्ये खूप मोठी प्रतिभा असते. पण चूल व मुल करता करता तीबी स्वतःला विसरून जाते. तिला मग गृहीत धरण्यात येतं. तीच स्वतःच अस्तित्वच राहत नाही. तिचा होत असलेला कोंडमारा फक्त तिलाच माहित असतो. इतरांना त्याची पुसटची कल्पना पण येतं नाही. त्यात जर जोडीदार समजून घेणारा नसेल. भरीस भर विवाहबाह्य संबंधात असेल. तर सर्व काही सहन करीत स्वतःची प्रकृती इतकी विकोपाला घेऊन जाते की त्यातच तिचा अंत होतो. पण या पुस्तकाची नायिका खूप खंबीर खुप वेगळी आहे. स्वतःच्या उदाहरणावरून तिने सर्व गृहिणींना दाखवून दिल की स्त्री ने ठरविल तर ती काहीही करू शकते. तेव्हा रडत बसून अत्याचार सहन न करता स्वतःच्या सुप्त गुणांना जाग करा. स्त्री म्हणजे शक्ती. सर्व काही आतल्या आत ठेवून सहन करू नका. नाहीतर यातच अंत होईल व कुणाला त्याच कधीच काही वाटणार नाही. स्वतःच्या पायावर उभे रहा, उठा जागे व्हा सहन करू नका. तोपर्यंत थांबू नका जोपर्यंत तुमचे स्वप्न पूर्ण होत नाही. स्वतःमध्ये आत्मविश्वास निर्माण करा. तुमच्यात ती शक्ती आहे. स्वतःला कमजोर समजण पाप आहे.

हे पुस्तक खूप प्रेरणादायी आहे. अशा स्त्रियांकरिता ज्या मन मारून जगत आहेत. हे पुस्तक प्रत्येक पुरुषांनी पण वाचायला पाहिजे. तरच त्यांना स्त्री च महत्व कळेल.

अशा स्त्रीत्वाला शतशः नमन

विनोद रोकडे

बी.ई. (सिविल), एल एल बि, एम.बी.ए. डी.आय.टी.

अनुक्रमणिका

लेखीके बद्दल

नमस्कार, माझे नाव रेखा आहे. मी माझ्या आयुष्यात स्वेच्छेने गृहिणी हा पेशा निवडलेला आहे. त्याचप्रमाणे त्याच्याशी मी पूर्णपणे समर्पितही आहे. माझ्या ह्या पेशाद्वारे मी मनोभावे व निरपेक्षपणे आपल्या माणसांना सेवा प्रदान करू शकले. तसेच घराचा भक्कम आधार बनू शकले. त्याचप्रमाणे आपली कर्तव्ये पूर्ण केल्यानंतर उरलेल्या रिकाम्या व्यक्तिगत वेळेत ह्या तंत्रज्ञानाच्या युगाशी जुळवून घेण्याच्या दृष्टीकोनातून जागरूकतेने स्वत:ला सुशिक्षित बनवू शकले. आपल्या ह्या पेशा अंतर्गत येणाऱ्या किरकोळ कामांना मी आपल्या मीपणाशी नाहीतर मनाच्या मोठे पणाशी एकरूप करून प्रतिष्ठेस पात्र सुद्धा ठरवू शकले. त्यासाठी मी स्वत:च्या विचारांवर काम केले. माझ्या वेळेस शिस्त लावली. त्याचप्रमाणे माझी आत्मप्रतिमा उंचावण्यासाठी अविरत झटत राहिले. परंतू जीवनप्रवासात आलेल्या सहज पचविता न येणाऱ्या काही अनुभवांमुळे माझा उत्साह आपोआपच मावळत गेला. कारण त्या अगोदर मी कित्येकदा आपल्या भावनांना मनाविरुद्ध मुरड घातलेली होती. आपल्या इच्छा आकांक्षांचा अनाहूतपणे बळी घेतलेला होता. नात्यांमधील राजकारणे पाहिलेली होती. आयुष्याचे उतार चढाव अनुभवलेले होते. एकंदरीत सुखदु:खाचे एक अदृश्य अवजड गाठोडे आपल्या खांद्यांवर घेवून मी अत्यंत थकलेल्या अवस्थेत जीवनात कसेबसे पुढे चालले होते. त्याचप्रमाणे आपली संपूर्ण उर्जा देखील फक्त उणीवांवरच केंद्रित करून खर्च करत आले होते. हेच सबळ कारण आहे कि मी जगण्याचा मनमुराद आनंद घेण्यापासून वंचित राहिले. म्हणूनच आता मला आपल्या अनुभवांना इतरांशी वाटून जरा हलके क्हावेशे वाटले. जेणेकरून हा अनुभवांचा ठेवा मला आपल्यापर्यंत पोहोचविता यावा. माझ्या ह्याच निर्णयातून हे पुस्तक जन्मास आले.

निसर्गानेच मानवजातीचे स्त्री पुरुष असे विभाजन केलेले आहे. तरीही स्त्री ही अनंत काळापासून पुरुषांच्या तुलनेत अधिक सन्मानास पात्र राहिली आहे. कारण स्त्रीयांनी निसर्गाने त्यांना बहाल केलेले सृजनाचे सर्वश्रेष्ठ कार्य सक्षमरीत्या पेलले आहे. त्यामुळे स्त्रियांमधील मातृत्व हे सर्वाधिक वंदनीय आहे. जे आपण निसर्गाच्या ठायी ठायी देखील अनुभवत असतो. त्याचप्रमाणे जिथेही मातेचा उल्लेख होतो. जसे मातृभाषा मातृभूमी तिथे आपल्याला अनामिक ओलाव्याची अनुभूती जाणवते. म्हणूनच स्त्रियांच्या मातृत्वाचा अपमान चुकूनही आपल्याकडून होवू नये. ह्या गोष्टीचे आपण नेहमी भान राखले पाहिजे. कारण स्त्रीहृदयात जोपासलेले अतुल्य वात्सल्य स्त्रीत्वाचा मुख्य आधार असते. तसेच त्या वात्सल्याचा कण न कण जगात पसरवून स्त्रीला अमरत्व प्राप्त होते. परंतू एका स्त्री साठीही स्त्रीत्वाचा भार उचलणे हे सोपं काम नाही. कारण स्त्रीत्व हे स्त्रियांच्या संयमास आव्हान करणारे आहे. त्यांना त्यागाची परिसीमा गाठण्यास लावणारे आहे. तसेच मीपणाचा त्याग करून समर्पणाचा स्वीकार करण्यास सांगणारे आहे. परंतू स्त्रियांच्या संयमास त्यागास व समर्पनास जर स्त्रियांनीच प्रतिष्ठेस पात्र बनविले नाही. तर मात्र स्त्रीत्वाच्या त्या विशेषतांची कोणी कवडीमोलही किंमत करत नाही. त्याचप्रमाणे स्त्रीत्वाची तुलना होणे ही केवळ अशक्य आहे. कारण स्त्रीत्व म्हणजे कदापि अहंकार नाही. तर स्त्रीने स्वतःमधीलच दैवी रूपाशी एकरूप होणे आहे. एका स्त्रीचे आयुष्य अनेक समस्यांनी व्यापलेले असते. तसेच एकाच आयुष्यात ती आपल्या वयाच्या वेगवेगळ्या टप्प्यात अनेकदा नव्या रुपात नव्याने जन्म घेत असते. अशाप्रकारे आपल्याला स्त्रियांची विविध रूपे पहावयास मिळतात. त्याचप्रमाणे ह्या जगण्याने तिला कित्येक नात्यांमध्ये व भूमिकांमध्ये देखील विभाजलेले असते. ज्यांना आपले कर्तव्य समजून निभावत असतांना स्त्रीया आपले अस्तित्वही पणास लावत असतात. परंतू ती त्यांची कोणाशीही पैज लावून जिंकण्या हरण्यासाठी केलेली स्पर्धा नसते. तर तो एका स्त्रीचा खडतर जीवनप्रवास असतो. ज्यामधून प्रत्येक स्त्रीच्या आयुष्याची अर्थपूर्ण कहाणी घडत जाते. जीवनाचा हा खडतर प्रवासच स्त्रियांना त्यांच्यातील अशा कणखर व निश्चयी स्वरूपाचे दर्शन घडवित जातो. ज्याची त्यांनी देखील कल्पना केलेली नसते. त्यामुळेच एका विशिष्ट वयात आल्यावर स्त्रियांमधील मातृत्व दैवी स्वरूप धारण करत असते. अशारितीने एक स्त्रीजन्म परिपूर्ण होत असतो. म्हणूनच स्त्रीत्व हे मांगल्याचे, मातृत्वाचे, निस्वार्थभावाचे, सेवाभावाचे व समर्पणाचे सार आहे. जे आपल्याला स्त्रीयांच्या दिव्य स्वरूपाचे दर्शन घडवित असते. तेव्हा सर्वांच्या मनात त्यासाठी आदर सम्मान व पवित्रता जागृत होणे आवश्यक आहे.

स्त्रियांचा दयाभाव : स्त्रियांचे जीवन म्हणजे एक लढा असतो. ह्या गोष्टीची प्रचीती आपल्याला आपल्या सभोवताल वावरणाऱ्या स्त्रियांची आयुष्ये बघून सतत होत असते. त्यांना वरवर बघून सर्वकाही शांत वाटत असले. तरी त्यांच्या मनात कोणती वावटळे उठलेली असतात. हे त्यांचे त्यांनाच ठाऊक असते. कारण एक स्त्री कधीही फक्त स्वत:पुरता विचार करत नाही. तर तिच्या विचारात व्यापकता व स्वार्थत्याग असतो. कधीकधी स्त्रियांचे शारीरिक सौंदर्य हे देखील त्यांच्यासाठीच एकप्रकारचा श्राप ठरू शकते. कारण शुद्ध भावनेने त्याचे मोल कोणीही करत नाही. तर त्या सौंदर्यास आपल्या मनातील वासनेने कुस्करून मलीन करण्याचे किंवा कलंकीत करण्याचे दुसाहस केले जाते. त्याचप्रमाणे कधीकधी त्यांच्यातील चांगुलपणा देखील त्यांच्याच मार्गातील अडसर बनत असतो. कारण त्यालाही अनाहूतपणे गृहीत धरले जाते. तसेच त्यांच्या प्रामाणीकपणा व कठोर परिश्रम घेण्याच्या प्रवृत्तीस निर्दयीपणे आपल्या स्वार्थासाठी वापरले जाते. त्यांच्या भावनांना तर अत्यंत क्षुल्लक ठरवून त्या आधारे त्यांना कमकुवत ठरविले जाते. अशाप्रकारे त्यांना एखाद्या निर्जीव वस्तू प्रमाणे वागणूक मिळणे. हे तर स्त्रिया आपल्या गाठीशी बांधूनच आपल्या आयुष्याचे मार्गक्रमण करत असतात. कारण आयुष्यात कधी न कधी प्रत्येकीनेच हा अनुभव घेतलेला असतो. परंतू स्त्रित्वाचा मुख्य आधार वात्सल्य व क्षमा करणे हा असतो. मात्र त्यांच्यातील ह्या दोन्ही गोष्टी आपल्याला महत्वहीन वाटत असतात. कारण त्यांची विशालता समजण्यास कोठेतरी आपणच अपात्र असतो. परंतू स्त्रियांमधील ह्याच मौल्यवान गोष्टी आपल्याला कळत नकळतपणे जगण्यास प्रेरित करत असतात. तसेच आपल्यातील चांगले जे आपल्यातच हरविले असते. त्यास बाहेर काढण्यास सुद्धा पुन्हा संधी उपलब्ध करून देत असतात. अशाप्रकारे जेव्हा एक स्त्री तिच्या स्त्रित्वाच्या महतीस गौरवीनाऱ्या आईपणास आपल्या हृदयात लेवून कोणास त्याने केलेल्या अपराधांसाठी माफ करते. तेव्हा ती देखील सर्वश्रेष्ठ ठरते. कारण एका स्त्रीचे क्षमाशील हृदयच तिला स्त्रित्वाच्या उच्च शिखरावर पोहोचविते. परंतू शतका नु शतकाच्या पुरुष प्रधान संस्कृतीमुळे समाजात जी पुरुषी मानसिकता घडत गेलेली आहे. त्यानुसार स्त्रियांच्या ह्या विशेष गुणांना बाजूला सारून त्यांच्याकडे केवळ उपभोगीय दृष्टीकोनाने पाहण्यात आलेले आहे. त्याचप्रमाणे पुरुषांनी आपल्या मीपणा समोर स्त्रियांच्या त्या बहुमूल्य गोष्टींचे श्रेष्ठत्व मुद्दामच स्वत:ला कधी जाणवू दिले नाही. कारण स्त्रियांना त्यांची जागा दाखवून आपल्या वर्चस्वाखाली ठेवणे. पुरुषी मानसिकतेला अधिक आनंद देणारे आहे. परंतू त्यांच्या अंतर्मनाला मात्र त्याची पुरेपूर जाणीव नक्कीच असते.

स्त्रियांची कणखरता : स्त्रियांच्या आयुष्याचा संघर्ष हा त्यांच्यातील स्त्रीत्वास आणखीच उंच व श्रेष्ठ बनवित असतो. त्याचप्रमाणे त्यांच्यात दडलेल्या कला गुणांना अधिकाधिक चमकवीत असतो. कारण स्त्रिया त्यांची परिस्थिती कितीही बिकट असली तरी तिला पाठ दाखवून माघारी फिरत नाहीत. तर धैर्याने त्या परिस्थितीचा सामना करून तिच्यावर मात करण्याचे धाडस दाखवितात. परंतु पुरूषी मानसिकतेने ग्रसित माणसे स्त्रियांच्या योद्धा ह्या स्वरूपास कदापि मान्य करत नाहीत. त्याचप्रमाणे त्याने समोर आलेले त्यांना अजिबात आवडत नाही. कारण त्यांना कायम स्त्रियांवर वर्चस्व गाजवीन्यातच धन्यता वाटत असते. स्त्रियांना आपल्या दबावा खाली ठेवून व त्यांना त्यांच्यातील क्षमतांपासून परावृत्त करूनच आपले पुरुषत्व स्थापित केल्याचे समाधान अशा पुरूषांना लाभत असते. परंतु ज्याप्रमाणे सूर्याच्या तेजाला कोणीही नाकारू शकत नाही. त्याचप्रमाणे स्त्रीत्वाची महती ही विश्वाला व्यापणारी आहे. तिला कोणीही अमान्य करू शकत नाही. तिच्यावर कोणीही दडपण आणू शकत नाही. तिला संपवू शकत नाही. तिला यातनाही देवू शकत नाही. तिला कोणी अपमानित करू शकत नाही. तिला कोणी कलंकीतही करू शकत नाही. कारण जेव्हा एक स्त्री आपल्या आत्मसम्मानासाठी जीकरीने लढा देते. तेव्हा ती स्वत:मध्ये तिच्याही नकळतपणे अविश्वसनीय क्षमतांना धारण करते. अशावेळी तिच्या त्या शक्ती स्वरूपासमोर कोणाचाही टिकाव लागत नाही. कारण यातना देणारे केवळ तिच्या शरीरापर्यंत पोहचू शकतात. परंतु तिने स्वत:शी केलेल्या दृढ संकल्पाला मात्र कदापि संपवू शकत नाहीत.

स्त्रियांचा निश्चयीभाव : स्त्रिया शारीरिकदृष्ट्या पुरुषांची बरोबरी करू शकत नसल्या तरीही त्यांची खरी शक्ती आंतरिक असते. त्यांच्यातील हिम्मत, त्यांची पर्यायांची निवड करण्याची क्षमता व त्यांच्यात सामावल्या असलेल्या अनंत शक्यता ह्या तीन गोष्टींची युती हेच त्यांचे खरे सामर्थ्य असते. कारण कोणत्याही परिस्थितीत आपल्या हिमतीची बाजी लावण्याचे कसब फक्त स्त्रियांकडूनच आपण शिकले पाहिजे. त्याचप्रमाणे परिस्थितीवर मात करण्यासाठी त्या असे काही प्रभावी पर्याय शोधून काढतात. ज्यामुळे परिस्थिती नियंत्रणात आल्या शिवाय राहत नाही. त्याचबरोबर स्त्रिया परिस्थितीकडे समस्या म्हणून बघत नाहीत. तर एक आव्हान म्हणून बघत असतात. तसेच त्या कोणत्याही आव्हानास अत्यंत धाडसाने स्वीकारतात. तसेच मनोमन त्यावर विजय मिळवीन्याचा विडा देखील उचलतात. जेव्हा त्या स्वत:च्या मनाशी काही निर्धार करतात. तेव्हा त्यांचे थांबणे केवळ अशक्य असते. कारण त्यांच्यातील स्त्रीत्वाची ताकद त्यानांही ठाऊक नसते. विकृत मानसिकतेचे पुरूष मात्र स्त्रियांच्या त्याच आंतरिक ताकदीवर काबू मिळविण्याच्या हेतूने त्यांचे शोषण करतात. परंतु ते त्यांचा तो वाईट हेतू तोपर्यंतच साध्य करू शकतात. जोपर्यंत स्त्रियांमध्ये जागृतीची वात पेटली

जात नाही. ज्याक्षणी त्यांच्यातील स्त्रीत्वाला जाग येते त्याक्षणापासून मात्र त्या पूर्ण ताकदीनिशी पुरुषी अहंकारावर मात करण्यास सज्ज होतात. कधी स्वत:ला सिद्ध करून तर कधी त्या पुरुषाला चांगला धडा शिकवून. परंतु जे पुरुष स्त्रियांच्या आंतरिक ताकदीला आपले पाठबळ देतात. तसेच त्यांना प्रोत्साहित क स्त्रियांसाठी अपयशी ठरलेली सामाजिक लग्न व्यवस्था : लग्न ही सामाजिक व्यवस्था देखील कधीकधी स्त्रियांच्या जीवनात सर्वात जास्त उलथा पालथ करणारी ठरते. कारण जीवन हे भातुकलीच्या खेळाप्रमाणे किंवा बाहुला बाहुलीच्या लग्नाप्रमाणे केवळ सुखद अनुभवांनी परिपूर्ण नसते. रतात. त्यांच्या ठायी खऱ्या अर्थाने पुरुषत्व असते. कारण ते स्त्रियांकडे एक माणूस म्हणून बघू शकतात. लिंगभेदानुसार त्यांच्यातील गुणधर्मांचे वेगळेपण सखोल समजू शकतात. त्याचप्रमाणे त्यांच्या त्या वेगळेपणाचा सम्मानही करतात. असेच पुरुष स्त्रियांच्या नजरेत आदर्श पुरुष ठरतात.

स्त्रियांचे भावनिक जग : स्त्रिया आपल्या आत्मसम्मानासाठी आपली संपूर्ण इच्छाशक्ती एकवटून लढा देत असतात. कधी कधी त्यांच्या विरोधात त्यांची अत्यंत जवळचीच माणसे उभी असतात. तरीही त्या आपल्या निर्णयावरून जराही डगमगत नाहीत. परंतु त्यांचे अंतर्मन मात्र प्रेमाने, करुणेने व मायेने ओतप्रोत भरलेले असते. त्यामुळे त्यांनी स्वत:साठी घेतलेला कणखर निर्णय हा कधीही आपल्याच माणसांचा द्वेष करण्यात परिवर्तीत होत नाही. तसेच त्यांचे आपल्या माणसांवरचे प्रेम देखील तिळमात्रही कमी होत नाही. त्याचप्रमाणे त्यांचे क्षमाशील हृदय कधीही इतके कठोर होत नाही. ज्यामुळे नात्यातील ओलावा कायमचा संपुष्टात येईल. अशाप्रकारे स्त्रिया नेहमी नात्यांचे नाजूक धागे गुंफत राहण्यावर विश्वास ठेवत असतात. त्यामुळेच स्त्रियांच्या अस्तित्वाचे मानवी जीवनात अनन्यसाधारण महत्व आहे. कारण स्त्रियांच्या काळजात नेहमी निस्वार्थ प्रेमाचा दिवा तेवत असतो. जो कधी त्यांच्या आत्मसम्मानासाठी एक मशाल बनतो. तर कधी आपल्या माणसांचे सर्व अपराध आपल्या पोटात घेवून. त्यांना मोठ्या मनाने माफ करण्याचे अतुलनीय धाडस करतो. म्हणूनच स्त्रीत्वाचा हा मोठेपणा सन्माननीय आहे. त्याचप्रमाणे स्त्रिया स्वाभिमान व अभिमान ह्यामधील अंतर उत्तम रीतीने जाणतात. जेव्हा त्यांच्या कर्तुत्वाला वाखाणले जात नाही तसेच त्यांना प्रोत्साहन मिळत नाही. तेव्हा त्या आपली नाराजी वेगवेगळ्या मार्गाने व्यक्त करत असतात. ज्याला अभिमान समजण्याची चूक आपण करत असतो. परंतु जेव्हा त्यांचे असणेच नाकारले जाते. त्यांच्या अस्तित्वाचा अपमान करण्यात येतो. तेव्हा त्या आपल्या स्वाभिमानासाठी नेटाने लढा देतात. त्यांचा हा लढा मात्र सहजरीत्या पार पडत नाही. तर त्या लढ्यात त्या स्त्रीला एकटे पाडण्यात येते. तिला सर्व प्रकारच्या भावनिक आधारापासून वंचित करून तिचे मनोबल तोडण्याचा

आटोकाट प्रयत्न केला जातो. ही मात्र स्त्रीत्वाची अत्यंत कठीण परीक्षा असते. ज्यात त्यांचे कोणत्याही परिस्थितीत उत्तीर्ण होणे अनिवार्य असते. त्याचप्रमाणे त्या खेळाचा शेवट कधीही दुखद होत नसतो. किंबहुना आपण तो होवू देत नाही. परंतु खरे जीवन मात्र सुखदुःखाने युक्त असते. ह्या गोष्टीची पूर्णपणे जाणीव असून देखील दुःखाची पडछाया आपल्या जीवनापासून शक्य तितकी लांब रहावी. म्हणून आपण कायम झटत असतो. तरीही खऱ्या जीवनात सर्वकाही आपल्या मनाप्रमाणे घडत नसते. कारण जीवन एखाद्या रहस्याप्रमाणे आपल्या समोर हळूहळू उलगडत जाते. ज्याचे स्वरूप कधी आपल्याला आनंद देणारे असु शकते. तर कधी वेदना देणारे असते. लग्न ही प्रक्रिया देखील स्त्रियांच्या जीवनात एखाद्या गूढ रहस्याप्रमानेच असते. कारण आयुष्याच्या भावी जोडीदाराची लग्नबंधनात अडकण्यापूर्वी कितीही माहिती काढली. किंवा कितीही एकमेकांच्या पत्रिका जुळवील्या. तरी त्याच्या व्यक्तिमत्वाच्या तळाशी दडलेल्या रहस्याचा थांग मात्र त्यामुळे लावता येवू शकत नाही. त्यामुळे जेव्हा खऱ्या अर्थने त्यांच्या दाम्पत्य जीवनास सुरवात होते. तेव्हा जोडीदाराचे एक एक करून गुणदोष स्त्रीयांसमोर उघड होत जातात. अशाप्रकारे स्त्रियांसाठी ते जगणे त्यांच्या कल्पने पलीकडचे धक्कादायक ठरण्याचीही शक्यता असते. जेव्हा त्यांचे लग्नानंतरचे जीवनच त्यांच्यासाठी सर्वात मोठे दुःखाचे कारण ठरते. त्यावेळी मात्र त्यांची अवस्था इकडे आड तिकडे विहीर अशी झालेली असते. कारण हुंडा पद्धती स्त्रीपुरूष भेदभाव पुरुषी मानसिकता शारीरिक व मानसिक अत्याचार ह्या सर्व स्त्रियांच्या अस्तित्वाला व स्वाभिमानाला आव्हान करणाऱ्या गोष्टी अचानकपणे त्यांच्या आयुष्याचा हिस्सा बनून. त्यांचे जगणे नकोसे करत असतात. परंतु कोणत्याही स्त्रीच्या जीवनात जेव्हा अशी अटीतटीची परिस्थिती निर्माण होते. तेव्हा फक्त तिच्या आर्थिक बाजूवर प्रत्येकाचे लक्षकेंद्रित असते. कारण आर्थिक बाजू जर भक्कम आहे. तर ते त्या स्त्रीच्या सुरक्षिततेचे प्रमाण मानले जाते. त्याचप्रमाणे त्याक्षणी काहीही करून तिला मदत मिळावी. ह्या भावनेने कोणीही पराकाष्ठा करत नाही. त्यापेक्षा कोणी ना कोणी तिची मदत करण्यास नक्की पुढे येईल ही प्रतीक्षा प्रत्येक जण करत असतो. खरेतर आपल्यातील हा स्वार्थी भावच कर्तव्यांच्या पथावरून आपल्याला दूर सारत असतो. म्हणूनच त्या स्त्रीच्या तुटलेल्या विश्वासाचे व दुभंगलेल्या मन भावनांचे विखुरलेले बारीक कण आपल्या पैकी कोणाच्याही दृष्टीस पडत नाहीत. तो संघर्ष केवळ तिचा एकटीचा असतो. आपल्याच मनासोबत लढा देतांना मात्र स्त्रियांची जास्त केवीलवाणी अवस्था होते. कारण त्यांचे मन लहान मुलांप्रमाणे त्याला जे पाहिजे आहे. ते मिळविण्यासाठी जिद्द व हट्ट करत असते. परंतु हे जग व इथली माणसे किती निष्ठूर आहेत. हे स्वतःच्या मनाला पटवून देणे स्त्रियांसाठी सोपे काम नसते. जेव्हा एका मुलीचा जन्म होतो. तेव्हा तिच्या

गुणधर्मांमध्ये माया ममता हे गुण ती जन्मतःच घेवून आलेली असते. जे ती मोठी होत असतांना तिच्या सभ्य आचरणातून व व्यवहारातून झळकत असतात. ते गुणधर्मच तिच्या आंतरिक कणखरपणाची खरी खुण असते. त्यामुळे जर तिच्या लग्नानंतर तिला दुर्दैवाने आयुष्याच्या उलथा पालथीला सामोरे जावे लागलेच. तरी ती परिस्थितीपुढे सहजा सहजी गुडघे टेकत नाही. त्याचप्रमाणे त्या लग्नामधून बाहेर पडण्याची घाई सुद्धा करत नाही. तर तिच्या आयुष्याचा जोडीदार बनून तिचे जगणे दुर्भर करणाऱ्यास ती वारंवार स्वतःमध्ये सुधारणा करण्याची संधी देत असते. त्याच्यावर आपले पूर्ण लक्ष केंद्रित करून आपल्या आयुष्याचा उमेदीचा काळ त्याच्यावर खर्ची घालते. कारण त्या व्यक्तीमध्ये कधीतरी अपेक्षित परिवर्तन येण्याची निर्मळ आशा तिला निराश होवू देत नाही. तिचे प्रयत्न असफल ठरणार नाहीत. ह्याविषयी तिला पूर्ण खात्री असते. जोपर्यंत तिच्या मनाचे समाधान होत नाही. तोपर्यंत ती आपले प्रयत्न कदापि थांबू देत नाही. कारण तिच्या मनातील प्रेम व दयाभाव तिला प्रयत्न करत राहण्यास विवश करत असतात. तिचा जोडीदार तिला एक माणूस म्हणून आवडत नसला. तरी त्याचे तिच्या बरोबरचे नाते, त्याचबरोबर तिने त्याच्यात गुंतवलेले प्रेममय भावनांचे धागे. तिला त्याच्यावर प्रेम करण्यास भाग पाडत असतात. जीवनाच्या जोडीदाराबरोबरचे आपले नाते आजीवन सुमधुरपणे टिकून राहावे. म्हणून ती तिच्या संयमाची परिसीमा गाठत असते. त्यामुळेच स्त्रियांना क्षणाची पत्नी व अनंत काळाची माता अशी उपमा दिली गेली आहे. कारण एक स्त्री यदाकदाचित हार मानेलही परंतू तिच्यातील आईपण जे तिच्यातील स्त्रीत्वाची खरी ओळख असते. त्याची आंतरिक आशा शेवटच्या क्षणापर्यंत जागृत असते. तिचा मार्ग घालून पाडून बोलण्याचा असू शकतो, मन दुखावणारा असू शकतो परंतू त्यामागचा हेतू मात्र शुद्ध व निस्वार्थ असतो. पुरुषी मानसिकता मात्र अत्यंत आत्मकेंद्री व दुबळी असते. त्याचप्रमाणे अहंकारामुळे ग्रसित असल्यामुळे स्त्रियांच्या हृदयातील ओलावा अनुभवण्यास ती पात्र नसते. अशाप्रकारे एका दाम्पत्याचे सहजीवन विस्कळीत होते. त्याचबरोबर एका छताखाली असून सुद्धा ते दोघे एकमेकांचे कट्टर विरोधक बनतात. कारण त्यांनी एकमेकांना आपल्या आयुष्यात महत्व देणे बंद केलेले असते. एकमेकांसाठी मनात उत्पन्न होणाऱ्या द्वेषामुळे त्यांच्या कौटुम्बिक सुखाला पूर्णपणे सुरुंग लागलेले असते. कारण त्यांच्या हृदयाच्या तळाशी असलेल्या प्रेमावर अनेक नकारात्मक गोष्टींचा गंज चढलेला असतो. त्याचप्रमाणे तो गंज स्वच्छ करून पुन्हा प्रेम जागृत करण्याचे प्रयत्न त्यांनी पूर्णता थांबविलेले असतात. त्याउलट एकमेकांच्या हेतूवर शंका घेवून. एकमेकांना कमीपणा आणण्याचा प्रयत्न करून. तसेच एकमेकांची साथ न देवून ते एकप्रकारे आगीत तेल ओतण्याचे काम करत असतात. परंतू एक भावना दुखावलेली स्वाभिमानी स्त्री मात्र एखाद्या वाघिणी प्रमाणे

असते. तिच्या प्रतिक्रीया रागाच्या स्वरूपात बाहेर पडत असतात. त्यांचे दुष्परिणाम ठाऊक असूनही ती स्वत:ला थांबवू शकत नाही. तिचे मानसिक स्वास्थ्य इतके क्षतिग्रस्त झालेले असते कि तिच्याबद्दल निर्माण झालेले गैरसमज, लोकांनी बनवलेली मतं ह्यांची तिला पर्वा उरत नाही. कारण तिच्या भावनांचा आवेग स्फोटक असतो. तसेच त्याचे परिणामही विध्वंसक असतात. अशारितीने स्त्रियांच्या कोणत्याही कारणाने का असेना परंतू कमजोर पडलेल्या भावनाच कधीकधी त्यांच्यासाठी नुकसानदायी ठरत असतात. परंतू भावना हेच स्त्रियांचे भक्कम अस्त्र सुद्धा बनू शकते. जर स्त्रियांनी भावनांना आपली शक्ती बनविले. तरच त्या त्यांच्या जीवनात उद्भवलेल्या कोणत्याही परिस्थितीवर यशस्वीरीत्या मातही करू शकतात. स्त्रियांचा संयम : स्त्रियांच्या मनातील दयाभाव कधी कधी त्यांचेच नुकसान करणारा ठरू शकतो. कारण त्या आपल्या आयुष्याची सुरवात निस्वार्थ प्रेमाने करत असल्या. तरी आयुष्याच्या वळणावर जेव्हा त्यांच्या समोर जोडीदाराचे खरे स्वरूप उचडकीस येते. तेव्हा मात्र त्या एका पत्नी सोबतच आईच्याही भूमिकेतूनही जोडीदाराला साथ देण्यात आपल्या आयुष्याचा अमुल्य वेळ खर्ची घालतात. कारण स्त्रीत्वाची हीच खरी महती आहे. आपल्या विनम्रतेतून व त्याला मोठ्या मनाने माफ करून त्या जोडीदाराच्या मनावर नैसर्गिकरीत्या उपचार करण्याचा प्रयत्न करतात. त्याच्या हातून पूर्वी होऊन गेलेल्या चुका पोटात घालून पुन्हा विश्वासाने जोडीदाराकडे बघतात. स्वत:च्या मीपणाचा व अस्तित्वाचा मोह बाजूला ठेवून आयुष्यभर जोडीदारास मोलाची साथ देण्याचा त्यांचा ठाम निश्चय असतो. परंतू जोडीदारास त्यांच्या माणुसकीपूर्ण वर्तनाची कदर नसेल तर मात्र त्यांनी दाखविलेला दयाभाव निर्थक ठरतो. कारण ती परोपकारी भूमिका निभावत असतांना स्त्रियांचे मात्र स्वत:कडे पूर्णपणे दुर्लक्ष झालेले असते. एक माणूस म्हणून त्यांचे स्वतंत्र आयुष्य सुद्धा असू शकते. ह्याची त्यांना जाणीवच उरत नाही. त्या स्वत:मधील क्षमता व सम्भावनांप्रती पूर्णपणे अनभिज्ञ असतात. कारण जोडीदाराप्रती आपले कर्तव्य निभावत असतांना त्यांना स्वत:चा पूर्णपणे विसर पडलेला असतो. परंतू त्यावेळी त्यांना आपल्या जोडीदारासाठी स्वत:च्या सर्वस्वाचे बलिदान देणे. हे कितीही महान कार्य वाटत असले. तरी देखील स्वत:च्या आयुष्याप्रतीही काही कर्तव्य निभावणे महत्वाचे आहे. ह्या गोष्टीकडे कोणत्याही स्त्रीने अजिबात दुर्लक्ष करण्याची चूक करू नये. कारण कोणत्याही नात्याच्या स्वरूपात आपल्या जीवनात समाविष्ट असलेली माणसे शेवटी जीवनात आपले सहप्रवासीच असतात. त्याचप्रमाणे त्यांचे आपल्या बरोबर असणे हे देखील केवळ क्षणिक असते. तेव्हा स्वत:लाच स्वत:पासून दूर सारून आपले जीवन जगणे खात्रीशीरपणे अशक्य आहे. हे प्रत्येक स्त्रीला आवर्जून कळले पाहिजे. तसेच पती पत्नी दोघांचेही एकच ध्येय असल्यास दोघांनीही आपली उर्जा त्या

ध्येयावर केंद्रित करणे आवश्यक असते. परंतू जर एकाचेच ध्येय असेल आणि त्यासाठी जोडीदाराने मदत करणे हे दुसऱ्याकडून गृहीत धरले जात असेल. किंवा ती सक्तीची अपेक्षा ठेवली जात असेल. तर अशाप्रसंगी स्त्रियांनी त्याकरीता आपल्या आत्मसम्मानाला कधीही स्वत:पासून परावृत्त होवू देवू नये. कारण तसे करून त्या आपले महत्व स्वत:हून कमी करत असतात. त्याचप्रमाणे त्यांनाही एक माणूस म्हणून आपल्या आयुष्याचे निर्णय घेण्याचा पूर्ण अधिकार असतो. तेव्हा त्या अधिकाराचा योग्य वापर करणे त्यांनी शिकले पाहिजे. कारण स्त्रियांनी आयुष्यभर दिलेल्या मोलाच्या साथीला जर जोडीदाराकडून केवळ त्यांचा पत्नीधर्म म्हणून पाहिले जात असेल. तर स्त्रियांनी कितीही प्रामाणीकपणा दाखविला. किंवा जोडीदाराची अक्षरशः डोळे झाकून भक्ती जरी केली. तरी त्याला प्रतिष्ठेने नावाजले जावू शकत नाही. परंतू जिथे त्याच मोलाच्या साथीची व कष्टांची निष्ठेने दखल घेतली जात असेल. माणुसकीच्या स्तरावर वाखाणले जात असेल. तिथे मात्र स्त्रियांनी जोडीदारासाठी आपले आयुष्य पणास लावले. तरी स्त्रियांना भविष्यात कधीही त्याबद्दल जराही खंत वाटणार नाही.

स्त्रियांवर भूमिकांचे दडपण : स्त्रियांना जी भूमिका लाभलेली असते त्या भूमिकेस त्या आपले प्राण ओतून निभावण्याचा प्रयत्न करत असतात. कारण प्रामाणीकपणा हा त्यांचा मूळ गुणधर्म असतो. त्यामुळे आपल्या भूमिकेतून आपल्याशी जुळलेल्या माणसांना काहीही कमी पडता कामा नये. ह्यासाठी त्या सदैव तत्पर असतात. क्वचीतच अशा स्त्रिया आढळतात ज्या आपल्या भूमिकेशी प्रामाणिक नसतात. कारण प्रत्येक गोष्टीला अपवाद हा असतोच. कधीकधी तर स्त्रिया आपल्या समर्पण व सेवाभावी गुणधर्मात इतक्या हरवून जातात. ज्यामुळे त्यांना त्यांच्यातील उच्च कोटीच्या क्षमतांची आठवणही होत नाही. तसेच त्यांना माझे घर व माझी माणसे ह्या सीमित विश्वा पलीकडचे त्यांचे स्वत:चे व्यक्तीगत आयुष्यही असते. ह्याचा पूर्णपणे विसर पडलेला असतो. त्या सदैव माझ्याशिवाय ह्या घराचे कसे होणार ह्या गोष्टीचे चिंतन करत असतात. मी असतांना माझ्या माणसांना काहीही कमी पडू नये. हा त्यांचा निष्ठावानपणा त्यांना आपल्या भावनांचे धागे आपल्या माणसांच्या आयुष्यात आणखीच घट्ट करण्यास लावत असतो. त्यांच्या त्या समर्पणाची घरातील माणसांना व खास करून जोडीदारास मात्र एकप्रकारे सवय जडते. परंतू प्रत्येकवेळी त्यांच्या कडून त्याचे मूल्य राखले जाईलच. ह्या गोष्टीची मात्र खात्री देता येत नाही. कारण कोणी आपल्याला चोवीस तास विनामुल्य सेवा देण्यास स्वखुशीने तयार आहे. हे बघून पुरुषी मानासिकता असलेल्या पुरुषांच्या विकृतीस आणखीच खतपाणी मिळते. त्यामुळे ते त्यांना निस्वार्थपणे सेवा देत. त्यांची सावलीसारखी सोबत करणाऱ्या त्या स्त्रीस गृहीत

धरून चालत असतात. फारच कमी पुरुष असतात ज्यांना स्वतःला त्या स्त्रीच्या स्थानावर ठेवून तिच्या मानसिक अवस्थेला समजून घेता येते. आज कितीतरी अशा स्त्रिया आहेत ज्यांना अशाप्रकारच्या मानसिक व भावनिक अत्याचाराचा सामना करावा लागत आहे. त्यामुळे त्यांच्या मनाची अवस्था पराकोटीची संभ्रमित झालेली असते. म्हणूनच त्या आपल्या आपबितीस स्पष्टपणे कोणासमोर व्यक्त देखील करू शकत नाहीत. त्याचबरोबर कोणास मदतीसाठी सादही घालू शकत नाहीत. कारण त्या त्यांच्या दैनंदिन जीवनात जे काही सहन करत असतात. ते त्यांना शब्दात मांडता येत नाही. अशाप्रकारे त्यांची अवस्था अडकित्त्यात सापडलेल्या त्या सुपारीसारखी झालेली असते. जिला तिचे भविष्य ठाऊक असूनही ते बदलविणे तिला शक्य नसते.

स्त्रियांची पडद्यामागची भूमिका : स्त्रिया घरात आपल्या माणसांच्या पाठीशी पडद्याच्या मागची महत्वाची भूमिका अगदी शिताफीने निभावत असतात. ज्याचा कोणासही सहजा सहजी थांग लागत नाही. शिवाय त्याविषयी त्यांच्या मनात कोणतेही मीपणाचे भावही नसतात. तर सेवाभाव व सौहार्दता असते. जर घरात त्या एका मुख्य स्त्रीच्या भूमिकेत असतील. तर घरातील सदस्यांच्या सवयींचे त्यांना पूर्ण ज्ञान असते. घरातील सदस्य घराबाहेर पडल्यानंतर त्यांना बोलणारे व त्यांच्यावर नजर ठेवणारे कोणीही नसते. त्यामुळे आपल्या व्यक्तिगत वेळेचा त्या कशाही प्रकारे वापर करू शकतात. किंवा पाहिजे तसा वेळ घालवू शकतात. परंतु त्यांच्यावरच्या जबाबदाऱ्या प्रती असलेली त्यांची प्रामाणिकता त्यांना तसे करण्यापासून थांबवित असते. त्यामुळे आपल्या त्या व्यक्तिगत वेळेतही स्त्रिया संपूर्ण घरात अशी काही जादू करतात. कि बाहेर पडलेली माणसे घरी परतल्यावर त्यांना घर पुन्हा नव्यासारखे भासू लागते. म्हणूनच घरादारास स्त्रियांचा स्पर्श अनिवार्य असतो. कारण त्या स्वतः पडद्याच्या मागे राहून सुद्धा संपूर्ण घराची कमान आपल्या कणखर भावनांनी व हृदयातील समर्पणाने पकडून असतात. म्हणूनच स्त्रियांचे कोणत्याही कारणाने त्यांच्या स्थानावरून हलणे त्या घराला अतिशय महागात पडू शकते. जर ती स्त्री एक पत्नी असेल तर तिला कायम तिच्या पतीच्या यशाचा सार्थ अभिमान वाटत असतो. त्यासाठी ती आपल्या पतीस आजीवन प्रेमपूर्ण शुभेच्छांनी अलंकृत करत असते. त्याचबरोबर आपल्या सहयोगाने पतीच्या जीवनात उत्साह भरत असते. जेव्हा आयुष्यात पती संकटांचा सामना करत असतो. तेव्हा पत्नी पतीला कधीही हिम्मत हारू देत नाही. परिजन, मित्र हे सर्व त्यांच्या पद्धतीने सांत्वन देवून आपआपल्या आयुष्यात परत फिरतात. परंतु पत्नी पतीच्या खांद्याला खांदा लावून उभी राहते. तसेच पतीला पुन्हा उभे करण्यासाठी त्याच्यात विश्वास जागृत करते. म्हणूनच पत्नीचे स्थान पतीच्या शेजारी असते. कारण ती जिवाभावाची अर्धांगिनी व जीवनसंगिनी असते. त्याचप्रमाणे ती स्त्री जर एका

आईच्या भूमिकेत असेल तर मात्र परिस्थितीवर मात करत तिचे अविरत वाटचाल करत राहणे. सर्वकाही आपल्या मनात लपवून मुलांसमोर हसऱ्या चेहऱ्याने व धीराने वावरणे. ही तिची विशेषता तिच्या मुलांना पदोपदी अनुभवास येते. जेणेकरून आपल्या वर्तनातून मुलांना सगळे नीट व सुखात चालले आहे ह्याची ग्वाही मिळत रहावी. हीच तिची सदिच्छा असते. तिच्या पतीबरोबर तिचे कितीही मतभेद असले. तरी एक वडील म्हणून मुलांच्या मनात वडीलांचे स्थान मलीन होवू नये. तसेच मुलांकडून वडीलांच्या साम्मानात किंचितही कमतरता येवू नये. ह्याची काळजी देखील एक आईच घेत असते. एकंदरीत घरात एका स्त्रीची विविध भूमिकेतील सहयोगपूर्ण भूमिकाच इतकी महत्वपूर्ण असते. कि त्यामुळेच घराला घरपण येते. ह्याचा अर्थ असे नाही कि तिला ओढवलेल्या परिस्थितीची भीती वाटतच नाही. परंतू ती भीती लपविण्याचे कौशल्य तिने असे काही अवगत केले असते. कि संकटसमयी नुसते तिच्या कडे बघूनही सर्वांना धीर येतो. अशी ही धीराची देवता मात्र जेव्हा परिस्थितीपुढे तिच्या पायात कंपन निर्माण होते. तसेच तिचे मन पुढे काय होणार ह्या भीतीने भयभीत होते. तेव्हा ती मनोमन देवाचा धावा करत असते. तसेच देवघरात लावलेल्या निरांजनातील फडफडणाऱ्या ज्योती मधून. तर कधी अचानकपणे विझून गेलेल्या पणतीमधून. तर कधी देवाच्या मूर्तीला घातलेली फुलांची माळ खाली घरंगळून पडण्यातून. ती परिस्थितीच्या गांभीर्याचे संकेत मिळवत असते. त्यावरून तिच्या अंतर्मनाला येणाऱ्या काळरात्रीची पूर्वकल्पना आपोआपच मिळत असते. किंवा आशेच्या सोनेरी किरणांच्या सोबतीने उजाडणाऱ्या शुभदिवसाची पूर्वजाणीव होत असते. तरीही ती डगमगत नाही तर कणखर व उदात्तपणे असेल त्या परिस्थितीला सामोरे जाते. परंतू प्रत्येकालाच तिच्यातील ह्या मोठेपणा मागचे करुणामय मन समजू शकत नाही. म्हणूनच त्यांच्या कडून स्त्रित्वाचा अपमान करण्याचा अक्षम्य गुन्हा घडत असतो.

डॉ भीमराव आंबेडकर जेव्हा विद्यार्थी दशेत होते. तसेच ज्ञानार्जनासोबत आपल्या अस्पृश्य समाजातील लोकांसाठी संघर्ष करत होते. तेव्हा त्यांची पत्नी रमाबाई ह्यांनी आपल्या पतीच्या संघर्षमय जीवनात त्यांना अत्यंत निष्ठेने मोलाची साथ दिली. तसेच त्या भीमरावांच्या जीवनातील प्रेरणा देखील बनल्या. भीमरावांच्या आयुष्यातील एक हृदयस्पर्शी प्रसंग येथे सादर केला गेला आहे. एकदा भीमराव पदवी परीक्षेचा पेपर देण्यासाठी निघाले होते. त्यांना परीक्षा देण्यापासून निषिद्ध करण्याच्या उद्देशाने उच्च जातीतील काही लोकांनी त्यांच्या विरोधात एक माणुसकीला काळीमा फासणारे षडयंत्र रचले. त्यांनी रस्त्यात एक मोठा खड्डा तयार केला. त्याचप्रमाणे त्या खड्डयात चिखल तयार करून त्यात दगडांचे बारीक तुकडेही टाकलेत. जेणेकरून भीमराव त्यात पडल्यावर त्यांचे कपडे तर खराब व्हावेतच सोबत त्यांना दुखापतही व्हावी. अशा अमानवीय मनसुब्याने त्यांनी ते काम केले होते. भीमराव घरून सर्वांचे आशीर्वाद व

शुभेच्छा घेवून कॉलेजच्या दिशेने निघाले. जेव्हा ते मार्गातील त्या खड्ड्यापर्यंत येवून पोहोचले. तेवढ्यात कोणीतरी मागून येवून त्यांना जोरदार धक्का देवून चिखलाने भरलेल्या खड्ड्यात पाडले. भीमरावांना काही कळेना कि आता काय करावे. ते कसेबसे खड्ड्यातून बाहेर आले व चिखलाने माखलेल्या जखमी अवस्थेतच कसेबसे परीक्षा देण्यास केंद्रावर पोहोचले. परंतू कॉलेज मधील काही उच्च वर्णीय अध्यापकांनी त्यांना त्या अवस्थेत परीक्षा देण्यास मज्जाव केला. भीमराव पोटतिडकीने अध्यापकांना पेपर देण्याच्या परवानगीसाठी विनवण्या करू लागले. अध्यापक मात्र आपल्या निर्णयावर ठाम होते. ही बातमी सुदैवाने रमाबाई पर्यंत पोहोचली. बातमी मिळताच रमाबाई हातात एक चादर घेवून लगबगीने कॉलेजकडे येण्यास निघाल्या. इकडे भीमराव अध्यापकांना परीक्षेला बसू देण्यासाठी निरंतर विनंती करत राहिले. परंतू अध्यापकांच्या मनात काहीतरी वेगळेच कारस्थान सुरू होते. कसेही करून भीमरावांना परीक्षा देण्यापासून परावृत्त करण्याची त्यांची योजना होती. त्यासाठी त्यांनी भीमरावांना सर्वप्रथम कपड्यांवरचा चिखल धुण्यास सांगितले व त्यानंतर उन्हात उभे राहून कपडे वाळवीन्यास सांगितले. परंतू भिमरावांकडे तेवढा वेळ नव्हता. कारण अगोदरच परीक्षेला सुरवात झालेली होती. इतक्यात रमाबाई तिथे येवून पोहोचल्या आणि त्यांनी भीमरावांच्या अंगावर कोरडी चादर पांघरली. त्यानंतर अध्यापकांनी त्यांना परीक्षा देण्यास आत जावू दिले. भीमरावांनी अंगावरच्या ओल्या कपड्यानिशी व खरचटलेल्या अवस्थेत खाली बसून परीक्षेच्या उरलेल्या अर्ध्या वेळेत पेपर लिहून पूर्ण केला. तेवढ्या वेळेत रमाबाईंनी औषधीयुक्त झाडांच्या पानांपासून भीमरावांच्या जखमांवर लावण्यासाठी औषध तयार केले. सांगण्याचे तात्पर्य हे आहे कि खरेतर ती दुर्दैवी घटना त्या दोघांचेही मन विषण्ण करून टाकणारी होती. परंतू रमाबाईच्या अजोड साथीने भीमराव भारावून गेले. किंबहुना त्यांचा स्वत:वरचा विश्वास आणखीच दृढ झाला. एका पत्नीची पडद्यामागची भूमिका व तिने पतीस निस्वार्थपणे केलेल्या सहयोगाचे याहून उत्तम उदाहरण आणखी कोणते असू शकते.

स्त्रियांची पत्नी ही भूमिका : एक पत्नी कायमच आपल्या पतीच्या प्रगतीची स्वप्न बघत असते. परंतू रमाबाई आंबेडकर आपल्या पतीची ताकद व उर्जा दोन्ही बनल्या. भीमरावांची पदवीची परीक्षा म्हणजे त्यांच्या जीवावरचे संकट होते. कारण उच्च वर्णीय समाज त्यांना पदवीधर होण्यापासून थांबविण्यासाठी आटोकाट प्रयत्न करत होता. परंतू रमाबाईंनी स्वत: जातीने जावून शिक्षण विभागाकडून आपल्या पतीच्या सुरक्षेसाठी लिखित पत्र लिहून घेतले. ज्यामुळे परीक्षा पूर्ण होईस्तोवर भीमरावांना कॉलेजातच थांबण्याची परवानगी मिळाली. अशाप्रकारे रमाबाई आम्बेडकरांच्या मोलाच्या सहकार्याशिवाय भीमरावांचे पदवीधर होणे केवळ अशक्य होते. त्याचप्रमाणे ज्यांनी

देशासाठी व समाजासाठी महान योगदान दिले. तसेच आपल्या व्यक्तिगत आयुष्याचा त्याग केला त्यांच्या जीवनसंगीनिंचाही त्यात तेवढाच समान वाटा होता. कारण त्यांनी त्यांच्या व्यक्तिगत जीवनात केलेल्या त्यागाची व आजीवन पती विरहाचे दु:ख पचवीत जगण्याची सीमा नव्हती. त्या आपल्या मनावर दगड ठेवून धीरोदात्तपणे राहू शकल्या. म्हणूनच पुरुष आपल्या कार्यात पुढे जावू शकले. ज्योतिबा फुले व सावीत्रीबाई फुले, न्यायमूर्ती महादेव गोविंद रानडे व रमाबाई रानडे, गोपाळराव जोशी व आनंदीबाई जोशी, डॉ भीमराव आंबेडकर व रमाबाई आंबेडकर ही इतिहासाच्या पानावर सुवर्णाक्षरात लिहिल्या गेलेली नावे खऱ्या जीवनात होवून गेलेल्या नायक नायिकांची आहेत. कारण ते एकमेकांच्या आयुष्याशी अशाप्रकारे एकरूप व एकजीव झाले होते. जसे निसर्गानेच त्यांची निवड एकमेकांसाठी केली होती. त्यांचे एकमत, एकध्येय व एकजूट असणे हीच त्यांची खरी ताकद होती. ह्यावरून हा निष्कर्ष निघतो कि एक स्त्री तिच्या पतीची ताकद बनून तेव्हाच उभी राहू शकते. जेव्हा तिच्या कष्टांची तिच्या पतीला पर्वा असते. पतीने आपल्या जीवनात तिला मित्रत्वाचा सम्मान दिलेला असतो. तसेच तिच्याकडे एक माणूस म्हणून पाहिलेले असते. एका स्त्रीची आपल्या आयुष्यात साथ मिळविण्याचे पुरुषांकडे दोन मार्ग असतात. एक जोरजबरदस्ती करून तर दुसरा तिला सम्मान देवून. पुरुषाने पहिल्या मार्गाचा अवलंब केल्यास स्त्री शरीराने त्याच्या सोबत असेलही परंतू तिच्या हृदयाची व आत्म्याची साथ त्याला कधीही लाभत नाही. परंतू त्याने दुसऱ्या मार्गाचा अवलंब केल्यास स्त्रिया मनोभावे त्या पुरुषाकरीता सर्वस्वाचे समर्पण करतात. त्याचप्रमाणे त्या स्त्रीच्या सद्भावनेनेच पुरुषाचे सुरक्षा कवच आजीवन अबाधित राहते. पती जर आपल्या स्वप्नांच्या व प्रगतीच्या मार्गावर निरंतर कार्यरत असेल. तर पत्नीसही त्याची खूप मोठी किंमत चुकवावी लागते. पत्नी त्यासाठी हसत हसत तयारही होते. कारण पतीस आपण केलेल्या त्यागाची पूर्ण जाणीव आहे. पत्नीसाठी आजीवन आनंदी राहण्यास फक्त एवढेच पुरेशे असते. त्याचप्रमाणे पतीसही पत्नीच्या रूपात आपल्या ध्येयाकडे बघण्यास एक भावनिक दृष्टीकोन मिळत असतो. जो त्याच्याकरीता यशाचे शिखर गाठण्यास एक प्रेरणास्त्रोत ठरतो. अशाप्रकारे पतीच्या कार्यात पत्नीचे प्रत्यक्ष व अप्रत्यक्षपणे असलेले समर्पण व उर्जा त्या कार्यास पूर्णत्वास नेत असतात. म्हणूनच देशाच्या स्वातंत्र्य संग्रामात उडी घेतलेल्या युगपुरुषांनी देखील आपल्या त्या महान कार्याचे श्रेय आपल्या जीवनसंगीनीसही दिले. कारण त्या त्यांच्या माघारी संसाराची धुरा पूर्णपणे आपल्या कर्तव्यदक्ष व कणखर खांद्यांवर घेत असत. परंतू ज्याठिकाणी पुरुष आपल्या महत्त्वाकांक्षेच्या मागे धावत असतांना आपल्या जोडीदाराची होणारी फरफट पाहूनही त्याकडे जाणीवपूर्वक दुर्लक्ष करतो. किंवा जोडीदारास गृहीत धरू लागतो. त्याठिकाणी मात्र त्या स्त्री च्या स्त्रित्वाचा अपमान

होत असतो. गोष्टींचा अतिरेक तर तेव्हा अधिक होतो. जेव्हा पत्नी आर्थिकदृष्ट्या पतीवर विसंबून असते. तसेच पती वेळोवेळी कळत नकळतपणे तिचा अपमान करून तिला त्या गोष्टीचे शल्य पुन्हा पुन्हा जाणवून देत असतो. त्याचप्रमाणे पुरुष जेव्हा आपल्या पुरुषी मानसिकतेची परिसीमा गाठतो. तेव्हा त्याच्यावर सर्वतोपरी आश्रित असलेली ती स्त्री त्याच्यासाठी एखाद्या निर्जीव वस्तूप्रमाणे झालेली असते. तिचे असणे, तिचे मत तिचे निर्णय ह्यापैकी काहीही तो ग्राह्य धरत नाही. अशापरिस्थितीत पत्नीच्या हातात केवळ तिने पतीच्या आज्ञेचे व इच्छेचे निमुटपणे पालन करावे एवढेच काय ते असते. जोपर्यंत त्या स्त्रीमध्ये स्वत:विषयी आत्मजागृकता येत नाही. त्याचप्रमाणे सर्वप्रथम आपण स्वत:ची किंमत स्वत:च केली पाहिजे ह्या गोष्टीची तिला जाणीव होत नाही. तोपर्यंत तिच्यात स्वत:बरोबर उभे राहण्याचे धाडस येत नाही. परंतू ज्यादिवशी ती स्वत:मध्ये त्या दृष्टीकोनातून अपेक्षित बदल आणण्यात यशस्वी होते. त्यादिवशी मात्र तिचे कणखर व तेजस्वी स्वरूप जगासमोर आल्याशिवाय राहत नाही.

स्त्रीची आईच्या माध्यमातून गुरू ही भूमिका : स्त्री ची आई ही भूमिकाही तिच्या अपत्यासाठी व संपूर्ण मानवजातीसाठी प्रेरणास्त्रोत आहे. त्याकरीता ती शरीर रुपात अस्तित्वात आहे किंवा नाही ह्या गोष्टीने काहीही फरक पडत नाही. कारण आई तिच्या सोज्वळ स्वरूपात, तिने आपल्या मुलांवर केलेल्या संस्कारात त्याचबरोबर आपल्या आदर्श व्यक्तीमत्वात कायम जीवित असते. त्याचप्रमाणे आई ही मुलांचा पहिला गुरू सुद्धा असते. प्रत्येक स्त्रीने जर आपल्या आईपणाचा यथार्थ जाणला तर मुलांमधील शौर्य साहस पराक्रम ह्यासारख्या विशेषता ज्या प्रत्येकात जन्मताच असतात. त्या अत्यंत प्रभावीपणे जगासमोर उजागर होवू शकतात. त्यामुळे ते मुल संपूर्ण जगासाठी महामानव, थोर पुरुष व महात्मा ठरण्याची पूर्ण खात्री असते ह्यात किंचितही द्विमत नाही. परंतू आई जर तिची गुरू ही भूमिका निभावण्यात कमी पडली. तर मात्र तिच्या अपत्यांची कायमस्वरूपी सर्वसामान्यात गणना होते. तसेच ते आयुष्यभर आपल्या सर्वसामान्य विचारांसोबत सामान्य माणसात स्वत:ला सामावून घेण्यासाठी संघर्ष करत राहतात. तसेच त्यांच्या त्या संघर्षाचा आयुष्याच्या शेवटच्या क्षणांपर्यंत कधीही अंत होत नाही. इतिहासाच्या पानावर राजमाता जिजाबाई साहेब ह्या अशा अजरामर आई आहेत. ज्यांनी आपली गुरू ही भूमिका अत्यंत उत्तमरीतीने व स्वकर्तुत्वाने निभावली. ज्याचे परिणाम आपल्या सर्वांनाच ठाऊक आहेत. त्याचप्रमाणे प्रत्येकच स्त्रीचे आई हे सर्वश्रेष्ठ रूप असते. कारण आई च्या हृदयात असलेला निस्वार्थ भाव अतुलनीय असतो. त्याचप्रमाणे आई पुढच्या पिढीला घडविण्याचे थोर कार्यही करत असते. तेव्हा कोणत्याही स्त्रीने आपल्या आई ह्या भूमिकेचे महत्व जाणले पाहिजे. कारण जेव्हा आई आपल्या मुलीस स्त्रित्वाच्या सात्विक संदर्भासोबत कर्तुत्ववान होण्याचा देखील अर्थ .

समजावून सांगत लहानाचे मोठे करत असते. तेव्हा ती एका भावी आईच्या पदरात पवित्र मातृत्वाचे दान टाकून तिची ओटी स्वाभिमानाच्या जगण्याने समृद्ध करत असते. जेणेकरून पिढ्या न पिढ्यांचा हा वारसा तिच्या विचारात व आचरणात रुजत जावा. तसेच एका आईच्या कर्तव्यदक्षतेतून सोन्यासारख्या समाजाचा चेहरा मोहरा घडावा. त्याचप्रमाणे जेव्हा आई एका मुलास मोलाचे संस्कार देवून लहानाचे मोठे करते. तेव्हा एक आदर्श पुरुष समाजास मिळाल्याशिवाय राहत नाही. जो स्त्रित्वाचा सम्मान करतो. जो पुरुष असूनही स्त्रियांच्या समस्यांप्रती संवेदनशील असतो. स्त्रियांकडे एक माणूस म्हणून बघण्याची दृष्टी त्याच्यापाशी असते. स्त्रियांच्या अब्रूचे संरक्षण करणे हे तो आपले आद्य कर्तव्य समजतो. अशा पुरुषांमुळे समाजात माणुसकीचे संतुलन राखले जाते.

आधुनिक आई : आजच्या युगात ज्याप्रमाणे समाजात स्वैराचार वाढत चालला आहे. त्यावरून हे लक्षात येते कि आजची आई आपल्या गुरू ह्या भूमिकेत कोठेतरी कमी पडत आहे. कारण ती देखील ह्या जगाचा एक भाग बनून हरवत चालली आहे. आजची आई आधुनिक आहे, कर्तबगार आहे, उंब्र्याबाहेरच्या जगाचे जातीने प्रतिनिधीत्व करत आहे. त्याचबरोबर ती सर्वतोपरी आत्मनिर्भर असली तरी परिस्थितीमुळे किंवा वेगाने बदलत जाणाऱ्या काळामुळे आपल्या आई ह्या कर्तव्यदक्ष भूमिकेला तेवढ्या दूरदृष्टीने बघण्यास समर्थ राहिलेली नाही. कारण तिने आपल्या व्यक्तीगत आयुष्याकडेही गांभीर्याने बघावे ही आजच्या काळाची गरज आहे. त्यामुळे ती आपले व्यक्तीमत्व अधिकाधिक प्रभावी करण्यासाठी आपल्या व्यक्तीगत वेळेचा उपयोग करत असते. त्याचबरोबर आपल्या अपत्यांच्या भवीतव्यासाठीही सर्वार्थाने झटत असते. त्यावेळी तिच्यातील एक योद्धा स्त्री व एक जागरूक आई ह्या दोघींचीही आपसात रस्सीखेच सुरू असते. ज्यामुळे दोघींचेही संतुलन काही ना काही प्रमाणात बिघडत जाते. ज्याचे होणारे दुष्परिणाम मात्र येणाऱ्या पिढ्यांवर दिसून येतात. निसर्गने स्त्रियांना प्रजनन क्षमतेचे दान देवून त्यांच्यातील स्त्रित्वाचा सर्वात मोठा सम्मान केलेला आहे. म्हणूनच कोणत्याही स्त्रीने आपल्या पोटात अंकुरीत होवून वाढत असलेल्या बाळाच्या हालचाली, त्यामुळे तिला एक आई म्हणून लागणारे डोहाळे ह्या दुर्मिळ व सुखद क्षणांचा अनुभव अगदी आनंदाने घेतला पाहिजे. त्या सोनेरी क्षणांना तिने आपल्या सात्विक आहाराने व आरामदायक परंतू आदरयुक्त पेहरावाने तसेच शुद्ध विचारसरणीने आजीवन आठवणीत ठेवण्यायोग्य बनविले पाहिजे. परंतू आजच्या काळात कित्येक स्त्रिया तशा अवघडलेल्या अवस्थेतही लाजिरवाणे आधुनिक पेहराव करून आपल्या पोटाच्या वाढत्या आकाराचे विकृतपणे प्रदर्शन करतांना दिसतात.

तेव्हा मातृत्वाच्या देणगीस अशारितीने लज्जास्पद होण्यापासून स्त्रियांनीच थांबविले पाहिजे. कारण आपल्या आधुनिक विचारांना सात्विकतेची जोड देण्यातच स्त्रीत्वाचा खऱ्या अर्थाने सम्मान आहे. त्याचप्रमाणे बाळास स्तनपान करवतांना त्याच्या लहानग्या देखण्या रूपात हरवून गेलेल्या आईला बघतांना बघणाऱ्याचे मनही आपल्या आईच्या आठवणीने भारावून जाते. तसेच त्याच्या डोळ्यांना देखील अलगद अश्रूंच्या धारा लागतात. परंतू आता ज्या पद्धतीने आई व बाळाच्या त्या विलक्षण दृश्याला विकृतपणे सोशल मिडीयावर पोस्ट करण्यात येते. तसेच ते दृश्य बघतांना बघणाऱ्याच्या डोळ्यात आईच्या निर्मळ प्रेमाचे नाहीतर विकृत व अश्लील भाव जागृत होत असतात. जे त्याच्यातील राक्षशी प्रवृत्तीस जागृत करतात. ह्यावरून आपण माणूस असूनही माणुसकी पूर्णपणे सोडल्याचे निदर्शनात येते. पूर्वी बाळ रडत असल्यास आई त्याला जवळ घेवून आपल्या उबदार कुशीत प्रेमाने थोपटत व अंगाई गीत ऐकवून झोपवत असे. परंतू आता मात्र बाळ रडायला लागले कि त्याच्या हातात मोबाईल दिला जातो. कारण आई आपल्या कामात इतकी व्यस्त असते कि आपल्या बाळाला देण्यासही तिच्याकडे पुरेसा वेळ नसतो. कारण आताच्या जीवनपद्धतीनुसार व वाढत्या महागाईनुसार सर्वांचा जास्तीत जास्त पैसा कमविण्याकडे कल आहे. त्या अनुषंगाने प्रत्येकाच्या दिवसभऱ्याच्या वेळेचे अगदी काटेकोरपणे विभाजन झालेले असते. त्यामुळे बाळासोबत पुरेसा वेळ घालविण्यापेक्षा त्याला पैस्याने विकत घेतलेल्या महागड्या वस्तू देवून त्यांची बौद्धिक वाढ करण्याकडे विशेष लक्ष दिले जाते. अशाप्रकारे काळानुसार आता नात्यांकडे बघण्याचा दृष्टीकोन देखील बदलत चालला आहे. त्यामुळे मुलं लहानपणापासून त्यांच्या विश्वात व्यस्त होत जातात. तसेच आई वडील त्यांच्या पासून मुक्त राहून आपले व्यक्तीगत जीवन जगत असतात.

परिणामस्वरूपी त्यांच्या दरम्यान भावनिक बंध कमी व त्या तुलनेत आपसात विचारांची व पिढ्यांमधील अंतराची चढाओढ अधिक दिसून येते. परंतू तरीही आईने आपल्या मुलाप्रती निभावलेले कर्तव्य व तिने मुलांचे दूरदृष्टीने केलेले संगोपन मुलाच्या जीवनात मोठ्या पल्ल्याकरीता हितावह ठरते. तेव्हा एका आईने आपले मानसिक स्वास्थ्य सुदृढ राखण्याकरीता व आपल्या बाळास स्वत:चा पुरेसा सहवास देण्याकरीता कायम प्रयत्नशील राहिले पाहिजे. कारण एकदा तो महत्वपूर्ण काळ दुर्लक्षीतपणे पुढे निघून गेला कि भविष्यात पश्चाताप करण्याव्यतिरिक्त आपल्या हातात काहीही उरत नाही. ते मुल कायम आईचे बाळ राहणार नसते. तर मोठे होवून भविष्यात समाजाचा अविभाज्य अंग बनणार असते. त्याच्याही आयुष्यात बायको, मुलगी अशा स्त्रिया येणार असतात. तेव्हा कोणत्याही आईने जर आपल्या मुलास केवळ एक पैसा कमविण्याच्या सीमित हेतू पुरस्सर यंत्रासारखे घडविले. तर पुढील आयुष्यात तो मुलगा

भावनिक जबाबदाऱ्या सांभाळण्यास सक्षम होणार नाही. त्याच्या जीवनातील स्त्रियांच्या भावना समजण्यास तो कमकुवत ठरेल. तेव्हा निदान एका स्त्रीचे आयुष्य सुखावह करण्याच्या निरपेक्ष हेतू पुरस्सर तरी अन्य स्त्रीने आपली आई ही भूमिका प्रामाणिकपणे व कर्तव्यदक्षतेने बजावली पाहिजे. तसेच तिने ती तिची लोककल्याणाच्या दृष्टीने व्यक्तीगत जबाबदारी समजल्यास धीम्या गतीने का होईना. काही प्रमाणात का होईना. परंतू समाजात स्त्रियांच्या दिशेने एका उत्कृष्ट परिवर्तनाची सुरवात होवू शकते. तेव्हा मुलास लहानाचे मोठे करत असतांना एका आई सोबतच तिची गुरू ही भूमिका जास्त प्रभावशाली असली पाहिजे. कारण स्त्री कोणत्याही भूमिकेतील असो तिच्यातील स्त्रित्वाचा कायम आदर करण्याचे संस्कार एक आईच मुलावर उत्तमरीतीने करू शकते.

पत्नीचा परस्पर सम्मान : पत्नीच्या भूमिकेतील स्त्री एका पुरुषाच्या जीवनात मोलाचे योगदान देत असते. तेव्हा तिला त्या पुरुषाने कायम आपला एक अविभाज्य भाग समजले पाहिजे. तिला केवळ आपल्या आज्ञेचे पालन करणारा गडी न समजता एक माणूस म्हणून सखोल जाणून घेणे हे पतीने आपले आद्य कर्तव्य समजले पाहिजे. तिची कार्यक्षमता वाढविण्यासाठी घरातील वातावरण स्वतंत्र व मैत्रीपूर्ण ठेवले पाहिजे. पत्नीवर असलेल्या घराशी संबंधीत जबाबदाऱ्या आपसात वाटून घेण्यास त्याने कायम तत्पर असले पाहिजे. पत्नी जर आर्थिकरीत्या आत्मनिर्भर नाही तर तिच्या गरजा व आवडी निवडी पुरावीतान्ना तिच्या मनावर कोणतेही दडपण येणार नाही ह्याची पतीने दक्षता पाळली पाहिजे. तिचे भावनिक व मानसिक स्वास्थ्य अत्यंत विनम्रतेने जपले पाहिजे. पत्नीची आर्थिक दृष्टीकोनातून आत्मनिर्भर होण्याची इच्छा असल्यास तिला संपूर्ण सहयोग केला पाहिजे. कारण आयुष्यभर नाती व भूमिकांच्या औपचारीकतेत जर स्त्रिया अडकून राहिल्या. तर अपेक्षा व अहंकाराच्या अंधकारमय खाईत त्यांचे अस्तित्व आणखी खोलवर गाडले जाण्याची जास्तीत जास्त शक्यता असते. परंतू नात्यातही माणुसकी धर्म पाळला व मैत्रीचा खरा संदर्भ समजून घेतला. तर कोणतेही नाते एक बंधन नाहीतर सुखाचा स्त्रोत बनु शकतो. त्याचबरोबर एकमेकांच्या साथीने आयुष्य सहज पार पडू शकते. परंतू ह्या इतक्या सोप्या वाटणाऱ्या गोष्टी मात्र आयुष्य जगत असतांना क्लिष्ट होत जातात. कारण आईने आयुष्यात आपल्या गुरू ह्या भूमिकेस महत्व दिलेले नसते. म्हणून कोणत्याही स्त्रीने आपल्या आई असण्याला सामान्य समजू नये. कारण आई शक्ती असते म्हणूनच तिच्यात सुसंस्कारी समाज घडविण्याचे सामर्थ्य असते. आईच्या जीवापाड व निस्वार्थ प्रेमासोबतच मुलांचे उज्वल भवितव्य साकारण्याच्या हेतूने तिने वेळोवेळी आपल्या मुलांना केलेली शिक्षाही बहुमूल्य असते. त्याचप्रमाणे आई ही आजीवन विविध कारणांसाठी संघर्ष करणारी

योद्धा असते. ही गोष्ट आपल्याला प्रसिद्ध ट्रांस महिला श्री गौरी सावंत ह्यांच्या जीवन कहाणी वरून कळते. कोणत्याही व्यक्तीच्या मनात उफाळून येणारे मातृत्व हे आपण स्त्री आहोत कि पुरुष ह्या लिंगभेदात अडकून पडत नाही. तर आई आपल्या वात्सल्याचा वर्षाव आपल्या लेकरांवर करण्यासाठी संघर्षाचा सागर पार करते. अशाच प्रकारे गौरी सावंत यांनी आपले आईपण नेहमी जागृत ठेवले. त्यासाठी आपल्या जीवन मरणाचा विचार न करता ट्रांस आयुष्य स्वीकारले. म्हणूनच आज त्या कोणासही आपल्या कुशीतून जन्म न देताही अनेकांची आई होवू शकल्या. त्यांनी आपल्या मुलांना माणूस म्हणून ह्या जगात हक्क मिळवून देण्यासाठी संघर्ष केला आणि पुढेही करत राहतील. ह्यावरून हेच लक्षात येते कि एका स्त्रीचे आई हे सर्वश्रेष्ठ व लढवय्या रूप असते.

स्त्रीत्वाचा सम्मान करणे अनिवार्य : स्त्रित्वाचा सम्मान करणे हे प्रत्येकाचे आद्य कर्तव्य असलेच पाहिजे. त्याचबरोबर स्त्रियांसमोर प्रत्येकाने सभ्यतापूर्ण आचरण केले पाहिजे. कारण स्त्रिया ह्या आपल्या संस्कृतीचे प्रतिक असतात. त्यामुळे त्यांचा कोणत्याही प्रकारे अनादर करून त्यांच्या सम्मानात तिळमात्रही फरक पडत नाही. परंतू त्यांचा अनादर करणार्‍याची मात्र नैतिकतेची पातळी किती घसरलेली आहे हे उघडकीस आल्या वाचून राहत नाही. स्त्रियांचा अपमान करणे, त्यांना त्यांची जागा दाखवून देणे, त्यांना दबावात व बंधनात ठेवणे हे युगा नु युगांपासून चालीरितीप्रमाणे माणसाच्या मनात रुजत आलेले निकृष्ट विचार वेगवेगळ्या स्वरूपात आजही प्रचलीत आहेत. तसेच त्यामुळे आजही स्त्रियांना संघर्ष करावा लागत आहे. परंतू आनंद ह्या गोष्टीत आहे कि आता त्यात स्त्रियांना प्रोत्साहित करणार्‍यांची, त्यांना माणूस म्हणून समजून घेणार्‍यांची व त्यांच्याप्रती मनात संवेदनशीलता आणणाऱ्या सभ्य पुरुषांचीही भर पडत आहे. तरीही बरेच जण आपली समाजातील प्रतिष्ठा सांभाळण्यासाठी त्यांच्या संपर्कात येणाऱ्या बाहेरच्या जगातील स्त्रियांना दाखवावीन्यापुरता मानमरातब देतात. दीदी किंवा ताई म्हणून त्यांचे मन जिंकण्याचा प्रयत्न करतात. परंतू तरीही त्यांच्या मनातील पुरुषी अहंकाराचा छुपा राक्षस काही शांत होत नाही. तो राक्षस घरातील स्त्रिवर आरूढ होतो. तसेच आपल्या अत्याचारी प्रवृत्तीने घराच्या सात्विकतेचा विनाश करतो. म्हणूनच अजूनही घरा घरांमधून स्त्रियांच्या मानसिक अशांततेचा धूर निघतांना दिसतो. त्याचप्रमाणे अनेक वर्ष सहनशिलतेचा सागर पार करत संसार केल्यानंतर देखील स्त्रिया अचानकपणे घर सोडण्याचा टोकाचा निर्णय घेण्यास विवश होतात. कारण त्या समाजातील कुरीतींच्या नकारात्मक प्रभावांमुळे जिवंतपणीच मरणासन्न अवस्थेत पोहोचलेल्या असतात. त्यांचा उत्साह पूर्णपणे मावळलेला असतो. म्हणूनच आता

पुरुषांनी आपल्या विचारांच्या परिवर्तनाची ग्वाही घरातील स्त्रियांसमोर देणे आवश्यक आहे. घरातील स्त्रियांना स्वातंत्र्य देवून व प्रोत्साहित करून त्यांच्यातील विशेषातांना जगासमोर आणून त्यांनी गमावलेला आत्मविश्वास पुन्हा त्यांना परत मिळवून देण्यासाठी झटण्याची गरज आहे. जेव्हा घरोघरी स्त्रियांच्या स्तित्वाचा अशाप्रकारे सम्मान केला जाईल. तेव्हा समाजात स्त्रियांचे स्वरूप बदलल्या शिवाय राहणार नाही. स्त्रिया कर्तृत्ववान असतात. परंतू जेव्हा त्यांच्या कर्तृत्वास खऱ्या अर्थने वाखाणले जाईल. तेव्हा त्या जास्त निश्चयी होत जातील.

आपण स्त्रियांचा दिवस व आई दिवस मोठ्या उत्साहात साजरे करतो. घरातील आई, आजी व अन्य स्त्रियांना मात्र देवाधीकांसारखे उच्च स्थानावर बसवून त्यांना केवळ आयुष्यभर गृहीत धरत राहतो. परंतू कधीही त्यांच्यासाठी आपला विशेष वेळ देवून त्यांच्या मनात आयुष्यभर दडलेले वेदनादायी जीवनसंगीत ऐकून घेण्याची आपली तयारी दाखवत नाही. तरीही त्या आपल्याला आजीवन मोठ्या मनाने व सढळ हाताने केवळ देण्याचे कार्य करत असतात. परंतू आपण मात्र घेण्यात इतके तल्लीन झालेलो असतो कि देणाऱ्याचे हातही कधी थकू शकतात. त्या हातांनाही कधी कंपन येवू शकते. तसेच त्या हातांनाही कधी सुरकुत्या पडू शकतात. ह्याचा आपल्याला विसर पडतो. म्हणूनच सर्वप्रथम आपल्या घरातील स्त्रिया ज्यात आई, आजी, आत्या मावशी, बहिण, बायको, मुलगी ह्यांच्या व्यक्तीगत आयुष्याची कहाणी जाणून घेण्यासाठी त्यांची मन जिंकणे महत्वाचे आहे. त्यांनी त्यांच्या जीवनप्रवासात आपली स्वप्न व मन असंख्य वेळा मारलेली असतात. तसेच हालअपेष्टा, अत्याचार व अपमान सहन केलेले असतात. कदाचित त्यांच्या पैकी काही अजूनही एका वेदनादायी आयुष्याचा सामना करत असाव्यात. कदाचित त्यांनाही त्यांची मन मोकळे करण्याची नितांत आवश्यकता वाटत असावी. परंतू त्याकरीता तत्सम कोणतेही माणूस त्यांच्या आयुष्यात नसते. त्यामुळे त्यांच्या मनात साचलेल्या गोष्टी त्यांचे मानसिक स्वास्थ्य बिघडवत असतात. परंतू त्यांच्या भावनिक तगमगीला मात्र होर्मोनल असंतुलन असे नाव देवून त्यांना चिकित्सेसाठी प्रवृत्त केले जाते. कारण तो मार्ग जास्त सोयीस्कर असतो. सुखाने जीवन जगणे ही प्रत्येकाची मानसिक गरज असते. तेव्हा आता खऱ्या अर्थने जागृत होण्याची आवश्यकता आहे. त्याचप्रमाणे स्त्रियांच्या उज्वल भवितव्यासाठी तसेच त्यांच्या सुदृढ शारीरिक व मानसिक आरोग्यासाठी व्यक्तीगत पातळीवर पावले उचलणे ही प्रत्येकाची जबाबदारी आहे. अशाप्रकारे स्तित्वाचा सम्मान होणे हेच मानवजातीच्या अस्तित्वाचे मर्म आहे.

समर्पण

मला लिखाणाचा विशेष अनुभव नसला तरीही ह्या पुस्तकाच्या माध्यमातून माझा आपल्या सर्वांसमोर काहीतरी विशेष मांडण्याचा शुद्ध हेतू मात्र नक्कीच आहे. तेव्हा मी माझ्या भावनांना शब्दांच्या स्वरूपात व्यक्त करण्याचे माझा मुलगा तन्मय व मुलगी हार्दीका ह्या दोघांच्या प्रेरणेने धाडस करत आहे. त्याशिवाय माझ्या कल्पनेच्या विश्वातील तीन स्त्रियांच्या आयुष्यरूपी जीवनपटाचा वृत्तांत मी ह्या पुस्तकाद्वारे मांडला आहे. जो आपल्याला विविध पैलूवर विचार करण्यास भाग पाडू शकतो. माझ्या ह्या सादरीकरनाच्या प्रयत्नांसाठी माझ्या आयुष्यातील सन्माननीय वरिष्ठ स्त्रियांचे प्रत्यक्ष व अप्रत्यक्षपणे मिळालेले आशीर्वाद माझ्याकरिता अतिशय बहुमूल्य आहेत. कारण त्याशिवाय मला माझ्या लेखणीत उर्जा जाणविली नसती. आपल्याला ह्या पुस्तकातील मजकूर घरा घरातील कहाणी वाटू शकतो. त्याचबरोबर ह्यामधून शिकण्यासारखे काय आहे असेही वाटले तरी त्यात वावगे वाटण्यासारखे काही नाही. कारण आपल्या समाजात विवाहबाह्य संबंधांसारख्या समस्येला आज अतिशय निम्न महत्व दिले जात आहे. किंबहुना कुटूंबाच्या चारित्र्य हननाच्या भीतीने त्यासंबंधीत गोष्टींची मोठ्या शिताफीने लपवाछपवीही केली जाते. त्याचबरोबर त्या गोष्टीस आजच्या युगात एकप्रकारचे आधुनिक चलन असल्यासारखेही पाहिले जात आहे. त्यामुळे ऐकणाऱ्याला हा विषय काही नवीन नाही. परंतू ज्या स्त्रीच्या भरल्या संसारावर अचानकपणे जेव्हा हे अरिष्ट येवून धडकत असते. त्याक्षणी तिची अवस्था मात्र अतिशय केवीलवाणी होते. कारण आपल्या आयुष्यातील सर्वात खास माणसाकडून झालेला हा विश्वासघात पचविण्यास त्या स्त्रीचे मन सहजा सहजी तयार होत नाही. काही स्त्रिया त्यांच्या आयुष्यात झालेल्या त्या एका घटनेने इतक्या विचलीत होतात. कि त्यामुळे त्यांना झालेल्या अतीव दुःखात स्वतःचे उरलेले आयुष्य पूर्णपणे उध्वस्त करतात. तर काही स्त्रिया त्यांच्या मनी ध्यानी नसतांना बसलेल्या त्या धक्क्यातून वर्षो नु वर्षे सावरू शकत नाहीत. कारण त्या घटनेने त्यांच्या आयुष्यात अपरिमित हानी केलेली असते. त्याचप्रमाणे काही स्त्रिया त्या घटनेनंतर एका योद्ध्याचा पवित्रा घेवून आपल्या आत्मसम्मानासाठी पूर्ण ताकदीनिशी लढा देतात. तसेच त्या विषारी नात्यास आपल्या आयुष्यात आणखी कोणतेही मोठे नुकसान होण्याअगोदर कायमचे पूर्णविराम लावतात. अशाप्रकारे विश्वासघाताचे जहाल विष प्राशन केलेल्या स्त्रिया आपल्या घरात, आपल्या शेजारीपाजारी तसेच समाजात सर्वत्र वेदनेने आतल्या आत तळमळत

असतात. परंतु तरीही मोठ्या धीराने जीवनाशी निगडीत कर्तव्य देखील पार पाडत असतात. स्त्रियांमधील हे अनोखे धाडस म्हणजे कोणत्याही प्रकारच्या किमयेचा भाग नाही. तर त्यांच्यात समाविष्ट असलेली स्त्रीत्वाची ताकद आहे. तेव्हा स्त्रियांच्या स्त्रित्वाचा सम्मान हा झालाच पाहिजे. मी ह्या पुस्तकात मांडलेल्या उदाहरणांचे पठन केल्यानंतर आपल्या नजरेपुढे निश्चितच एका तरी अशा स्त्रीची प्रतिमा नक्की उभी राहिली असेल. जी दुर्दैवाने तिच्या जीवनात अशा परिस्थितीला सामोरे जात आहे. तेव्हा वाचकांना नम्र विनंती आहे कि त्यांनी तिच्या आयुष्याचे बारकाईने निरीक्षण करावे. ती ज्या मानसिक त्रासातून जात आहे. त्याला स्वत: तिच्या स्थानावर राहून समजून घेण्याचा निदान प्रयत्न तरी करावा. तिला काहीही समजावीन्यापेक्षा तिलाच समजून घ्यावे. कारण बऱ्याचदा स्त्रियांना अशाप्रसंगी केवळ एखाद्या समजून घेणाऱ्या व्यक्तीची नितांत गरज असते. परंतु नेमकी तेव्हाच त्यांच्यावर एकटेपणाला सामोरे जाण्याची वेळ येत असते. कारण त्यावेळी त्यांच्या पाठीशी उभे राहण्याची कोणीही तयारी दाखवत नाही. त्याचप्रमाणे कधीकधी हेच कारण स्त्रियांची हिम्मत दुबळी करण्यासही कारणीभूत ठरत असते. तेव्हा विवाहबाह्य संबंधाच्या घटनेत नाहक बळी पडलेल्या स्त्रियांना पुढील जीवन आत्मसम्मानाने जगता यावे. ह्याकरीता महिला सक्षमीकरणाच्या उदात्त हेतूने त्यांचे मानसिक स्वास्थ्य पुन्हा पूर्वस्थितीत आणण्यासाठी शक्य ती मदत आपण पुढे येवून प्रदान केली पाहिजे. त्याचप्रमाणे त्यांना स्वत:कडे एक माणूस म्हणून पाहण्यासाठी व स्वत:ची किंमत करण्यासाठी जागृत केले पाहिजे. कारण तेव्हाच माणुसकीच्या नात्याने माणुसकीला धरून केलेली आपली ही मदत माणुसकीच्या जगण्याला प्रोत्साहन देत राहील.

माझा हा पुस्तकरूपी सादरीकरणाचा छोटासा प्रयत्न सर्व स्त्रियांना समर्पित आहे. अशा स्त्रियांना ज्यांच्या जीवनाच्या जोडीदाराने त्यांच्याशी केलेल्या विश्वासघाताच्या ज्वालेने त्या नखशिखांत होरपळून निघाल्या आहेत. त्यांना मला हे सांगायचे आहे कि त्या एकट्या नाहीत आणि त्यांचा संघर्षही एकटीचा नाही. तेव्हा त्यांनी हिम्मत हारू नये. आपल्या सम्मानासाठीचा लढा निरंतर सुरू ठेवावा. त्याचबरोबर आपले आयुष्य स्वबळावर जगण्यासाठी स्वत:ला प्रेरित करावे व सर्वदृष्टीकोनातून तयारही करावे.

ऋणनिर्देश

प्रिय तन्मय,

तू माझा मुलगा असल्याचा मला गर्व आहे. कारण तू तुझ्या व्यक्तीमत्वात अत्यंत प्रामाणिक आहेस. तू तुझ्या आयुष्यात निवडलेल्या कारकीर्दींच्या माध्यमातून नक्कीच यशाचे शिखर गाठशील ह्या विषयी सुद्धा मला पूर्ण खात्री आहे. तू माझ्या प्रगतीसाठी मनापासून इच्छुक आहेस. एवढेच नाहीतर त्यासाठी सर्वतोपरी प्रयत्नशीलही आहेस. त्यामुळे खरेतर नकळतपणे तुझ्या हातून एका स्त्रीचे सक्षमीकरणच होत आहे. तेव्हा ही गोष्ट सर्वसाधारण आहे असे समजू नकोस. कारण आता तू माझ्या शुभाशिर्वादांचे कवच प्राप्त केलेले आहेस. जे तुला आजीवन सुरक्षा व आपुलकी प्रदान करत राहील. माझी तुझ्या कडे फक्त एकच मागणी आहे. ती म्हणजे तुझ्या आयुष्यात येणाऱ्या स्त्रीला तू असे उच्च स्तरीय सुख समाधान व सम्मान दे. जेणेकरून तिच्यातील चैतन्य तुम्हा दोघांच्या सहजीवनाला व भविष्याला झळाळी आणेल. ज्यामुळे ह्या कुटुम्बावर असलेले स्त्रियांच्या अंतर्गत आक्रोशाचे मळभ पूर्णपणे नष्ट होईल. त्याचबरोबर पुढच्या पिढ्यांना आई वडीलांमधील कलह नाहीतर त्यांच्यातील शुद्ध मैत्री व अतुल्य प्रेम पहावयास मिळेल. माझे आपल्या घराला स्वर्गाचे रूप देण्याचे स्वप्नही त्यामुळे पूर्ण होईल. तसेच त्यासाठी मी तुझी जन्मोजन्मी ऋणी राहीन.

प्रिय हार्दू,

खरेतर मुलीमध्ये आई जन्मभर सामावलेली असते. मग ती प्रत्यक्षात तिच्या बरोबर असो वा नसो. परंतू तरीही दोघींचीही आयुष्ये एकमेकींपासून सर्वदृष्टीकोनातून भिन्न असतात. त्याचप्रमाणे एक स्त्री म्हणून त्यांच्या जीवनाचा हेतूही सर्वस्वी वेगळा असतो. म्हणूनच तू केवळ माझ्या आसक्तीत अडकून न राहता आपल्या आकाशाचा स्वतंत्र विस्तार करावास. अशी माझी तीव्र इच्छा आहे. परंतू माझ्या निरपेक्ष प्रेमाला मात्र तू आपल्या अस्तित्वाचा आधार नक्कीच बनव. ह्या सृष्टीने तुझ्या जन्म घेण्यामागे जो काही हेतू ठरविला असेल. त्यासाठी ती स्वत:च तुला शक्ती प्रदान करेल व योग्य मार्गही दाखवेल. तू फक्त आपल्या जगण्याला गुणवत्तापूर्ण बनव. त्यासाठी तुला सर्वस्वी आनंदी राहणे निवडावे लागेल. मात्र आनंदी राहण्यासाठी तू आपले मन अवाजवी विचारांपासून व तणावापासून मुक्त ठेव. मी आणि दादा तुझे सर्वस्व आहोत. तू आमच्यावर रागावू शकतेस. आमच्या जवळ मोकळेपणाने रडूही शकतेस. तसेच आम्हाला प्रश्न विचारून भंडावून सोडू शकतेस. ही विश्वासाची व आपुलकीची जाळी सदैव तुला अलगद झेलण्यासाठी तत्पर आहे. तू त्यावर आपला कधीही हक्क गाजव. तू उच्च शिक्षित व्हावे अशी माझी प्रबळ इच्छा आहे. त्याची आता सुरवातही होत आहे. त्यासाठी तुला अनेक शुभेच्छा. आयुष्यात येणाऱ्या परिवर्तनाला घाबरून जावू नकोस. धैर्याने त्याला सामोरे जा. आज माझ्यात जो काही सकारात्मक बदल आलेला आहे. त्यात तुझ्याच आजवरच्या अखंड आपुलकीपूर्ण सहवासाचा मोलाचा वाटा आहे. कारण तू आयुष्याने भरलेली आहेस. तू पावलोपावली मला सांभाळले व मला प्रोत्साहन दिले. तू मला जगणे शिकवले. त्यासाठी मी आजीवन तुझी ऋणी राहीन. तुझ्यासाठी व दादासाठी मी हा तुम्ही दोघांनीच मला दाखविलेला लिखाणाचा मार्ग अविरत सुरू ठेवीन. स्वत:ची सर्वतोपरी काळजी सुद्धा घेईन. त्याचप्रमाणे आपण तिघेही जगाच्या पाठीवर कोठेही असलो तरी सदैव एकमेकांच्या हृदयानजिक राहू.

सरखीचे समर्पण

आई म्हणून आम्ही हक्क तुझ्यावर गाजविला
कायम गृहीत धरिले तुझ्या व्यक्तीगत आयुष्याला

तू आम्हावर ओवाळून टाकलेस तुझ्यातील वात्सल्याला
आम्ही सहज नजरेआड केले तुझ्या स्वतंत्र अस्तित्वाला

तुझी स्वप्न तुझी प्रतिभा तू विनामूल्य वाहिलीस संसाराला
आम्ही मात्र प्रत्येक गोष्टी साठी जाब विचारला तुला

तू सदैव स्थितप्रज्ञ संयमी दिसलीस आई आम्हाला
तुला होती अवगत वेदनांना स्वीकारून जगण्याची कला

आई आम्हास ऐकायचे होते कधीतरी तुझ्या जीवनगाथेला
तू मात्र निघून गेलीस निरपेक्ष प्रेम देवून शेवटच्या प्रवासाला

आईस समजू नये देव ह्यातून बोध आम्हास हा झाला
माणूस म्हणून जगण्याचा मनमुराद आनंद घेवू द्या तिला

देशाला स्वातंत्र्य मिळण्याच्या आसपासचा तो काळ होता. त्या काळात एका सर्वसाधारण कुटूम्बात सखीचा जन्म झाला होता. सखी एक निरागस, साधीसरळ व सुंदर मुलगी असून तिच्या आई वडीलांची एकुलती एक कन्या होती. भाग्यहीनतेने तिचे वडील तिच्या लहानपणीच देवास प्रिय झाले होते. त्यामुळे सखीला फक्त आई व आजोबांचे प्रेम लाभले होते. तिचे लहानपण गरिबीत का असेना परंतु उत्तम गेलेले होते. त्यामुळे सखीच्या जीवनाची सुरवात सर्वसाधारणपणे चांगलीच झाली असे आपण म्हणू शकतो. कारण आयुष्यात आपल्या माणसांच्या प्रेमाची कमतरता नसल्यास परिस्थिती कितीही बेताची असली तरी कोणासही जगण्याचा तिटकारा वाटत नाही. अशाप्रकारे लहानपणाचे तिच्या वाट्याला आलेले सुख भोगत सखी हळूहळू मोठी होवू लागली होती. त्यासोबत तिचे शालेय शिक्षणही सुरू होते. सखीच्या जीवनाची गोष्ट आपल्या मनाला आतापर्यंत आनंदच देत आहे. कारण ती आपल्या अपेक्षे प्रमाणे सर्वसामान्य व सुखद वाटत आहे. परंतू एखाद्या सरळ रेषेप्रमाणे गुळगुळीत पुढे जाईल ते आयुष्य कसले. आयुष्याचा अर्थच मुळी आपल्याला तावून सुलाखून कणखर व सुज्ञ बनवीन्याचा असतो. अशाप्रकारे सखीच्या आयुष्यानेही ती सात वर्षांची असतांना पहिले मोठे वळण घेतले. ते म्हणजे त्या अजाणतेपणात कोणताही मागचा पुढचा विचार न करता तिचा अक्षरशा बालविवाह करण्यात आला. त्यावेळी ती केवळ इयत्ता दुसरीत शिकत होती. ते तिचे परकर पोलके घालून खेळण्या बागडण्याचे दिवस. आईच्या कुशीत निजण्याचे दिवस. आईच्या हातांनी दुधभात भरविण्याचे दिवस. बाहुलाबाहुली व खेळभांडी खेळण्याचे दिवस. हातात पाटी पेन्सिल घेवून चिमुकल्या चिमुकल्या बोटांनी अक्षर व अंक गिरविण्याचे दिवस होते. परंतू तरीही हे असमंजस पाऊल सखीच्या आयुष्यात उचलले गेले. बालविवाहामुळे सखीच्या आयुष्याला जी कलाटणी मिळालेली होती. त्या गंभीर गोष्टीची सखीला मात्र तिच्या अत्यंत कमी वयामुळे जराही जाणीव नव्हती. कारण तिच्यासाठी विवाह म्हणजे केवळ एक कुतूहलपूर्ण घटना होती. सखीचे सासर तिच्या माहेरा लगतच्या नजीकच्या गावातच होते. विवाहा नंतर सखी शारीरिकदृष्ट्या वयात येईस्तोवर तिची सासरी पाठवणी करण्यात आली नाही. परंतू सणासुदीच्या निमित्ताने लहानग्या सखीला नऊवारी साडी नेसवून तिचे आजोबा आपल्या खांद्यांवर बसवून तिला तिच्या सासरी घेवून येत असत. अशाप्रकारे सखीच्या विवाहाची काही वर्ष अगदी कौतुकास्पद रीत्या भराभर निघून गेलीत. त्यानंतर मात्र सखीची खऱ्या अर्थाने सासरी पाठवणी करण्यात आली. त्यासोबतच तिच्या सांसारिक जीवनाची सुरवातही झाली.

आपण कल्पना करू शकतो कि एका जास्तीत जास्त अकरा ते बारा वर्षाच्या मुलीची तिच्या सासरी अनोळखी माणसांमध्ये तसेच अनोळखी वातावरणात किती तारांबळ

उडाली असेल. अचानकपणे तिच्या त्या कोवळ्या वयात जेव्हा तिची मायेच्या माणसांबरोबरची साथ सुटून सासरच्यांच्या अपेक्षापूर्ण कोरड्या नजरांनी तिला चोहोबाजूंनी घेरले असेल. विवाहाचा अर्थही कळत नसतांना जेव्हा तिला जोडीदाराच्या इच्छांची तिच्या मनाची तयारी नसतांना पूर्तता करावी लागली असेल. मनसोक्त खेळून झाल्यावर दमून भागून झोपी जाण्याच्या वयात जेव्हा तिने घरातील दिनचर्येचा भार आपल्या कोवळ्या खांद्यांवर उचलला असेल. जेव्हा चुलीवर स्वयंपाक करतांना पहिल्यांदा तिच्या नाजूक हातांना चटका बसला असेल. परंतु मुलींची खरी ताकद ही त्यांच्या अंतर्मनात तसेच त्यांच्या विशाल हृदयात सामावलेली असते हेच खरे. तेव्हाच त्या त्यांच्या पुढ्यात असलेल्या कशाही परिस्थितीला मनापासून स्वीकारत जातात. त्याचबरोबर त्या परिस्थितीचा नेटाने सामना करत करत अनुभवांनी समृद्धही होत असतात. अशाच प्रकारे सखीही हळूहळू तिच्या सासरच्या वातावरणाशी जसे जमेल तसे जुळवून घेवू लागली. सखीचा जोडीदार हा आई वडीलांचा एकुलता एक मुलगा असून त्याची एक विवाहित मोठी बहिण होती. सखीचे सासरे शिवणकाम करत असत. त्याचबरोबर ते पिढीजात मोठ्या शेतजमिनीचे मालकही होते. सासू गृहिणी असून कधीकधी स्वत:च्याच शेताची पाहणी करण्यासाठी ती त्या दिशेने फेरफटका मारत असे. सखीच्या जोडीदाराचे मात्र दहावी पर्यंत शिक्षण झालेले होते. परंतु तेव्हा तो बेरोजगार होता. तरीही सरकारी नोकरी मिळविण्याच्या हेतूने त्याची जोमाने घोडदौड सुरू होती. त्यामुळे त्या दरम्यानचा काळ हा सखीसाठी कठोर परीक्षेचा होता. परंतु सखी ही एक स्वाभिमानी मुलगी होती. त्यामुळे पतीच्या बेरोजगारीच्या काळात ती घरातील कामे आटोपून मोलमजूरीच्या कामावर जावू लागली. त्याचबरोबर दोन पैसेही आपल्या गाठीशी जमवू लागली. अशाप्रकारे सखी जीवनाने दिलेले धडे गिरवत लहानाची मोठी होवू लागली. सखीने आता तारुण्यात पदार्पण केलेले होते. त्यामुळे सुरवातीच्या तुलनेत आता तिची जीवनाप्रती स्वीकृती वाढत चालली होती. कारण परिस्थितीने तिला काही प्रमाणात का होईना कणखर बनविले होते. काळ हा कायमच तठस्थपणे व आपल्या ठराविक गतीने पुढे सरसावत असतो. आपण आपल्या आयुष्यातील वेळ आनंदाने जगलो किंवा दु:खात व्यतीत केल्या ह्या गोष्टीने त्याला काहीही फरक पडत नाही. परंतु जो सुख दु:खावर निर्विकारपणे मात करत काळाबरोबर निरंतर चालत असतो. तो आपल्या आयुष्यात इतिहास रचल्याशिवाय राहत नाही. परंतु जीवनप्रवासात येणाऱ्या अडचणींना जर आपण आपल्या मार्गातील गतिरोधक बनविले. तर मात्र आपल्या चालण्याच्या गतीवर त्यांचा नक्कीच नकारात्मक परिणाम होत असतो. सखी सुद्धा कोणत्याही प्रकारच्या तक्रारींच्या प्रलोभनांना बळी न पडता निश्चयीपणे सर्व परिस्थितीचा सामना करत आयुष्यात पुढे जात होती. अशातच

सखीच्या आयुष्यरूपी पुस्तकाचे नवे पान उघडले गेले. सखी आता पहिल्यांदा आई होणार होती. त्याकरीता तिचे वय सुद्धा योग्य नव्हते. परंतू तिच्या आई बनण्याविषयी घरात कोणासही विशेष कौतुक वाटत नव्हते. त्याचप्रमाणे त्या नाजूक काळात सखीची खास काळजीही घेतली जात नव्हती. त्या अवघडलेल्या अवस्थेतही सखीने मजुरीच्या कामावर जाणे सोडले नाही. कारण तिचा जोडीदार अजूनही बेरोजगार होता. परंतू ज्याक्षणी सखीने एका गोंडस बाळाला जन्म दिला. त्याक्षणापासून मात्र तिच्या इतर कर्तव्यदक्ष भूमिकांमध्ये "आई" ह्या आणखी एका जबाबदारीपूर्ण भूमिकेचीही भर पडली. त्यामुळे सहाजिकच आता एक आई म्हणून सखीच्या हृदयात तिच्या बाळाप्रती वात्सल्य व ओढ जागृत झाली. तिला केवळ त्याच्या सहवासात राहण्याचा तसेच त्याचे कोडकौतुक करण्याचा सहाजिकच मोह होत असे. परंतू तरीही सखीला आपल्या मनावर दगड ठेवून संपूर्ण दिवस कामानिमित्ताने घराबाहेर पडावे लागत होते. बाळाच्या आठवणीने व्याकूळ होवून सखीचे डोळे दिवसातून कितीतरी वेळा पाणावत असत. परंतू संध्याकाळी कामावरून घरी परतल्यावर मात्र अत्यंत आतुरतेने आपल्या बाळाला कुशीत घेतल्यावर सखीच्या भावनांचा बांध अश्रूंच्या रूपाने तिच्या गालांवरून मुक्तपणे निझरत असे. त्यामुळे तिला तिचे मन शांत होण्यास मदत मिळत असे. अशाप्रकारे दिवसा मागून दिवस जावू लागले. त्याचबरोबर सखीचे बाळ देखील लहानाचे मोठे होवू लागले. परंतू दिवसभर क्षणोक्षणी आईचा अभाव जाणवत असल्यामुळे आता त्याला आईपेक्षा त्याच्या आजीचा जास्त लळा लागला होता. त्यानंतर मात्र आई कामावरून घरी परतल्यावरही तो तिच्या जवळ येण्याचे टाळू लागला. त्याचप्रमाणे त्याला लागलेल्या वाईट सवयींनी सखीची त्याच्या संबंधीत काळजीही दुपटीने वाढली. परंतू सखीचा नाईलाज होता. तरीही मुलगा आपल्या पासून दुरावत असल्याचे दुःख सखीच्या मनाला जास्त पोखरत होते. मात्र त्याची वाच्यता ती कोणापाशीही करू शकत नव्हती. सखीवर इतक्या लहान वयात पडलेल्या संसाराच्या जबाबदाऱ्या. त्यानंतर जोडीदाराच्या तिच्याकडून असलेल्या अपेक्षा. तसेच आता तिला वाटणारी तिच्या मुलाची काळजी ह्या सर्व धामधुमीत स्वत:कडे लक्ष देण्याकरीता तिच्याकडे अजिबात सवड नव्हती. त्यामुळे तिच्यात कमी वयातच परिपक्वता येवू लागली होती. परंतू त्यामुळे तिची जीवनाकडे कुतूहलपूर्ण नजरेने बघण्याची वृत्ती मात्र ती हळूहळू गमावू लागली. कारण एवढ्या कमी वयात तिने तिच्या संसाराप्रती केलेले पराकोटीचे समर्पण व तिचे विशाल हृदय समजून घेण्यास तिच्या आसपास कोणाचीही भावनिक पात्रता नव्हती.

 सखीच्या आयुष्यात आता पुन्हा एकदा मातृत्वाने दार ठोठावले होते. सखी शिक्षण घेण्यापासून वंचित राहिली होती. सखी तिच्यावर पडलेल्या परिस्थितीशी झुंजत होती.

त्याचबरोबर तिला ज्या वयात तिच्या आईच्या सहवासाची नितांत आवश्यकता होती. त्या वयात ती स्वत:च आई झालेली होती. परंतू तरीही सखीने तिच्या वयाला तसेच वयानुसार तिच्या मनात जागृत झालेल्या व्यक्तीगत आशा आकांक्षांना कधीही आपल्या हृदयातील वात्सल्यापुढे अडथळा बनू दिले नाही. तिने आयुष्यात कायम आपल्या कर्तव्यांना व आपल्यातील श्रेष्ठ आईपणास पहिले प्रादान्य दिले. अशाप्रकारे सखीने तिचे दुसरे मातृत्वही प्रेमाने स्वीकारले. आपल्या मोठ्या मुलाला आपण पुरेसा वेळ देवू शकत नसल्याने तो आपल्यापासून दुरावत असल्याची खंत सखीच्या मनात होतीच. त्या दृष्टीने तिचे तिच्या पद्धतीने प्रयत्नही सुरू होते. परंतू मुलाच्या बालमनाला तिच्या प्रयत्नांची सखोलता कळू शकत नव्हती. कारण आई घरी नसतांना तिच्या मागे आपल्या आंधळ्या प्रेमाने त्याच्या वाईट सवयींना पाठीशी घालणारी त्याची आजी व आपल्या मुलाला उत्तम सवय तसेच शिस्त लागावी ह्यासाठी त्याला वेळोवेळी रागावत असलेल्या आईच्या रागावण्यामागचा निस्वार्थभाव. ह्या दोन्हीतील अंतर मुलाला समजत नव्हते. त्यामुळे सखीच्या मनाला असहनीय यातना होत असूनही तिने हेही दुःख मूकपणे पचविले. सखीला आता मात्र दुःख पचवत जगण्याची सवयच झाली होती. सखीने दुसऱ्यांदाही मुलालाच जन्म दिला. आता सखीच्या कर्तव्यदक्ष खांद्यांवर दोन मुलांची जबाबदारी होती. त्याचबरोबर सखी अर्थार्जन करून आपल्या संसाराला काही प्रमाणात का होईना हातभारही लावत होती. त्याशिवाय आपल्या सर्व भूमिकांप्रतीही ती जागरूक होती. अशाप्रकारे ती तिच्यातील सहनशीलतेने, संयमाने व विनम्रतेने कायम मातीशी जुळली राहिली. ज्याप्रमाणे एखाद्या वृक्षाची फांदी जी तिच्यावर लागलेल्या फळांच्या भाराने वाकून जाते. जणूकाही झाडाला पोषण देणाऱ्या मातीला नमन करण्यासाठी ते तिचे समर्पणच असते. त्याचप्रमाणे सखी सुद्धा आपल्या कर्तव्यदक्षतेला पूर्णतः समर्पित झाली होती.

सखीचे दुसरे बाळ नेहमी आजारपणाने त्रस्त राहत असे. सखीसाठी हा मोठा चिंतेचा विषय होता. त्यामुळे आपण घरी नसतांना बाळाला मायेने कोण जपणार ह्या काळजीने ती फारच व्याकूळ होत असे. त्याचप्रमाणे बाळ आईच्या दुधावरचे होते. त्यामुळे ते आई कामावर गेल्यानंतर दिवस दिवस भर उपाशी देखील राहत असे. तेव्हा त्यावर सखीने एक उपाय शोधला. ती कामावर जाण्यासाठी घरून निघण्यापूर्वी आपल्या बाळाचे लाड कौतुक करून त्याला कुशीत घेवून अंगावरचे दुध पाजत असे. परंतू त्यानंतर मात्र आईने जाऊ नये म्हणून बाळ टाहो फोडत असे. अशावेळी सखी बाळाला पाळण्यात ठेवून त्याच्या हातात एक भाकर देत असे. बाळ थोड्या वेळानंतर आपोआप शांत होवून जाई आणि सखी अत्यंत भारी मनाने घराबाहेर पडत असे. अशाप्रकारे इवलेशे बाळ संपूर्ण दिवसभरात एक किंवा दोन भाकरी खाऊ लागले. बाळाच्या

पायाला देखील एका त्वचा रोगाने ग्रासलेले होते. सखी घरी परत येईपर्यंत तो त्या जखमांनाही खाजवून खाजवून रक्तबंबाळ करून ठेवत असे. त्याचप्रमाणे बाळ दिवसभर एकाच ठिकाणी बसून जास्त प्रमाणात भाकरी खात असल्यामुळे त्याचे पोटही मोठे होवू लागले. त्या तुलनेत त्याचे हात पाय मात्र बारीक दिसू लागले. अशाप्रकारे बाळ दुर्लक्षितपणामुळे अतिशय अशक्त झाले. त्यासोबत त्याला त्या काळातील मुडदूस ह्या आजाराने सुद्धा घेरले. आता मात्र सखीला त्याची अवस्था बघवत नव्हती. सखी कामावर जावून सोबत काम करणाऱ्या बायांजवळ बाळाच्या अवस्थेचे वर्णन करून धुसमुसून रडत असे. तेव्हा काही जणींनी तिला तिच्या बाळाला लस देण्याचा सल्ला दिला. त्या काळात सरकारी इस्पितळातील कर्मचारी गावा गावात जावून लसीकरण करत असत. सखी दिवसभर घरी राहत नसल्याने तिने घरातील इतरांना त्याविषयी माहिती दिली. तसेच बाळाच्या लसीकरणा विषयी सांगितले. परंतू घरची मंडळी तिच्या म्हणण्याकडे विशेष लक्ष देत नव्हते. अखेरीस सखीला तिच्यातील आईपणाने आव्हान केले. त्यानंतर तिने आपल्या मुलांसाठी कामावर जाणे बंद केले. तसेच घरी राहून तिने आपल्या आजारी मुलाची सर्वतोपरी काळजी घेतली. आईच्या सहवासाने व काळजीने बाळ हळूहळू आजारपणातून बाहेर येवू लागले.

अशाप्रकारे आई व बाळामध्ये अतूट बंध निर्माण झाले. परंतू सखीच्या मोठ्या मुलाच्या कोवळ्या मनात मात्र नकळतपणे आपली आई आपल्या लहान भावावर जास्त प्रेम करते. असे भेदभावाचे भाव कोरले जावू लागले. किंबहुना ती चुकीची समज घेवूनच तो मोठा होवू लागला. ह्या गोष्टीमुळे सखीला अक्षरशा हतबल झाल्यासारखे वाटत होते. कदाचित ती सुद्धा सखीच्या समर्पणाची कठोर परीक्षाच असावी. सखीचे व्यक्तीमत्व असे होते कि ती सर्वार्थिने आपल्या जोडीदाराची ताकद बनू शकली असती. परंतू अहंकारी पुरुष मात्र पत्नीस तिची मर्यादा व तिची जागा दाखवून देण्यात आपला पुरुषार्थ शोधत असतात. त्यामुळे सखीला आजीवन कधीही आपल्या जोडीदाराची सहचारिणी बनून जगण्याचे सुख लाभू शकले नाही. तिला तिच्या जोडीदाराने कायम आपल्या दडपणाखाली ठेवले. त्याने घरातील तिच्या क्षेत्राचा मान राखला नाही. तिचा एक माणूस म्हणून आदर राखला नाही. त्याचबरोबर तिला पत्नी म्हणून आदराचा दर्जाही दिला नाही. त्यामुळे सखीच्या कष्टांचेही त्याने मोल केले नाही. अशाप्रकारे सखी तिच्या जोडीदाराच्या दुर्लक्षितपणास कायमच बळी पडत राहिली. त्याचबरोबर तिच्या कोमल व निरागस भावना जोडीदाराच्या अहंकाराखाली आजीवन निर्दयतेने तुटत राहिल्या. त्यामुळे निराश होवून सखीने स्वत:ला केवळ घरासाठी वाहून दिले. आत्मप्रेमाला तिने स्वत:च्या आयुष्यात कदापि स्थान दिले नाही. ती फक्त जगत राहिली परंतू त्या जगण्या कडून तिने सुखाची अपेक्षाच ठेवणे बंद केले. कारण दुःख हे

आपसूकच तिच्या वाट्याला आलेले होते. तशातच भाग्याने एक उत्तम घटना तिच्या आयुष्यात घडली. ती म्हणजे तिच्या जोडीदारास सरकारी नोकरीत पाचारण केले गेले. ह्या समाधानकारक घटनेने सखी पुरती सुखावली. त्या निमित्ताने सखीलाही तिच्या जोडीदारा समवेत नोकरीच्या गावी जाण्याची संधी लाभली. अशारितीने ते दोघे पती पत्नी त्यांच्या दोन मुलांना घेवून आदिवासी भागातील दाट जंगलाने वेढलेल्या एका खेड्यात स्थलांतरीत झाले. त्या एका सकारात्मक घटनेने सखीच्या आयुष्यात काही प्रमाणात का होईना कायापालट झाला. कारण त्यामुळे स्वातंत्र्याचे सुख तिला लाभू शकले. ती आपला तोडका मोडका असला तरी स्वतंत्र संसार मांडू शकली. परंतू तरीदेखील जोडीदाराच्या अहंकारी व्यक्तिमत्वामुळे तिचे आयुष्य कायमच चढ उतारांनी व्यापलेले राहिले. सखी आता तिसऱ्यांदा पुन्हा आई होणार होती. तिने तिचे गर्भावस्थेतील पूर्ण दिवस पार केले. त्यानंतर तिला तिसरा मुलगा झाला. परंतू जन्मल्यानंतर चार पाच दिवसातच त्याचे अचानक निधन झाले. सखीला त्या दु:खातून प्रत्यक्षात बाहेर पडण्यास काही काळ लागला. परंतू तिच्या हृदयाच्या हळव्या कोपऱ्यात मात्र ते दु:ख कायमच सामावले राहिले. सखीची दोन्ही मुले आता शाळेत नाव घालण्या इतपत मोठी झाली होती. परंतू त्या खेडे गावामध्ये उत्तम शाळेची सोय उपलब्ध नव्हती. त्या गावा नजीकच्या जरा मोठ्या गावात मात्र सर्व उत्तम सोयी उपलब्ध तर होत्याच. त्याचबरोबर सखीच्या जोडीदाराचे सरकारी कार्यालयही होते. त्याचबरोबर नोकरदार वर्गासाठी खास सरकारी वसाहतही तिथे अस्तित्वात होती. आजूबाजूच्या खेड्यातील लोक आपल्या उपजीविकेसंबंधीत गरजांच्या पूर्ततेसाठी, उत्तम इस्पीतळाचा लाभ घेण्यासाठी तसेच आपल्या मुलांना तिथल्या शाळेत शिक्षण देण्यासाठी मोठ्या प्रमाणात त्या गावाकडे येत असत. त्या अनुषंगाने सखीचे कुटूंबही त्या गावात स्थलांतरीत झाले. परंतू सखीच्या जोडीदाराची अन्य गावात ड्युटी असल्यामुळे त्यांना सरकारी वसाहतीतील घर मिळू शकले नाही. तेव्हा भाड्याच्या घरातूनच त्यांची पुन्हा एकदा नव्याने सुरवात झाली. ठरल्याप्रमाणे सखीची मुलेही आता नियमितपणे शाळेत जावू लागली. परंतू सखीच्या जोडीदाराला आता दररोज त्याची ड्युटी असलेल्या गावी सायकलने येणे जाणे करावे लागत असे. दाट जंगलांनी रस्ते व्यापलेले असल्याने तेथून जातांना अवचितच एखाद दुसऱ्या वाटसरूचे दर्शन त्याला होत असे. त्याशिवाय जंगली श्वापदांचे भय देखील मोठ्या प्रमाणात होते. त्यामुळे पतीला घरी येण्यास कधी संध्याकाळ सोडून रात्री उशीर झाल्यास सखीच्या हृदयाचा काळजीपोटी ठोका चुकत असे. अशाप्रकारे त्या पती पत्नीचे सहजीवन खाचखळग्यातून का होईना परंतू पुढे चालले होते. तरीही सखी नव्या उमेदीने दररोज तिला येणाऱ्या समस्यांचा सामना करत असे. आयुष्यात येणाऱ्या समस्यांना सखी घरात पाहुण्यांचे आगमन झाले असे समजून

त्यांच्या स्वागतासाठी ती कायम पदर खोचून तत्पर राहत असे. मुलांच्या शाळेस उन्हाळ्याच्या सुट्ट्या लागताच ते सर्वजण पुन्हा मोजक्या सामाना सकट जोडीदाराच्या ड्युटीच्या गावी असलेल्या सरकारी घरात परतत असत. सखी आता पुन्हा एकदा आई होणार होती. परंतु ह्यावेळी मात्र तिची दोन्ही मुले मोठी असल्यामुळे त्यांनाही घरात बाळ येणार ह्या गोष्टीची भारी उत्सुकता होती. दरवेळे प्रमाणे गर्भावस्थेत सखी पूर्ण दिवस क्रियाशील होती. त्यानंतर सखीचे बाळंतपण झाले आणि ह्यावेळी तिच्या घरात मुलीने जन्म घेतला. मुलीच्या जन्माने सखी आनंदाने भरून पावली. तिने आपल्या भावना तसेच आपल्या लहानपणी अपुऱ्या राहिलेल्या इच्छा आकांक्षा आपल्या मुलीत गुंतविण्यास सुरवात केली. जणूकाही तिची लहानपणी बाहुलीशी खेळण्याची अपूर्ण राहिलेली आवडच ती आपल्या मुलीच्या माध्यमाने पूर्ण करत होती. अशाप्रकारे तिला आनंदी राहण्यास एक सबळ कारण आता मिळाले होते. त्याचबरोबर तिच्या साध्या मनाने आपल्या मुलीच्या पायगुणाने आपल्या आयुष्याचा काहीप्रमाणात का होईना कायापालट झाला असेही गृहीत धरले. सखीच्या कुटुंबाला सरकारी वसाहतीत तिच्या जोडीदाराने वरिष्ठ साहेबांना विनवण्या केल्या नंतर कसेबसे दोन खोल्यांचे घर वास्तव्यास मिळाले. कारण आता त्यांच्या पुढे मुलांच्या शिक्षणाचा प्रश्न हा दूरगामी होता. तेव्हा सखीला मुलांना घेवून तिथेच राहणे अनिवार्य होते. परंतु सखीच्या जोडीदाराची ड्युटी अन्य खेड्यात असल्यामुळे त्याला गरजेनुसार कधी येणे जाणे करावे लागत असे. तर कधी तिथल्या सरकारी घरातच मुक्कामी थांबावे लागत असे. तेव्हा सुरक्षेच्या दृष्टीकोनातून सखीचे व मुलांचे सरकारी वसाहतीत राहणे यथायोग्यच होते. त्या काळात वसाहतीच्या काही अंतरा पासूनच घनदाट जंगलाची सुरवात होत असे. त्यामुळे सखीची तीनही मुले वसाहतीच्या आतच खेळत असत. दोन मोठे भाऊ मिळून आपल्या लहान बहिणीसही सर्वतोपरी जपत असत. त्यामुळे सखीला देखील घर कामे करतांना त्याचा आधार होत असे. परंतु एकदा एका अघटीत घटनेने मात्र सखीला आतून शहारून सोडले. सखीची दोन्ही मुले अंगणात खेळत होती. त्यांची बहीणही त्यांच्या बरोबरच होती. तेव्हा तेथील एका रहिवाशी काकांनी मुलांना काही वस्तू आणण्यास दुकानात पाठविले. तेव्हा दोन्ही भाऊ वसाहतीच्या बाहेर निघून दुकानाच्या दिशेने जाऊ लागले. लहानगी बहीणही त्यांच्या मागे एका हातात विटी व दुसऱ्या हातात दांडू घेवून भाऊ भाऊ असे म्हणत जाऊ लागली. भावांना मात्र बहिण आपल्या मागे येत असल्याचे ठाऊक नव्हते. वसाहतीच्या बाहेर पडल्यावर बहिणीने चुकून विरुद्ध दिशेने जाण्यास सुरवात केली. ती रडत व भाऊ भाऊ म्हणत पुढे जात होती. आणखी थोडे पुढे गेल्यावर तिचा दाट जंगलात प्रवेश होणे निश्चित होते. परंतु सुदैवाने ती सरकारी दवाखान्यातील एका परिचारिकेच्या दृष्टीस पडली. त्या परिचारिकेने

ताबडतोब वसाहतीत येवून सखीला कळविले. तिच्या कर्तव्यदक्ष वर्तनाने सखीच्या मुलीचा जीव वाचला. सखीला आपल्या आयुष्यात सर्व काही सुरळीत सुरु असल्याचे मनातल्या मनात वाटू लागले होते. परंतू तो सर्वस्वी तिच्या मनाचा भ्रम होता. कारण सखीच्या पुढच्या आयुष्यात जेकाही झाले त्यावरून ह्या गोष्टीला पुष्टी मिळते. सखीची तीनही मुले अगदी सुखात होती. कारण ते त्यांच्या आई वडीलांचे आपसात संबंध कसे आहेत ह्यापासून सर्वस्वी अजाण होते. त्याशिवाय घरातील आर्थिक स्थिती जेमतेम असली तरी स्थिर असल्यामुळे मुलांना कधीही विपरीत परिस्थितीचा देखील सामना करावा लागला नव्हता. परंतू सखीच्या मनात मात्र आता कुटुंबनियोजनाची शस्त्रक्रिया करून घेण्याचे विचार घोळू लागले होते. कारण शारीरिक अशक्तपणामुळे वारंवार येणारी बाळंतपण तिला झेपत नव्हती. तेव्हा शस्त्रक्रिया करून घेण्यासाठी ती सर्वतोपरी प्रयत्न करू लागली. परंतू तिचा जोडीदार मात्र तिच्या म्हणण्याकडे दुर्लक्ष करीत होता. अशातच शारीरिक तर नाहीच परंतू मनाचीही अजिबात तयारी नसतांना सखीच्या आयुष्यात पुन्हा एका बाळाच्या येण्याची चाहूल लागली. परंतू ह्यावेळी मात्र सखीने पूर्णपणे मनाचा निर्धार केला कि कसेही करून ती बाळाच्या जन्मा सोबत शस्त्रक्रीयाही आटोपून घेईल. अशाप्रकारे सखीला पाचव्यांदा मुलगी झाली. तसेच ठरविल्याप्रमाणे त्यानंतर तिने सरकारी इस्पितळात तिची शस्त्रक्रिया देखील सुखरूपपणे पार पाडून घेतली. सखी आता मुले जन्मास घालण्याच्या प्रक्रियेतून कायमची बाहेर तर पडली होती. परंतू तिची शारीरिक दुर्बलता मात्र दिवसेंदिवस वाढतच गेली. त्यामागेही अनेक कारणे होती. तिच्या जोडीदाराचे तिच्याकडे अजिबात लक्ष नव्हते. तिच्या इच्छा आकांक्षांचे त्याच्या लेखी काहीच महत्व नव्हते. त्यामुळे सखी मानसिकरीत्या समाधानकारक जीवन जगत नव्हती. तरीही तिने घरासाठी स्वत:ला निर्विकारपणे वाहून घेतले होते. एका संपूर्ण दिवसात तिच्यापाशी स्वत:ला देण्यासाठी क्षणभरही वेळ राहत नव्हता. तिने स्वत:कडे पूर्णपणे दुर्लक्ष केलेले होते. ती सकाळपासून स्वत:ला घर कामात तसेच मुलांचे व्याप सांभाळण्यात गुंतवून घेत असे. दुपारनंतर केव्हातरी तिला स्वत:च्या पोटात शिळेपाखे अन्न ढकलण्यास वेळ मिळत असे. त्यानंतरही काही ना काही काम काढून ती संध्याकाळ पर्यंत स्वत:ला व्यस्त ठेवत असे. कदाचित सखी हे सर्व काही मुद्दाम करत नसावी. नक्कीच तिच्या आयुष्यात तसेच तिच्या मनात असे काही तुफान उठले असावे. जे तिला काही केल्या शांत बसू देत नव्हते. त्यामुळे स्वत:ला व्यस्त ठेवून ती एकप्रकारे त्या तुफानाशी आपल्या परीने सामना करत होती. सखीने घरादारासाठी व आपल्या माणसांसाठी निस्वार्थपणे केलेल्या समर्पनास एखाद्या पुस्तकाच्या स्वरूपात पाहिले जावू शकते. कारण तिच्या आयुष्याच्या प्रत्येक पानावर दु:ख, वेदना, त्याग तसेच तिच्या निर्मोहीपणाचा सारांश सखोल कोरला गेलेला होता.

ज्याला मिटविणे कदापि शक्य नव्हते. तिच्यामधील त्याग व समर्पणाचा बहुमूल्य गुण तिला स्वत:मध्येच सर्वश्रेष्ठ बनवत होता. परंतु तिने ज्यांच्याकरीता आपल्यातील ह्या वंदनीय गुणांना आपल्या हृदयातून पाझरू दिले. त्यांना मात्र तिच्या त्या करुणामयी रूपाचे काहीही महत्व वाटत नव्हते. त्यामुळे तिच्या समर्पनाचे मूल्य कोणासही कळू शकले नाही. त्यांच्यासाठी ती फक्त एक विविध भूमिकांमध्ये अडकलेली सर्वसाधारण स्त्री होती. त्याचप्रमाणे त्या भूमिका केवळ अमाप अपेक्षांनी वेढलेल्या होत्या. सखी सारख्या स्त्रिया घरादारासाठी साक्षात लक्ष्मीचे स्वरूप असतात. परंतु जर त्यांनी देशकार्यात किंवा समाजकार्यात आपले असे जीव ओतून योगदान देण्याचा निर्णय घेतला. तर त्या आपल्या सद्गुणांनी नक्कीच सम्मानास पात्र ठरू शकतात. मात्र त्यासाठी त्यांनी सर्वप्रथम स्वत:ला सीमित आयुष्य जगण्यापासून थांबविले पाहिजे. किंबहुना त्यांनी आत्मपरीक्षणाने स्वत:चे व्यक्तीमत्व आणखी व्यापक बनविले पाहिजे. त्याचप्रमाणे आपल्या निस्वार्थ भावना अशा जागी रोवल्या पाहिजे जेथून त्या फलद्रूप होवू शकतील. सखी ही माणूस म्हणून सर्वतोपरी यथायोग्य असली. तरी शिक्षणापासून वंचित राहिल्यामुळे तसेच ती जबाबदार्‍यांच्या ओझ्याखाली अडकलेली असल्यामुळे तिचा व्यक्तीमत्व विकास होवू शकला नाही. परिणामस्वरूपी तिच्या कर्तव्यांचे वर्तुळ अगदी लहान व घरापुरते सिमीत राहिले. परंतु सखीने त्याची कधीही पर्वा केली नाही. ही तिची मोठी चूक म्हणावी कि तिच्या मनाचा मोठेपणा नेमके कळत नाही. कारण सखी सारख्या सत्वशील स्त्रियांमधील थोरपणा पासून जर जग अनभिज्ञ राहिले. तर ते जगाचेच मोठे नुकसान ठरते. त्यामुळे सखीची वेदनादायी कहाणी तिच्या माघारी संपूर्ण जगाला कळावी ही सदिच्छा बाळगून तिच्या आयुष्याच्या पुढच्या प्रवासाला पुन्हा सुरवात करूया. सखीची मुलं आता चांगलीच मोठी झाली होती. त्या सर्वांनी दहावी पर्यंतचे शिक्षण एकाच शाळेतून घेतले होते. त्या पुढील शिक्षणासाठी मात्र त्यांना दूरच्या शहरात जावे लागले. अशाप्रकारे सर्वात मोठा मुलगा अन्य शहरात समोरचे शिक्षण घेण्याकरीता घरूनच येणे जाणे करू लागला. तर एक मुलगा आणि मोठी मुलगी हे दोघे दूरच्या शहरात वसतीगृहातच राहून आपले पुढचे शिक्षण घेवू लागले. त्यासोबत ते उन्हाळ्याच्या सुट्ट्यांमध्ये वडीलांना आर्थिक हातभार करण्याच्या हेतूने छोटी मोठी कामेही करत असत. त्यामुळे त्यांना पैस्याचे मोल चांगलेच माहित होते. सखीच्या जोडीदाराने स्वकमाईवर घरात उत्तम आर्थिक नियोजन केलेले होते. त्यामुळे घरातील परिस्थिती जेमतेम असली तरी मोठ्यांपासून लहानांपर्यंत सगळे स्वाभिमानाने प्रेरित होते. सखीला मात्र आपले संपूर्ण आयुष्य कमीत कमी सुविधांमध्ये व्यतीत करावे लागले. अशाप्रकारे प्रत्येकच गोष्टीसाठी कष्ट करण्याची सखीला जणूकाही सवयच झालेली होती. तरीही सर्व दु:ख आपल्या विशाल हृदयात लपवून उत्तमातले उत्तम

सादरीकरण करण्याचा कायम तिचा प्रयत्न असायचा. तिने कधीही थांबून स्वत:चा विचार केला नाही. त्यामुळे तिच्यातील स्वार्थाचा तिळमात्रही विस्तार झाला नाही. जणूकाही तिचे घराव्यतिरीक्त वेगळे असे अस्तित्वच उरले नव्हते. इतकी ती घराशी एकरूप झालेली होती. उलट घरानेच तिचा जरासाही कधी विचार केला नाही. असे म्हणणे जास्त योग्य ठरेल. कारण आजतागायत तिला शांत मनाने आराम करणे काय असते हे माहितच नव्हते. तब्येतीचे सोंग घेवून तिला कधीही कोणीही झोपलेले पाहिले नव्हते. ती कधी बदल म्हणून चार दिवस घर सोडून कुठेही जात नव्हती. त्यामुळे एका नव्या दिवसाची सुरवात कायमच घरातील तिच्या क्रीयाशीलतेने होत राहिली. ज्याची घरच्यांना इतकी सवय झालेली होती कि त्यामुळे घरात तिचा माणूस म्हणून कोणीही विशेष विचार करत नव्हते. एखाद्या यंत्राने बटन दाबताच सुरू व्हावे. अशीच काहीसी दिनचर्या सखी कित्येक वर्षांपासून जगत आलेली होती. आश्चर्य तर ह्या गोष्टीचे वाटते कि त्याविषयी तिची काहीही तक्रार नव्हती. स्त्रीजन्माची करुण कहाणी ह्यापेक्षा वेगळी काय असू शकते.

सखीला वाचनाची देखील आवड होती आणि साने गुरुजींचे 'श्यामची आई' हे पुस्तक तिला फार आवडत होते. परंतू सखीने कधीही स्वत:ची व आपल्या आवडी निवडींचीही विशेष काळजी घेतली नाही. त्यामुळे चाळीशीतच तिची शारीरिक अवस्था अत्यंत वाईट होती. तिचे संपूर्ण केस पांढरे झालेले होते. त्याचबरोबर अशक्तपणामुळे तिला स्त्रीरोगानेही ग्रासलेले होते. ज्याविषयी ती कोणापाशीही शक्यतोवर वाच्यता करत नव्हती. अशाप्रकारे दिवसामागून दिवस जात राहिले. परंतू सखीच्या आयुष्यात कोणताही सकारात्मक बदल होत नव्हता. त्यामुळे सहाजिकच सखीचे मानसिक स्वास्थ्यही सुदृढ नव्हते. तरीही सखीच्या स्वभावातील संयम व जीवनाप्रती तिची मूल्य मजबूत असल्यामुळे ती नेहमी शांत राहण्यालाच जास्त महत्व देत असे. परंतू तिच्या जोडीदाराविषयी काही गुप्त गोष्टी तिच्या लक्षात आल्यामुळे त्या दोघांमध्ये बऱ्याचदा कडाक्याची भांडणं होत असत. अशाप्रकारे त्या पती पत्नीचे आपसातील संबंध दिवसेंदिवस अधिक कटुतापूर्ण होत चालले होते. त्यामुळे सखीने जोडीदाराकडून भावनिक आधाराची अपेक्षा करणे कायमचे सोडलेले होते. आता मात्र सखीच्या मनात जोडीदारासंबंधीत उठणाऱ्या शंकांची वादळे तिच्या आयुष्याचा अभिन्य भाग बनली होती. परंतू तिच्याकडून कोणापाशीही त्यांचा क्वचितही उल्लेख केला जात नव्हता. त्यामुळे सखीची मनातल्या मनात घुसमट होत असे. जी तिच्या आरोग्यावर नकारात्मक परिणाम करत होती. परंतू त्यामुळे सखी कधीही आपल्या कर्तव्यांपासून व जबाबदाऱ्यापासून विमुख होवून मागे हटली नाही. किंवा तिने त्यापासून पळ काढण्याचा प्रयत्नही केला नाही. किंबहुना सखीच्या अंतरातील माणुसकी, संयम,

विनम्रता व माया ह्या विशेषातांचा सुगंध तिच्या व्यक्तीमत्वातून निरंतर दरवळतच राहिला. परंतू त्याची किंमत करण्याइतपत मात्र कोणातही शहाणपणा नव्हता. त्याउलट तिच्यातील चांगुलपणाचा वाईट हेतूने वापर करण्यास मात्र सगळेच तत्पर होते. सखीच्या मनात उठणारे अनंत अनुत्तरिक प्रश्न तिच्या आयुष्यावर मळभ तयार करत राहिले. परंतू जीवन जगण्याची आस तिला थांबू देत नव्हती. अशाप्रकारे जीवनाप्रती स्वीकृतीचे भाव घेवून ती जीवनात पुढे पुढे जात होती. म्हणूनच सखीचे तिच्या संसाराप्रती पराकोटीचे समर्पण तिला श्रेष्ठत्वाच्या साच्यात तंतोतंत समरस करत होते.

सखीची जबाबदाऱ्या अंगावर घेण्याची प्रवृत्ती तिच्या आयुष्यात आणखी आणखी कठीण जबाबदाऱ्यांना आकर्षित करत होती. मग तो शेजारधर्म असो किंवा तिच्या सासू सासऱ्यांचे म्हातारपण असो सखीने कधीही माघार घेतलेली नव्हती. शेजाऱ्यांच्या वेळे अपवेळेच्या मदतीच्या हाकेला सखी आवर्जून धावून जात असे. ह्यावरून सखीला माणुसकीची जाण होती ह्या गोष्टीची खात्री पटते. सखीचे कुटुंब वसाहतीतील दोनच खोल्या असलेल्या घरात राहत होते. तरीही घरी येणाऱ्या पाहुण्यांना सामावून घेण्याचा व त्यांना आपलेसे करण्याचा मोठेपणा सखीच्या प्रेमळ स्वभावात होता. सत्यामुळे उन्हाळ्याच्या सुट्टीत आवडीने रहायला येणाऱ्या नातलगांच्या मुलांनी तिचे घर कायम भरलेले असायचे. अशी ही सखी मात्र आपल्या मनातील दु:ख अथांग सागराइतक्या आपल्या सखोल मनात कोठेतरी खोलवर लपवून. निरंतर जीवनाशी जुळलेल्या कर्तव्यांशी एकनिष्ठ राहत असे. सखीच्या आयुष्यात आता पुन्हा नव्या जबाबदारीची भर घातली जाण्याची चाहूल लागली. कारण गावाकडच्या घरी तिचे सासू सासरे आपल्या म्हातारपणामुळे आयुष्याचा अगदी त्रासदायक काळ व्यतीत करत होते. परंतू मुलाजवळ येवून राहण्याची तयारी दर्शवीत नव्हते. कारण त्यांचे संपूर्ण आयुष्य गावातच गेल्यामुळे ह्या वयात घर सोडण्याची त्यांची अजिबात इच्छा नव्हती. परंतू पुढचा विचार करून त्यांना अखेरीस जोर जबरदस्तीने आणण्यात आले. तत्पूर्वी त्यांना ठेवण्याकरीता साहेबांना विचारून सखीच्या जोडीदाराने आणखी दोन खोल्यांची सोय करून ठेवली होती. सखीच्या दैनंदिन कामात आता आणखी दोन जणांची भर पडली होती. परंतू करणारे मात्र सखीचे दोनच हात होते. म्हातारपणामुळे सखीच्या सासू सासऱ्यांचे स्वत:च्या कोणत्याही गोष्टींवर नियंत्रण राहिलेले नव्हते. त्यामुळे कधीकधी सखीला त्यांचे घाणीने भरलेले कपडेही धुवावे लागत असत. त्यांच्या स्वभावातील चिड चिडपणाही अतिशय वाढला असल्यामुळे ते सखीलाच घाणेरड्या शब्दात शिवीगाळ देखील करत असत. हे सर्वकाही सहन करत सखी मात्र त्यांच्याप्रती आपली कर्तव्ये अगदी निष्ठेने पार पाडत असे. काळ कठीण होता परंतू सखीने तो साहसाने पार पाडला. अखेरीस वृद्धापकाळाने सखीच्या सासऱ्यांचे निधन झाले. त्यानंतर पतीच्या

जाण्याचे दु:ख सहन न झाल्याने तिच्या सासूचाही स्मृतीभ्रंश झाला. त्यामुळे तिला सांभाळनेही सखीला फार कठीण गेले.

अशाप्रकारे घरातील वाढत्या जबाबदार्‍यांच्या व्यापामुळे सखी दिवसेंदिवस तिच्या जोडीदारापासून आणखवीच दुरावत चालली होती. त्याचबरोबर तिच्या मनात जोडीदाराविषयी शंकांचे काहूर माजतच चालले होते. कारण त्यांच्यात संवाद होत नव्हता. संवाद करण्याच्या हेतूने जर सखीने तोंड उघडलेच तर त्यांच्यात केवळ कडाक्याचे भांडण होत असे. त्यामुळे सखीची मानसिक अवस्था अधिकाधिक नाजूक होत चालली होती. त्याशिवाय तिचे शारीरिक स्वास्थ्य तर अतिशय दुबळे झालेच होते. सखीची दोन मुले दूरच्या शहरात राहून शिक्षण घेत होती. तिची सर्वात लहान मुलगी मात्र इयत्ता दहावीत होती. त्यामुळे अद्याप सखीच्या मनाला रितेपणाचा मागमूस लागलेला नव्हता. कारण मुलीच्या आवडी निवडी पूर्ण करतांना तिला काही क्षणाकरीता का होईना आनंद होत असे. त्या दरम्यान सखीच्या जोडीदाराची अन्य खेड्यात पुन्हा बदली झाली. तेव्हा मुलीच्या परीक्षेनंतर त्या ठिकाणी स्थलांतरीत होण्याविषयीच्या चर्चा घरात सुरू झाल्या. तसेच ठरल्याप्रमाणे मुलीची परीक्षा आटोपताच सामानाची बांधाबांध झाली. त्याचप्रमाणे राहते ठिकाण सोडण्याचा दिवसही येवून ठेपला. अखेरीस सखीच्या संपूर्ण कुटूम्बाने जिथे सखीची सर्व मुले लहानाची मोठी झाली होती. किंबहुना तिच्या सर्वात लहान मुलीचा जन्मही जिथे झाला होता त्या अत्यंत जिव्हाळ्याच्या गावाचा भारी मनाने कायमचा निरोप घेतला. त्यामुळे त्यांना नवीन गावात स्थिरस्थावर होण्यास जरा वेळ लागला. तरीही सखीने पुन्हा एकदा नेहमीप्रमाणे घराचा ताबा घेतला. सखीचा मोठा मुलगा आता शिक्षण संपवून वडीलांच्याच खात्यात चौकीदारी करू लागला होता. लहान मुलगा मोठ्या शहरात वसतीगृहात राहून शिक्षण घेत होता. मोठ्या मुलीचे शिक्षकी पेशाचे शिक्षण पूर्ण होवून ती नोकरीच्या प्रतीक्षे दरम्यानच्या काळात शिवणकाम करून काही प्रमाणात अर्थार्जन करू लागली होती. तसेच लहान मुलगी दहावीनंतरच्या शिक्षणासाठी अन्य शहरात येणे जाणे करत होती. तिला मात्र लहानपणापासूनच सखीविषयी विशेष लळा होता. त्यामुळे बर्‍याचदा ती सखीच्या मनातील वेदना समजू शकत होती. परंतू त्यामागच्या कारणांच्या तळाशी जाणे तिच्यासाठीही अशक्य होते. कारण सखीने कधीही आपल्या मुलांसमोर त्या दोघा पती पत्नी मधील विकोपाला गेलेल्या नात्याच्या वितुष्टामागचे रहस्य उलगडले नव्हते. त्याचीही दोन कारणे होती. एकतर आपल्याच वडीलांचे एक माणूस म्हणून विपरीत रूप मुलांसमोर आल्यास त्यांच्या मनात वडीलांचा आदर कमी होण्याची शक्यता होती. मुलांनी कधीही वडीलांना उलट सुलट बोलू नये. तसेच त्यांचा नेहमी सम्मान करावा ह्या उदात्त हेतू पुरस्सर सखीने स्वखुशीने आजीवन त्या विषयावर चूप राहण्याचा निर्णय घेतला होता. दुसरे म्हणजे आपल्या व्यक्तिगत जीवनाविषयी

कोणापाशीही वाच्यता करणे ही सखीच्या तत्वात बसणारी गोष्ट नव्हती. त्यामुळे सखी एकटीच तिच्या जीवनातील वादळांचा सामना करत होती. हीच सखीची खरी ओळख होती.

सखीच्या समर्पणाची देवही आपल्या पद्धतीने परीक्षा पाहत होता. कारण सुख समाधानाने जगणे सखीने आपल्या जीवनात कधी पाहिलेलेच नव्हते. त्याचप्रमाणे सखीवर येवून पडणाऱ्या मोठ मोठ्या जबाबदाऱ्या व त्यांना सर्वार्थाने शेवट पर्यंत निभावण्याची ताकद सखी कोठून एकवटत होती. हे तिचे तिलाच ठाऊक होते. आपल्या आयुष्याच्या वाटेवर काटेच आच्छादलेले असतील तर अंतरंगातील वेदनांचा कधीही अंत होत नसतो. परंतू कालांतराने त्या वेदानांसोबत जगण्याचे सामर्थ्य मात्र आपसूकच आपल्यात येत जाते. असेच काहीसे सखीचे झालेले होते. म्हणूनच ती तिच्या आयुष्यात घडणाऱ्या प्रत्येक घटनेस त्यांच्यापेक्षा वर उठून पाहू शकत होती. त्याचप्रमाणे विनम्रतेने त्यांचा स्वीकार देखील करत होती. आता मात्र सखीच्या सासूने देखील अर्धांगवायूमुळे कायमचे अंथरून पकडले. कारण तिचे वय बघता त्यामधून बरे होणे तिच्यासाठी फारच कठीण होते. त्यामुळे अंथरुणाला खिळलेल्या सासूची सेवा करण्याचा भार अर्थातच सखी वरच होता. त्यामुळे सासूच्या अखेरच्या श्वासापर्यंत सखीने आपली संपूर्ण आंतरिक शक्ती एकवटून मनोभावे तिची सेवा केली. तसेच आपल्या भूमिकेद्वारे तिच्याबरोबरच्या आपल्या नात्यात समर्पण करून माणुसकीला जपले. अशाप्रकारे निस्वार्थपणे व निरपेक्षपणे आपल्या संसारात समर्पण करून सखीने आपल्या मनाचा मोठेपणा सिद्ध केला. परंतू तिच्या मोठेपणाची तिच्या जोडीदाराने किंचितही कधी पर्वा केली नाही. हे दुःख सखीच्या मनास आजीवन आतल्या आत पोखरत राहिले. परंतू त्यामुळे ती कधीही कोलमडून गेली नाही. कारण सखी एक सुजाण व समंजस स्त्री होती. तिला तिच्या भूमिकेच्या मर्यादा ठाऊक होत्या. त्या मर्यादांचे आपल्या हातून उल्लंघन होवू नये. म्हणून ती आयुष्यात नेहमी त्यागाचा मार्ग स्वीकारत राहिली. तिचे हे पराकोटीच्या त्यागाने युक्त जीवनच तिला आंतरिक कणखरता देत राहिले. त्याचबरोबर आत्मसम्मानाने जीवन व्यतीत करण्यास तिला प्रेरित करत राहिले. सखी भूतकाळातील सर्व कर्तव्य व जबाबदाऱ्या यथासांग पार करत आता आयुष्याच्या सर्वात महत्त्वपूर्ण टप्प्यापर्यंत येवून पोहोचली होती. जिथे तिला आपल्या मुलांप्रती एक कर्तव्यदक्ष आई असण्याची भूमिका पार पाडायची होती.
सखीच्या लहान मुलाने आपले शिक्षण पूर्ण केले. त्यानंतर त्याला त्वरीत एका कंपनीत नोकरी मिळाली. त्यामुळे तो पुन्हा कधी घराकडे वळलाच नाही. तात्पर्य हे कि त्याचे घरी येणे पाहुण्यांसारखे झाले. सखीला मात्र त्याचा फारच अभिमान वाटत असे. सखीची मुलगी जिने शिक्षकी पेशाकरीता शिक्षण घेतले होते. तिच्याही नोकरीकरीता

वेगाने प्रयत्न सुरू होते. त्याचबरोबर अधूनमधून तिच्या लग्नाचा विषय देखील घरामध्ये निघत होता.

लग्नाच्या विषयावरूनही पती पत्नी मध्ये कडाक्याची भांडणे होत असत. कारण सखीला आपल्या उध्वस्त झालेल्या आयुष्यावरून मुलींच्या भवितव्याची देखील अतिशय चिंता वाटत होती. तिला आपल्या मुलींना स्वावलंबी बनवायचे होते. त्यामुळे मुलीसाठी येणाऱ्या स्थळांचा ती अत्यंत बारकाईने विचार करत असे. अशारितीने सखी आपल्या मुलीच्या पाठीशी ढालीप्रमाणे आजीवन उभी होती. त्या दरम्यान सखीच्या जोडीदाराने गावाकडे जागा घेवून त्यावर घराचे बांधकाम सुरू केले. कारण नोकरीत फारच कमी वर्ष राहिले असल्याने निवृत्ती नंतरचे आयुष्य व्यतीत करण्यासाठी स्वतःचे घर असणे आवश्यक होते. अशाप्रकारे मुलांचे कारकिर्दीचे प्रश्न मार्गी लागत होते. घरातील आर्थिक स्थितीही योजनाबद्ध होती. सखीच्या लहान मुलीचे बारावी पर्यंतचे शिक्षण पूर्ण झालेले होते. पुढच्या शिक्षणासाठी मात्र तिची रवानगी सखीचा लहान मुलगा जिथे नोकरीस होता. त्या शहरात करण्याविषयीच्या चर्चा घरात सुरू झाल्या. त्या अनुषंगाने कॉलेजची माहिती काढणे सुरू झाले. अखेरीस तिथल्या कॉलेजात तिला प्रवेशही मिळाला. सखीच्या मोठ्या मुलीसही शिक्षकी पेशाच्या नोकरीकरीता पाचारण आले. अशारितीने सखीचा लहान मुलगा व दोन्ही मुली एकाच शहरात भाड्याच्या घरात सोबत राहू लागले. आता मात्र सखी गावाकडे पूर्णपणे एकटी पडली होती. कारण मोठा मुलगा तिच्या सोबत असूनही त्याचे सखी बरोबर भावनिक बंध तितकेसे घट्ट नव्हते. तसेच जोडीदाराबरोबर तिचे संबंध तर वितुष्टास गेलेले होते. त्यामुळे सखी अधून मधून आपल्या मुलींना भेटायला शहरात येत जात राहत असे. त्याचप्रमाणे आपल्या मुलींना मोलाच्या गोष्टींची शिकवण देत असे. मुलांना सोडून गावाकडे परतत असतांना मात्र तिचा कंठ मुलांशी ताटातूट होण्याच्या वेदनेने व्याकूळ होत असे. परंतु डोळ्यात दाटून येणाऱ्या आसवांना थोपवून धरण्याची कला नशिबाने सखीला अवगत करून दिली होती. बस मध्ये बसल्यावर मात्र सखीला ओक्साबोक्सी रडतांना कित्येकांनी पाहिले होते. सखीने आपल्या मनाच्या सागरात जोडीदाराने तिच्याशी केलेल्या विश्वासघाताची तसेच जोडीदाराने आजीवन दिलेल्या मानसिक त्रासांच्या रहस्यांची दुःखद कहाणी जगापासून लपवून ठेवली होती. परंतु त्यामुळे होणाऱ्या अतीव वेदना लपविणे मात्र कधीकधी तिला अशक्य होत होते. सखीने आता गावाकडे एकटीने राहण्याची स्वतःला सवय करून घेतली होती. त्याचप्रमाणे तिने स्वतःला आपल्या सामान्य दिनचर्येत पूर्णपणे अडकवून घेतले होते. त्या दरम्यानच्या काळात सखीने कसे आयुष्य व्यतीत केले हे कोणास कधीही कळले नाही. अशारितीने जवळपास एक वर्षाचा काळ लोटला. वर्षाचा तिसरा म्हणजे मार्च महिना सुरू होता.

सखीच्या लहान मुलीची प्रथम वर्षाची परीक्षा तोंडावर होती. त्याचप्रमाणे परीक्षेच्या आसपास होळी हा सणही आला होता. तेव्हा होळीचे निमित्त साधून सखीची तीनही मुले शहरातून घरी आईपाशी परतली. मुले घरी आल्यामुळे सखीच्या आनंदाला पारावार उरला नाही. तिने मुलांना रुमाली रोटी व पुरण पोळ्या करून प्रेमाने खाऊ घातल्या. तिच्या लहान मुलीची तब्येत ठीक नसल्यामुळे तिची तिने मायेने काळजी घेतली. माय लेकरांची ती भेट अखेरची भेट असल्याप्रमाणे कायम सर्वांच्या स्मरणात रहावी अशी झाली. सखीच्या लहान मुलीने पुन्हा सखी जवळ परत येवून येथूनच शिक्षण पूर्ण करण्याची आपली इच्छा सखी जवळ बोलून दाखविली. कारण आईचा खूप लळा असल्यामुळे तिला बहिण भावासोबत राहणे शक्य होत नव्हते. अशारितीने पाच सहा दिवस आईजवळ आनंदात घालवून मुले पुन्हा शहराकडे परत जाण्यास निघाली. घरापासून रस्त्यापर्यंतचे अंतर दोन ते तीन किलोमीटर इतके होते. त्यामुळे सामान घेवून मुले पायदळीच निघाली. सोबत सखी सुद्धा त्यांना निरोप देण्याकरीता गेली. रस्त्यावर येताच मुलांना मुख्य स्टेशन पर्यंत जाण्यासाठी एक वाहन मिळाले.

मुले त्यात चढली आणि ते वाहन वेगाने पुढे जावू लागले. सखी मात्र ते वाहन तिच्या नजरे आड होईस्तोवर तशीच निपचित रस्त्यावर उभी होती. वाहन जसजसे पुढे जात होते तसतशी तिची प्रतिमा मुलांच्या नजरेत अस्पष्ट होत गेली. तसेच काही क्षणात ते सर्वजण एकमेकांच्या दृष्टी आड झाले. जाण्यापूर्वी सखीच्या लहान मुलीने तिच्या परीक्षेच्या काळात शहरात रहायला येण्याचे वचन सखी कडून वदवून घेतले होते. त्यासाठी फक्त आठ दहा दिवसच उरलेले होते. अशाप्रकारे सर्वजण आपआपल्या ठिकाणी निश्चिंत होते.

एकेदिवशी नेहमीप्रमाणे एका सामान्य दिवसाची सुरवात झाली. इकडे शहरात सखीचा लहान मुलगा कंपनीत आपल्या कामावर गेला. मोठी मुलगी सुद्धा रोजच्या प्रमाणे शहरानजीकच्या खेड्यातील शाळेत आपल्या शिक्षिकेच्या कामावर गेली. तसेच लहान मुलगी तिची परीक्षा असल्यामुळे घरीच अभ्यास करत होती. वेळ जवळ जवळ दुपारच्या बारा नंतरची होती. काही गावाकडची ओळखीची माणसे अचानक विशेष गाडीने शहरात दाखल झाली आणि थेट सखीच्या मुलाच्या घरी आली. त्यांच्या सोबत सखीची मोठी मुलगी व लहान मुलाचा एक खास मित्रही होता. दरवाज्यावरची बेल वाजता क्षणी सखीच्या लहान मुलीने ह्याक्षणी कोण आले असावे. ह्या विवंचनेत दार उघडले. दार उघडताच समोर बहिणीला पाहून सर्वप्रथम तिला आश्चर्य वाटले. त्यानंतर तिने सांगितलेली बातमी मात्र अतिशय धक्कादायक होती. आईची अवस्था गंभीर आहे आणि तिला इस्पितळात भरती करण्यात आलेले आहे. तेव्हा ताबडतोब आपल्याला गावी जायचे आहे. असे सखीच्या मोठ्या मुलीने लहानीस समजावून सांगितले.

सोबत असलेल्यांनीही त्या गोष्टीस दुजोरा दिला. त्यानंतर त्या दोघीही बहिणी क्षणार्धात जाण्याच्या तयारीने गाडीत जावून बसल्या. दाराला कुलूप लावण्याचेही भान त्या दोघींना उरले नाही. आईला नेमके काय झाले असावे. तिची अवस्था कशी असेल. ह्या चिंताजनक विचारांनी त्या भांबावून गेल्या होत्या. भावाचा मित्रही त्यांच्या बरोबर होता. आता ती गाडी थेट सखीच्या मुलाच्या कंपनीच्या दिशेने जावू लागली. तेथून त्यांनी त्याला घेतले आणि त्याचा मित्र त्याला धीर देवून गाडीतून उतरला. त्यानंतर गाडीत फक्त सखीची तीनही मुले व गावाकडून आलेली माणसे होती. गाडी आता गावाच्या दिशेने जाणाऱ्या रस्त्यावरून वेगाने पुढे जात होती. जसजसा वेळ निघून जात होता तसतशी तीनही मुलांच्या मनातील घालमेल वाढत चालली होती. तरीही ते आतापर्यंत शांतच होते. पुढे मात्र मार्गात एक गाव आले जे तहसीलक्षेत्र होते. पूर्वी खेड्यापाड्यातील लोकांना कोणत्याही खाजगी कार्यक्रमाकरीता तेथूनच खास सामानाची खरेदी करावी लागत असे. तिथे पोहोचताच मुलांना एक दृश्य पहावयास मिळाले. ज्यामुळे त्यांना गावाकडे आईचे काय झाले असावे. ह्या गोष्टीचा स्पष्ट अंदाज आला आणि ते ओक्साबोक्षी रडू लागले. कारण काही गावाकडची ओळखीची माणसे फुलांच्या दुकानातून अंतिमसंस्काराकरीता लागणाऱ्या हारांची खरेदी करत होती. त्यानंतर मात्र तिथून पुढचे अंतर पार करणे मुलांसाठी फार कठीण होते. मुलांना अचानक आपल्या पायाखालची जमीन सरकल्याचा भास झाला. गाडी गावानजीक येवून पोहोचली. तशी ती गावाकडे जाणाऱ्या कच्च्या रस्त्याने वळली. तेथूनचत्यानंतर अंतिमसंस्काराच्या तयारीला सुरवात करण्यात आली. सखीचा निर्जीव देह घराबाहेर काढण्यात आला व त्यावर विधी करण्यात आले. जिला कधी मुलांनी आजाराने झोपलेले पाहिले नव्हते. जुने नातेवाईक व ओळखीची माणसे दिसू लागली. आता मात्र सखीच्या लहान मुलीस आवरणे कठीण झाले. आईचा मृत्यू तोही असा अचानक हे मान्य करण्यास तिचे मन अजिबात तयार नव्हते. ती चालत्या गाडीतून बाहेर पडण्याचा प्रयत्न करत होती. तिला रडावेसे वाटत नव्हते.

आपले रडणे आईचा मृत्यू झाला हे सिद्ध करते. असे तिच्या केवीलवाण्या मनास वाटत होते. अखेरीस गाडी घरी येवून थांबली. घराचे आंगण सखीच्या अंतिमसंस्कारासाठी आलेल्या पाहुण्यांनी भरलेले होते. जवळपास संध्याकाळ होत आलेली होती. सर्वजण फक्त मुलांच्या येण्याच्या वाटेकडे डोळे लावून बसलेले होते. आई नेहमीप्रमाणे बाहेर आली नाही. ही गोष्टच तिच्या जाण्याची हमी देत होती. सखीची लहान मुलगी धावत घरात गेली आणि आपल्या आईच्या निर्जीव देहाला कवटाळून तिला उठवण्याचा प्रयत्न करू लागली. मोठी मुलगी मात्र आई गेली आता आपले कसे होणार असे वारंवार दुखद स्वरात म्हणत होती. ते हृदय विदारक दृश्य बघून तिथे उपस्थित असलेल्यांच्याही

डोळ्यांनाही अर्थातच धारा लागल्या. संपूर्ण वातावरण अतिशय शोकाकुल झाले.

त्या आईला असे निर्जीव अवस्थेत पाहणे मुलांसाठी अतिशय कठीण होते. सखीच्या पार्थिवास शेवटी तिरडीवर ठेवण्यात आले आणि तिचा चार खांद्यांवरचा अंतिम प्रवास सुरू झाला. सखीने जीवनाच्या अंतिम कटूसत्याचा सामना केलेला होता. आता तिचे प्राणपाखरू देहातून बाहेर पडून स्वतंत्रपणे विहार करत होते. परंतू मृत्यूपूर्वी अशांत असलेल्या तिच्या मनाचे काय झाले असावे. ह्या प्रश्नाचे उत्तर ती स्वत:बरोबर कायमचे घेवून गेली. सखीचे अंतिमसंस्कार पार पडले. त्यानंतर त्यासाठी जमलेल्या नातेवाईकांची काही प्रमाणात गर्दी पांगली. काही खास परीजानांना वगळता इतर माणुसकी धर्म पाळण्याकरीता आलेली लोकं सुद्धा पुन्हा आपल्या जगात परत फिरली. सखीची मुले मनाने व शरीरानेही थकलेली होती. कारण त्या दिवसाने अचानकपणे त्यांच्या पदरात जे दु:ख टाकलेले होते. ते अतिशय हृदय विदारक होते. ते दु:ख सहजासहजी पचविणे त्यांच्याकरीता शक्य नव्हते. रात्रीची वेळ असल्यामुळे सर्वत्र निरव शांतता पसरली होती. सखीच्या मुलांची मनं मात्र झालेल्या घटनेने विचलीत झाली होती. अंथरूण टाकण्यात आली आणि ज्याला जी जागा मिळाली तिथे सर्वजण विसावले. अशाप्रकारे संपूर्ण घर निद्रेच्या स्वाधीन झाले. परंतू रात्री उशिरा सखीच्या लहान मुलीस जाग आली. त्याक्षणी तिला आपण आज काय गमावले ह्या गोष्टीची खऱ्या अर्थाने जाणीव झाली. उद्या आपल्याला सगळे दिसतील परंतू आपली आई आता पुन्हा कधीही दिसणार नाही. तिचा आवाज आपल्या कानावर पडणार नाही. मनातील ह्या अत्यंत वेदनादायी विचारांनी तिच्या भावना अनावर झाल्यामुळे ती मोठ्याने रडू लागली. तिच्या आवाजाने इतरांनाही जाग आली. त्यामुळे पुन्हा एकदा घरातील वातावरण शोकाकुल झाले. सर्वकाही इतके ताबडतोब घटीत झाले होते. कि त्या दु:खाच्या आवेगात आईच्या मृत्यू मागचे कारण माहीत करून घेण्यासाठी मुलांनी वडीलांना व मोठ्या भावाला अजूनही काहीही विचारले नव्हते. दुसरा दिवस उजाडला. परंतू सखीच्या मुलांसाठी ती एक ओसाड सकाळ होती. कारण घरात कोठेही आईचा वावर दिसत नव्हता. आईचे स्वयंपाक घर इतर नातेवाईक स्त्रियांनी ताब्यात घेतले होते. ह्या सर्व गोष्टी मुलांचे हृदय हेलावून टाकणाऱ्या होत्या. आता पुढील आयुष्य आई शिवाय व्यतीत करायचे आहे हा विचारही त्यांना सहन होत नव्हता. त्यानंतर सखीच्या अस्थी विसर्जनाचे कार्य पार पडले. तसेच थांबलेले नातेवाईक संध्याकाळपर्यंत परतीच्या प्रवासाला निघाले. फक्त सखीची म्हातारी आई मुलांसाठी तिथेच थांबली. अशारितीने काळ नेहमीप्रमाणे तटस्थ राहून पुढे जात राहिला. त्याचबरोबर सखीच्या मृत्यू संबंधी गावातील लोक कुजबुजू लागले. सखीने कायमचा जगाचा निरोप घेतला. सखी ही घरातील मुख्य सदस्य होती. तिची भूमिका देखील महत्त्वपूर्ण होती.

त्याचप्रमाणे तिने तिच्या जोडीदाराच्या आयुष्यात कित्येक वर्षांपासून सावली सारखी सोबत केली होती. तरीही तिच्या जाण्याने जोडीदाराला विशेष फरक पडलेला नव्हता. किंबहुना तिच्या मृत्यू संबंधी आपसात वार्तालाप करण्यास देखील घरात कोणीही स्वत:हून पुढाकार घेत नव्हते. अशारीतीने सखीने आजीवन घरासाठी केलेल्या समर्पणाचा घरच्यांकडूनच एकप्रकारे अवमान केला जात होता. परंतू बाहेरच्या लोकांकडून सखीच्या मृत्यूवर होत असलेली चर्चा मात्र काहीप्रमाणात मुलांच्या कानावर पडू लागली होती. सखी आपल्या जिवंतपणी आजीवन सोमवार उपवास न चुकता करत आलेली होती. त्याचप्रमाणे सखीचा मृत्यूदिवस हा मंगळवार होता. शेजाऱ्यांकडून मिळालेल्या माहितीप्रमाणे सोमवारी रात्री सखी व तिच्या जोडीदारामध्ये कडाक्याचे भांडण झाले होते. ज्याचा आवाज बाहेर पर्यंत येत होता. त्यामुळे त्या रात्री बनविलेले जेवण जसेच्या तसे स्वयंपाक खोलीत ठेवलेले होते. ह्याचा अर्थ मृत्यू समयी सखीच्या पोटात अन्नाचा कणही नव्हता. ती रात्र सखीने कशी घालविली असेल हे तिचे तिलाच ठाऊक होते. दुसऱ्या दिवशी मात्र सखीचा जोडीदार सकाळी सकाळी "आज तुझ्या भावाकडे जावून तुझा निकालच लावतो" असे सखीला बोलून तिच्या मावस भावाच्या गावाला गेला. सखीचा मोठा मुलगाही आपल्या कामावर निघून गेला. सखी घरी एकटीच होती. त्यानंतर नेमके काय झाले हे कोणासही ठाऊक नाही. स्वयंपाक खोलीचे दार लावून सखीने वऱ्हांड्यातील खाटेवर येवून आपले अंग टाकले. जेव्हा तिचा मुलगा घरी आला. तेव्हा त्याला ती अत्यंत गंभीर अवस्थेत तडफडतांना आढळली. तिच्या तोंडातून फेस बाहेर पडत होता. सखीचा मुलगा आईची अवस्था बघून घाबरला. आता काय करावे हे त्याला कळेना. त्याने आपला संपूर्ण धीर एकवटून काही ओळखीच्या लोकांना बोलावीले व आईला इस्पितळात हलविण्याकरीता एका गाडीची व्यवस्था केली. कसेबसे सखीला गाडीत ठेवून गाडी भरदाव वेगाने इस्पितळात जाण्यासाठी अन्य गावाच्या दिशेने जावू लागली. परंतू दुर्दैवाने इस्पितळात पोहोचण्या अगोदर रस्त्यातच सखीचा करूण अंत झाला. तरीही तिला इस्पितळात पोहोचविण्यात आले. झालेल्या घटनेने सखीच्या मोठ्या मुलाचे पूर्णपणे अवसान गळाले होते. परंतू तिथे त्याला काही ओळखीची लोकं भेटली. त्यांनी सखीच्या मुलाला सांगितले कि आल्या सरशी पार्थिव शरीर वापस घरी घेवून जा. अन्यथा पार्थिवाचे शव विच्छेदन करावे लागू शकते. भीतीपोटी सखीचा मृत देह घरी वापस आणण्यात आला. त्यानंतर तीच गाडी सखीच्या मुलांना आणण्याकरीता शहराकडे पाठविण्यात आली. जेव्हा सखीच्या जोडीदाराला सखीच्या मृत्यूची बातमी मिळाली. तेव्हा तो तिच्या मावस भावाच्या घरीच होता. घरी परत येताच त्याने सखीच्या पार्थिवा वरचे पांघरून उचलून सखीचा अंत कशामुळे झाला हे जाणून घेण्याचा प्रयत्न केला.

परंतू सखीच्या शरीरावर त्याला तत्सम काहीही आढळून आले नाही. तरीही सखीने विष घेवून आत्महत्या केली असावी असा अंदाज मिळालेल्या माहिती वरून सर्वांनी लावला. किंबहुना ह्याच वार्तेला सर्वत्र ख्याती सुद्धा मिळाली. सखीचा अशाप्रकारे झालेला दुर्दैवी अंत कोणाचेही मन विषण्ण करून टाकणारा होता. तेव्हा आपल्या आई विषयी असे काहीतरी रहस्यमय ऐकतांना मुलांचे काय झाले असावे. त्यानंतर सखीची तीनही मुले आपल्या आईला कायमचा व अश्रूपूर्ण निरोप देवून पुन्हा शहराकडे वळली.

सखीच्या अंतकरणात सखोल दडलेली रहस्ये जी तिच्या मानसिक त्रासाची व दु:खाची खरी कारणे होती. ती मात्र तिच्या बरोबरच कायमची गाडली गेली. त्यासोबत तिच्या मृत्यू संबंधीत सत्य देखील नेहमीकरिता एक रहस्य बनून राहिले. कदाचित हीच नियतीची सुद्धा प्रबळ इच्छा असावी. कारण सखीने आजीवन आपल्या जोडीदाराविषयीची गुपितं आपल्या मनातच ठेवून त्यांना आपल्या संयमाचे कुलूप लावले होते. जेणेकरून त्यांचा उद्रेक होवून कुटुंबाची अब्रू मातीमोल होवू नये. परंतू जेव्हा तिला ती गुपितं बाहेर पडण्याचा आभास झाला. तेव्हा मात्र तिने कुटुंबाच्या भल्यासाठी आत्म बलिदान करण्याचा कठीण मार्ग निवडण्याचा निर्णय घेतला. त्याचप्रमाणे सर्व गोष्टीही अशाप्रकारे घटीत झाल्या कि त्यावरून सृष्टीलाही सखीच्या निष्पाप हेतूचे आकलन झाले असावे असे निदर्शनात येते. अशारितीने सखीचा शेवट देखील तिच्या समर्पणाचाच महत्वपूर्ण हिस्सा बनला. सखीने कुटूम्बासाठी आपले संपूर्ण आयुष्य स्वखुशीने समर्पित केले होते. ह्यावरून तिच्यातील स्त्रीत्व हे चेतनावस्थेत होते ह्या गोष्टीची प्रचीती येते. कारण स्वत्वाचे समर्पण करणे म्हणजे आपल्या आत्मशांती साठी सर्वात कठीण पाउल उचलण्यासारखे असते. जे आपल्याच अंतरंगातील मनशांतीच्या थंडगार सरोवराची चव चाखण्याचे भाग्य आपल्याला बहाल करत असते. परंतू सखी मात्र त्याला अपवाद ठरली. कारण तिच्या अंतिम समयी तिच्या मनाची अवस्था पूर्णपणे विस्कळीत झालेली होती. तिच्या चांगुलपणाचा गैरफायदा तिच्या जोडीदाराने उचलल्यामुळे तिच्यावर ती वेळ आली होती. परंतू सखीचे तिच्या संसाराप्रती समर्पण मात्र उच्चकोटीच्या सम्मानास नक्कीच पात्र होते. म्हणूनच तिच्या संयमी कणखरपणाची कहाणी जगासमोर आणण्यामागे देखील तिच्यातील वंदनीय 'स्त्रित्वाचा' सम्मान करण्याचाच लेखिकेचा उदात्त हेतू आहे.

शून्यातून उभारावे विश्व
राखेतून जन्म घ्यावा
का पुरुषी अहंकाराला भिऊन
बहुमूल्य स्त्रीजन्म त्यागावा

स्त्रीत्वाचे व्हावे सुंदर पुष्प
सम्मान सर्वव्यापी व्हावा
का पुरुषी अहंकाराला भिऊन
बहुमूल्य स्त्रीजन्म त्यागावा

सखीचे मन प्रामाणिकपणाने, दयेने व प्रेमाने ओतप्रोत भरलेले होते. त्याचप्रमाणे ह्या सर्व गोष्टी तिच्या इतरांप्रती कर्तव्य निभावण्यात व आपल्या भूमिकेतील समर्पणात पूर्णपणे उतरल्या होत्या. परंतू सखी जीवनात स्वत:प्रती मात्र नेहमीच अत्यंत कठोर वर्तन करत राहिली. कारण तिने कधीही एक माणूस म्हणून स्वत:च्या व्यक्तीमत्वाचा वेगळा विचार केला नाही. तिने कधीही स्वत:ची काळजी घेतली नाही. तिने कधीही स्वत:ला महत्व दिले नाही. त्याचप्रमाणे तिने तिच्यावर जोडीदाराकडून होणारा मानसिक अत्याचार सुद्धा आजीवन मुकाट्याने सहन केला. ती कधीही स्वत:च्या पाठीशी ठामपणे उभी राहिली नाही. त्याचप्रमाणे तिने अशा व्यक्तीच्या मागे आपले संपूर्ण आयुष्य उध्वस्त केले. ज्याला तिची कधीही काहीही किंमत नव्हती. त्यामुळे सखीचा त्याग सार्थकी लागू शकला नाही. तिच्या मागे त्या त्यागाला प्रतिष्ठेने नावाजले गेले नाही. तर तो लोकांसाठी फक्त एक चर्चेचा विषय बनला. हेच समर्पण जर तिने समाजात विकसनशील बदल घडवून आणण्याकरीता किंवा देशसेवेकरीता केले असते. तर आज महान कार्य केल्याबद्दल सखीला अमरत्व प्राप्त झाले असते. परंतू सखीच्या जीवनात तसे काहीही झाले नाही. कारण सखीने आपल्या आयुष्यात कधीही आत्मप्रेमाला स्थान दिले नाही. जर सखीमध्ये आत्मप्रेम जागृत असते. तर भावनेच्या भरात घेतलेल्या स्वत:ला कायमचे संपविण्याच्या विचारांमधून सखी अगदी शेवटच्या क्षणीही बाहेर पडू शकली असती. कारण तेव्हा तिने मृत्यूला कवटाळून कायमचे मानसिक त्रासातून मुक्त होण्याचा नाहीतर. जीवनात स्वकर्तुत्वाने स्वत:ला सिद्ध करून समस्यांच्या मुळांवरच घाव घालण्याचा विचार केला असता. स्वत:च्या अस्तित्वाला प्रतिष्ठा मिळवून देण्यासाठी ती आपल्या परीने व पद्धतीने झटण्यासाठी तत्पर झाली असती. समर्पणाचा अर्थ आपली क्षुल्लकही किंमत न करणाऱ्यांसाठी स्वत:ला अशाप्रकारे पणास लावणे असा नक्कीच होत नाही. कारण ते एकप्रकारे जिवंतपणीच आत्महत्या करण्यासारखे कृत्य ठरत असते. परंतू जे आपली मनापासून पर्वा करतात. तसेच ज्यांना आपल्या कष्टांची खरोखरच जाणीव असते. त्यांच्या जीवनात आपण जीवनभर पुरून तरीही उरणे हे खरे समर्पणाचे सार असते. अशाप्रकारे जर सखीला समर्पणाचा सखोल अर्थ कळला असता. तर आज तिचे आयुष्य प्रेरणादायी ठरले असते. तेव्हा आत्म समर्पणाला कोणासाठी समर्पित करत असतांना माणसाला सर्वतोपरी ओळखणे महत्वाचे असते. कारण ज्याला आपल्या असण्याचीही किंमत नाही. त्याच्या करीता आपण आपला जीवही ओवाळून टाकला तरी त्याला काहीही अर्थ उरत नाही. त्यामुळे आपल्या पराकोटीच्या समर्पणासही प्रतिष्ठा प्राप्त होवू शकत नाही. त्याशिवाय आपणच समाधानकारक जीवन जगण्यापासून वंचित राहतो. तसेच आपण आपल्या जीवनाचे उद्देश्यही गाठू शकत नाही. किंबहुना आपण आपले आयुष्य

केवळ वाया घालविल्याची सल आपल्या मनास आजीवन बोचत राहण्याव्यतिरिक्त आपल्याला काहीही प्राप्त होत नाही. तेव्हा आपले उभे आयुष्य अशारितीने वाया घालविणे एका स्त्रीजन्मासाठी कदापि यथायोग्य नाही. कारण स्त्रीजन्माने केलेला स्वार्थत्याग मोठ्या परिवर्तनाची नांदी घेवून आला तरच त्याचे सोने होते. सखीची कहाणी देखील आपल्याला हाच महत्वपूर्ण बोध करून देते.

मैत्रेयीची माया

मायेचा सागर होते तुझे मन
कठोर वचनही तुझे करीत असत मनाचे सांत्वन
तुझ्या आदरयुक्त भीतीने
लागले मार्गी कित्येकांचे जीवन

तहान भूक जाणिलीस अन्नपूर्णा होवून
केले अनेकांच्या मनाचे समाधान
तुझ्या आपुलकीच्या शब्दांनी
भारावून गेला प्रत्येकजण

परी तुझे हृदय विश्वासघाताने गेले घायाळून
मनाची झाली दैना वेदनेने दानोदान
तुझ्या करुणामयी हृदयाची
चाळण केली खुद्द जोडीदारानं

तुझ्या वेदनांनी आसमंत गेला कळवळून
मदतीस आले नाही कोणीही तुझ्या धावून
तुझ्या अवस्थेच्या वर्णनाने
डोळे गेले आमुचे पाणावून

तुझ्या सोसण्याच्या मर्यादा गेल्या केव्हाच संपून
तरी आशा सोडल्या नाहीस तू हारून
तू महामेरू सहनशिलतेचा
प्रेरणादायी आम्हास तुझ्या आयुष्याचे कथन

एका स्त्रीला तिच्या आयुष्यात मातृत्व लाभल्यानंतर तिच्या हृदयातून आपल्या अपत्याकरीता वात्सल्याचा झरा ओसंडून वाहतांना आपण पाहिलेलेच आहे. त्याचप्रमाणे आपल्या बाळाच्या सुरक्षेकरिताही प्रत्येक आई आपल्या जिवाचीही बाजी लावण्यास मागचा पुढचा विचार करत नाही. म्हणूनच आईच्या मायेने ओतप्रोत भरलेल्या हृदयाची थेट ईश्वराशी तुलना केली गेली आहे. परंतू काही मुली जन्मजातच आपल्या बरोबर मातृत्वाचे गुणविशेष घेवून जन्मास आलेल्या असतात. त्यामुळे त्या आपल्या आसपास कोणाचेही दु:ख, यातना व अत्याचार बघून दु:खी व कष्टी होत असतात. किंबहुना तेव्हापासूनच त्यांच्या विशाल हृदयात दु:खितांचे दु:ख दूर सारण्यासाठी आपल्या माध्यमातून काहीना काही पावले उचलण्याची सुप्त इच्छा असते. परंतू अशी विशेष व्यक्तीमत्वे मात्र ह्या जगात फार कमी जन्मास येत असतात. त्याचबरोबर त्यांचा जीवनप्रवासही अनंत काळापर्यंत कित्येकांच्या स्मरणात राहतो. कारण ज्यांनी ज्यांनी त्यांच्या मायेच्या झऱ्यातील गोड पाणी चाखलेले असते. ते त्या पाण्याची चव कधीही विसरू शकत नाहीत. तसेच ते त्याचे वर्णन, ख्याती व प्रसिद्धीचे गुणगान गातांना कदापि थकतही नाहीत. अशाप्रकारच्या अत्यल्प व माणुसकीचा महामेरू असलेल्या लोकांच्या यादीत मैत्रेयीचे देखील नाव समाविष्ट होते. तो स्वातंत्र्यापूर्वीचा काळ होता. जेव्हा एका अत्यंत गरीब कुटुंबात मैत्रेयीचा जन्म झाला. दोन भाऊ व एक बहिण अशी ती तीन भावंडे होती. मैत्रेयीने तिच्या लहानपणी पराकोटीची गरिबी पाहिलेली होती. त्याचप्रमाणे अत्यंत उपासमारही सहन केलेली होती. कधीकधी तर त्या भावंडांना बाजारात लागलेल्या चूरमुऱ्याच्या दुकानातून चुकून जमिनीवर सांडलेले दाणे बाजार संपल्यावर वेचून व त्यांना खावून आपली भूक काहीप्रमाणात शमवावी लागत असे. मैत्रेयी तेव्हापासूनच स्पष्टवक्ती व खऱ्याखुऱ्या स्वभावाची होती. जसे नारळ वरकरणी टणक दिसत असले. तरी त्याच्या आत असलेले चविष्ट गरे व गोड तसेच गुणकारी पाणी हे त्याचे आंतरिक सौंदर्य असते. परंतू नारळाच्या वरच्या स्वरूपाला बघून जो कोणी नकारात्मक मत बनवितो. तो त्याच्या आंतरिक गुणधर्मांपासून स्वत:ला आजीवन अपरिचित ठेवत असतो. त्याचप्रमाणे करुणामयी हृदय हेच मैत्रेयीचीही खरी ओळख होते. ज्याला ज्याला त्याची ओळख पटली तो प्रत्येकजण मैत्रेयीचे तिच्या मागेही आदराने नाव घेत असे. अशाप्रकारे मैत्रेयीला कित्येक जण प्रेमाने "गुणा" ह्या नावाने देखील संबोधत असत. आपल्या जीवनात जेव्हा कोणत्याही प्रकारच्या दु:खांचा अतिरेक होतो. तेव्हा आपल्याला ह्या आयुष्याचा खरा चेहरा बघावयास मिळतो. कारण तेव्हा सृष्टीने आपल्यासमोर दोन पर्याय ठेवलेले असतात. एकतर परिस्थितीपुढे हतबल होवून जगण्यापासूनच विमुख होणे. नाहीतर परिस्थितीचा स्वीकार करून नेटाने तिचा सामना करत स्वाभिमानाने

जीवन जगणे. अशारितीने तेव्हाच आपल्यातील आपण आपल्या व्यक्तिमत्त्वाच्या स्वरूपात हळूहळू करून बाहेर येवू लागतो. मैत्रेयीचे आयुष्यही तसेच स्वाभिमानाच्या जगण्याला प्रेरित करणारे होते. कारण मैत्रेयीने तिच्या लहानपणापासून ते वयात येइपर्यन्तचा काळ अत्यंत कणखरपणे व्यतीत केलेला होता. तिने तेवढ्या कमी आयुष्यात गरीबीचे चटके सहन केले असले. तरी त्यामुळे तिचे मन निष्ठूर झालेले नव्हते. किंबहुना तिचे अंतकरण कायमच इतरांच्या वेदना समजण्या इतपत संवेदनशील राहिले. त्याचप्रमाणे मैत्रेयीला आयुष्यातील शिक्षणाचेही महत्व उत्तमरीतीने कळले होते. शिक्षण घेवूनच आपल्याला सद्य परिस्थितीत फेरबदल आणता येवू शकतो. असा तिचा प्रबळ विश्वास होता. आयुष्याने दिलेल्या चटक्यांनी तिला स्वत:मध्ये ही महत्वपूर्ण समज आणण्या इतके सुशिक्षित नक्कीच बनविले होते. म्हणूनच मैत्रेयीने अत्यंत प्रामाणिकपणे आपले पदवी पर्यंतचे पुस्तकी शिक्षण पूर्ण केले. त्याचबरोबर आयुष्यात उदरनिर्वाहाच्या व आत्मनिर्भर होण्याच्या दृष्टीकोनातून शिक्षकी पेशा निवडला. भारतदेश स्वतंत्र होण्याच्या आसपासचा तो काळ होता. त्यामुळे मैत्रेयी ही शिक्षणरूपी तेजस्वी आभा प्राप्त असलेली एक नोकरदार, तरुण व सुंदर स्त्री जणूकाही भारतमातेची ओजस्वी कन्याच भासत होती. शिक्षण क्षेत्रातही मैत्रेयीच्या तीक्ष्ण बुद्धीमत्तेने आपली छाप सोडली. कारण मैत्रेयीचे इंग्रजी व इतिहासासारख्या विषयावर उत्तम प्रभुत्व होते. त्याचप्रमाणे कोणताही शिक्षक आपल्या विद्यार्थ्यांच्या मनात खोलवर आपले स्थान तेव्हाच निर्माण करू शकतो. जेव्हा तो त्यांच्या अडचणी एक माणूस म्हणूनही समजून घेवू शकतो. मैत्रेयीच्या मायाळू हृदयाने देखील अशाच प्रकारे गरीबीवर मात करत शिक्षण घेणाऱ्या विद्यार्थ्यांच्या विवंचना समजून घेतल्या. कारण त्यांना बघून तिला स्वत:चा भूतकाळ आठवत असे. मैत्रेयी आपल्या शाळेच्या पिशवीत सुईदोरा घेवून शाळेत येत असे. तसेच ज्या गरीब विद्यार्थ्यांचे गणवेश तिला फाटलेले आढळले. ते शाळेच्या खोलीतच बसून स्वत:च्या हाताने शिवून देत असे. त्यामुळे विद्यार्थ्यांच्या मनात मैत्रेयी साठी एक शिक्षक म्हणूनच नव्हे तर माणूस म्हणूनही सम्मानात भर पडत गेली. त्याचप्रमाणे मैत्रेयी एक शिस्तप्रिय शिक्षिका सुद्धा होती. त्यामुळे कोणत्याही प्रकारची शिस्त मोडणाऱ्या विद्यार्थ्यांप्रती ती फारच कडक होत असे. मैत्रेयी शारीरिक प्रशिक्षण देणारी शिक्षिका असल्यामुळे तिने एकदाच उंच आवाजात केलेल्या आज्ञेने शाळेतील संपूर्ण विद्यार्थी शाळेच्या पटांगणावर अगदी शिस्तीने रांगेत हजर होत असत. अशाप्रकारे मैत्रेयीचा विद्यार्थ्यांमध्ये एकप्रकारचा आदरयुक्त धाक होता. समाजात शिक्षकी पेशा हा अत्यंत महत्वपूर्ण असतो. किंबहुना मैत्रेयीसारखे निष्ठावान शिक्षक जर ह्या क्षेत्राला लाभले. तर त्यांच्यामुळे एक पिढी माणुसकीने समृद्ध होवू शकते. त्यामुळे मैत्रेयी हे अर्थातच मूल्य, तत्व व स्वाभिमानाचे

ज्वलंत उदाहरण ठरते. कारण असे व्यक्तीमत्व आपल्या जगण्याने समाजासाठी त्यांच्याही नकळतपणे एक अनुकरणीय उदाहरण निर्माण करत असते. मैत्रेयीने आपल्या गरिबीने युक्त जीवनातून अनेक जीवनोपयोगी धडे गिरविले होते. जे उत्तम संस्कारांच्या स्वरूपात पुढच्या पिढीचे आयुष्य विविध पैलूंवर समृद्ध करू शकतात. मैत्रेयी कधीही खोटे बोलत नव्हती. त्याचप्रमाणे ती आपल्या मनात कोणाविषयी काहीही वाईट साचू देत नव्हती. तसेच कोणाच्याही पाठीमागे त्याचा विषयी वाईटसाईट बोलणे तिच्या तत्वात बसत नव्हते. त्यामुळे आमोरासामोर मनातल्या गोष्टी व्यक्त करून ती मोकळी होत असे. मैत्रेयी कायम तिने कोणास दिलेल्या शब्दाप्रती व कोणाच्या पैस्यांप्रती अत्यंत जबाबदार राहत असे. एखाद्याचा एक रुपयाही आठवणीने जावून परत करणे हा तिचा स्थायी भाव होता. मैत्रेयीच्या ह्याच सद्वर्तनांमुळे तिला सामान्य माणसांमध्ये ख्याती प्राप्त होवू लागली होती. कारण पावलागणिक आपल्याला फसवेगिरी व फंद फितुरीचा अनुभव येत असलेल्या. ह्या जगात क्वचीतच एखाद्या व्यक्तीमध्ये ह्या विलक्षण गुणांचे अस्तित्व आढळून येते. मैत्रेयी ही मातीचे पांग फेडणारी होती. त्यामुळेच तिचे हृदय अतिशय मायाळू होते. अशाप्रकारे मैत्रेयीच्या गुणांचे जितके कौतुक करावे तितके कमीच आहे. त्याहीपेक्षा त्या गुणांचा आपल्या खऱ्या आयुष्यात काही प्रमाणात तरी अंमल करून आपण आपले आयुष्य माणुसकीने नक्कीच समृद्ध करू शकतो. अशारितीने तारुण्याच्या उंबरठ्यावर असतांनाच मैत्रेयीचे व्यक्तीमत्व तिच्यातील सद्गुणांनी तेजस्वी होत चालले होते. त्याचबरोबर पुढे सरसावणाऱ्या काळाबरोबर मैत्रेयीचे वय देखील वाढत चालले होते. त्या काळात मुलींच्या वयाचा थेट सामाजिक व्यवस्थेतील लग्न ह्या प्रक्रियेशी संबंध येत होता. अशाप्रकारे मैत्रेयीचा तिच्या योग्य वयात तिच्या प्रमाणेच शिक्षकी पेशाशी संबंधीत शिक्षण घेत असलेल्या मुलाशी विवाह संपन्न झाला. मैत्रेयीचा जोडीदार हा त्या काळातील उच्च शिक्षा विभूषित होता. किंबहुना त्यानेही जिथे शिक्षणाचा गंधही पसरला नव्हता. अशा कुटूम्बातून येवून व गरीबीचे चटके सहन करत शिक्षण मिळविण्यासाठी संघर्ष केलेला होता. परंतू विवाहाच्या वेळी मात्र त्याला कोणतीही नोकरी नव्हती. त्यामुळे विवाहानंतर काही काळ मैत्रेयीने सर्वार्थाने त्याचा सांभाळ केला. त्याचप्रमाणे तो वयाने देखील मैत्रेयीपेक्षा पाच वर्षांनी लहान होता. त्याचे एक मोठे एकत्र कुटुंब देखील होते. शिक्षकी पेशा व्यतिरिक्त त्याचा सामाजिक कार्यातही रस होता. त्यामुळे मैत्रेयीचा जोडीदार समाजात एकप्रकारे ख्याती प्राप्त व्यक्तीमत्व म्हणून प्रसिद्ध होता. कित्येकांच्या हृदयात त्याच्या साठी मानाचे स्थान होते. म्हणूनच जेव्हा त्याच्या आयुष्यात एकदा आरोग्याशी संबंधीत जिवावरचा प्रसंग बेतला. तेव्हा त्याच्या जीवनाकरीता अनेकांनी पूजा अर्चना केल्या होत्या. विवाहा नंतर जेव्हा

मैत्रेयीचे त्याच्या जीवनात पदार्पण झाले. तेव्हा जणूकाही ते दोघे एकमेकांसाठीच बनले असावेत. असे त्या दाम्पत्याकडे आशेने बघणाऱ्या लोकांना नक्कीच वाटले असावे. मैत्रेयीचे करुणामयी हृदय व तिच्या जोडीदाराचा अमाप जनसंपर्क असल्यामुळे त्यांच्या घरी येणाऱ्या जाणाऱ्यांची फारच वर्दळ राहत असे. मैत्रेयी मात्र सर्वांचे अत्यंत आपुलकीने सर्वकाही करत असे. त्यामुळे मैत्रेयीच्या घरी येणारा पाहुणा राऊळा सर्वतोपरी तृप्त होवूनच परत फिरत असे. रात्री बेरात्री जरी कोणी आले तरी मैत्रेयी त्यांना जेवू खाऊ घालण्यास अजिबात कंटाळत नसे. अशाप्रकारे आपल्या सहृदयतेने त्या दाम्पत्याने लोकांच्या मना मनात स्थान निर्माण केले होते. लोक त्यांना भेटण्यास व त्यांच्याकडून मोलाचे सल्ले घेण्यास आवर्जून त्यांच्या घरापर्यंत येत असत. मैत्रेयीच्या मोठ्या मनामुळे नातेवाईक देखील मोठ्या प्रमाणात त्यांच्या घराकडे आकर्षित होत असत. त्याचप्रमाणे हक्काने त्यांच्या मनाचे समाधान होईस्तोवर तिथेच थांबत असत. त्यामुळे मैत्रेयीचे घर कायम माणसांनी भरलेले राहत होते. त्याचप्रमाणे तिच्या चुलीवर चहाचे भांडे कायम ठेवलेलेच राहत असे. अशाप्रकारे ह्या विलक्षण दाम्पत्याचे मनच नाहीतर घर सुद्धा प्रेमाने, धनधान्याने तसेच माणसांनीही समृद्ध होते. तेव्हाच त्यांनी आपल्या आयुष्यात काही गरीब मुलांचा आपल्या अपत्यांप्रमाणे सांभाळ केलेला होता. त्याचप्रमाणे आपल्या मार्गदर्शनाने त्यांचे जीवन मार्गी सुद्धा लावले होते. त्यांची स्वत:चीही दोन मुली व दोन मुले अशी चार अपत्ये होती. मैत्रेयीचा प्राण्यांप्रतीही दयाभाव होता. तिने स्वहस्ते एका गायीचे व एका कुत्रीचे संगोपनही केले होते. मैत्रेयी आपल्या कुटूम्बाच्या चालीरीतीही मोठ्या उत्साहाने व मनापासून जपत असे. त्यासाठी स्वत: जातीने सर्व कार्यभार आपल्या अंगावरती घेत असे. अशाप्रकारे मैत्रेयी आपल्या कौटोम्बिक जीवनासंबंधीत कर्तव्ये मनोभावे पाळत आयुष्यात पुढे चालली होती. ह्यावरून त्या दाम्पत्याचे सहजीवन उत्तम चालले असावे ह्या गोष्टीला पुष्टी मिळते.

त्या दाम्पत्याने आपल्या मुलींवर मात्र काही प्रमाणात बंधने लादली होती. कदाचित त्यांच्या तसे करण्यामागे तेव्हाचा काळही कारणीभूत असावा. कारण मुलींचा साडी हाच पेहराव असावा. अशी त्यांच्यावर त्यांनी सक्ती केली होती. त्यांनी स्वत:चे साधे राहणीमान ठेवून स्वत:ला घरातील कामात निरंतर गुंतवून ठेवावे. असेही त्यांना बजावून सांगण्यात आले होते. घरात आई वडील दोघांचाही धाक होता. त्यामुळे त्या दोन बहिणी आपल्या लहान भावांना मुलांप्रमाणे सांभाळत असत. त्याचप्रमाणे मैत्रेयी शाळेत गेलेली असतांना घरी येणाऱ्या पाहुण्यांचे सर्वतोपरी स्वागत करत असत. अशाप्रकारे मैत्रेयीच्या मोठ्या मुलीचे बारावी पर्यंत शिक्षण पूर्ण झाल्यानंतर तिचे तिच्या तुलनेत जरा जास्तच वय असलेल्या मुलाशी लग्न लावून देण्यात आले.

मुलाची पारख करतांना केवळ त्याचे उच्च शिक्षण व मोठ्या पदाची नोकरी ह्याच

गोष्टींवर पूर्णपणे भर देण्यात आला. मुलीच्या पसंती नापसंतीला तेथे कोठेही थारा नव्हता. त्याचप्रमाणे मुलीस त्या संबंधीत आपले मत मांडण्याचीही मुभा नव्हती. परंतू लग्नांनंतर मात्र मैत्रेयीच्या घरात मोठी मुलगी व जावई ह्यांना सर्वाधीक मानसम्मान देण्यात येत होता. मैत्रेयीच्या लहान मुलीने मात्र बि.एड पर्यंतचे शिक्षण पूर्ण केले होते. तिचा विवाह महाविद्यालयात प्राध्यापक असलेल्या मुलाशी करण्यात आला. परंतू त्या मुलाचे विचार मात्र फारच पुरुषी मानसिकतेने ग्रासलेले होते. त्यामुळे मैत्रेयीच्या लहान मुलीस त्याच्याकडून होणाऱ्या मानसिक व शारीरिक अत्याचारास सुद्धा बळी पडावे लागले. त्याचबरोबर त्याने पत्नीस आपल्या वर्चस्वा खाली ठेवण्याच्या दृष्टीने तिला कधीही नोकरी करून आर्थिकरीत्या स्वबळावर उभे राहण्याची परवानगी दिली नाही. तसेच तो तिला सर्वस्वी आपल्या वर्चस्वाखाली ठेवू लागला. परंतू मैत्रेयी व तिच्या जोडीदाराने कधीही मुलीसाठी कोणतेही टोकाचे पाउल उचलले नाही. ते फक्त आपल्या मुलीस सौम्य शब्दात लग्न निभावून नेण्याचे सल्ले देत राहिले. मैत्रेयीने स्वत: देखील आयुष्यात कधीही साडीचा पदर डोक्यावरून खाली घसरू दिला नाही. अशाप्रकारे ती अत्यंत काटेकोरपणे जीवनभर मूल्यांचे पालन करत राहिली.

मैत्रेयी आयुष्यात नेहमी इतरांसाठी जगण्यात व्यस्त राहिली. त्यासोबत तिची स्वत:ची नोकरी आणि घरात येणाऱ्या जाणाऱ्यांचा राबता ह्यात तिचे जीवन अक्षरशा अडकले होते. परंतू ते जगणे तिला अगदी सवयीचे झालेले होते. ह्या सर्व धावपळीत तिचे तिच्या मुलांकडे मात्र थोडेफार दुर्लक्ष झाले होते. कारण ती त्यांना दूरदृष्टीने सांभाळू शकली नाही. मुलांच्या शैक्षणिक क्षेत्रातील आवडी निवडी व त्यांना भविष्यात कोणते क्षेत्र निवडायचे आहे. ह्याविषयी त्यांच्याशी घरात कोणताही संवाद केला जात नव्हता. एकंदरीत स्वत:च्या सगळ्या व्यापात तिने मुलांकडे विशेष लक्ष दिले नाही. तसेच त्यांना त्यांच्या मोठेपणी देखील नेहमी घरातील लहान मुलांसारखीच वागणूक देण्यात येत होती. त्यांच्यावर त्यांची सर्वात मोठी बहिण व भाऊजी ह्यांचेही अधिक वर्चस्व होते. त्यांना नेहमी आपल्यापेक्षा श्रेष्ठ समजत राहिल्याने मैत्रेयीच्या दोन्ही मुलांची आत्मप्रतिमा कधीही स्वत:च्या नजरेत उंचावू शकली नाही. कारण कमीपणाचे भाव त्यांच्यात आपोआपच उत्पन्न होत असत.

त्याचप्रमाणे नेहमी त्यांच्या सेवेस तत्पर राहणे हे ते आपले आद्य कर्तव्य समजत असत. स्वत:च्या भविष्याविषयी मात्र त्यांना तितकेसे गांभीर्य नव्हते. त्यामुळे त्यांच्या आयुष्यासंबंधी काही निर्णय तर कधीकधी परस्पर त्यांच्यावर लादण्यात येत असत. अशाप्रकारे मैत्रेयी सर्वच ठिकाणी पुरे पडू शकली नाही. परंतू संसाराची कमान मात्र कायम तिने आपल्या हातात ठेवली. त्या दाम्पत्याने मुलांच्या सुरक्षित भवितव्याच्या दृष्टीने स्वकष्टाने भरपूर मालमत्ता उभारली होती. एकप्रकारे त्या काळात ते कुटुंब

श्रीमंतांच्या यादीत गणले जात होते. त्याचबरोबर समाजकार्याच्या क्षेत्रातही ते ख्याती प्राप्त होते. कारण मैत्रेयीच्या जोडीदाराने ट्रस्ट द्वारे एका सोसायटीचे निर्माण केले होते. त्याचप्रमाणे शाळा देखील उभारली होती. त्यामुळे इतरांच्या मताप्रमाणे ते कुटुंब समाजात आदर्श निर्माण करत होते. मैत्रेयीच्या जोडीदाराचे त्याच्या नोकरीतील स्थलांतरणामुळे इतर शहरातही वास्तव्य राहिलेले होते. त्याचबरोबर त्याला दौऱ्यावर जावे लागत असल्याने अन्य शहरात त्याचे वारंवार येणे जाणे होत असे. मैत्रेयी मात्र आपल्या मुख्य घरीच राहून घर, मुले व तिची नोकरी अशा तिहेरी आघाड्यांवर आपले शौर्य कायमस्वरूपी गाजवत राहिली.

मुलींच्या विवाहानंतर मुली आपआपल्या घरी निघून गेल्या. परंतु तिच्या लहान मुलीचे घर शहरातच असल्याने तिचे अधूनमधून मैत्रेयीकडे येणे जाणे सुरू राहत होते. त्याचप्रमाणे मैत्रेयीची दोन्ही मुले देखील सुरवातीला शिक्षणासाठी व नंतर नोकरीनिमित्ताने घराबाहेर पडली. तरीसुद्धा येणाऱ्या जाणाऱ्यांमुळे मैत्रेयीचे घर कधीही माणसांच्या कमतरतेने सुने झाले नाही. मैत्रेयीने तिच्या आतापर्यंतच्या जीवनात फार कष्ट भोगले होते. त्यामुळे चटणी भाकरीचे व साध्या राहणीमानाचे महत्व तिला चांगलेच ठाऊक होते. अशी ही मातीशी जुळलेली मैत्रेयी इतरांच्या माहिती प्रमाणे सर्वार्थाने एक आदर्श जीवन आपल्या आयुष्यात जगत होती. परंतु तिच्या व्यक्तीगत जीवनाने घेतलेले नकारात्मक वळण मात्र फक्त तिलाच ठाऊक होते. कारण जोडीदाराच्या रहस्यमयी वागण्यामुळे मैत्रेयीच्या मनात त्याच्या विषयी अनैतिकतेची शंका घोळू लागली होती. जीवनाने आजवर तिला दिलेल्या परिस्थितीरूपी धड्यांनी तावून सुलाखून निघालेली मैत्रेयी. आता मात्र पहिल्यांदा आपल्याच मनातील नकारात्मक विचाराने पुरती विचलीत झाली होती. परंतु तिच्या मनातील दाट शंका ह्या पूर्ण खात्रीत तेव्हा परिवर्तीत झाल्या. जेव्हा तिचा जोडीदार तिला काहीही न कळविता तीन तीन दिवस सलग घरा बाहेर राहू लागला. मैत्रेयी रात्री उशिरा पर्यंत जागून त्याची डोळ्यात तेल घालून वाट पाहत असे. तरीही त्याच्या घरी न परतल्याने तिचे मन अतिशय कावरे बावरे होत असे. त्यानंतर पुन्हा सकाळी उठून ती आपल्या दैनंदिन दिनचर्येत स्वत:ला गुंतवून घेत असे. शाळेच्या तासांमध्ये तिचे मन जरा तरी व्यस्त राहत असे. परंतु घरी परत आल्यावर मात्र ती पुन्हा मानसिकरीत्या बेचैन होत असे. अशाप्रकारे तिच्या जीवनात सौम्य स्वरूपात का होईना परंतु वादळ उठले असल्याची तिला जाणीव झाली होती. कारण स्त्रियांचे अंतर्मन हे त्या दिशेने अगदी अचूक अंदाजा घेत असते. त्यानंतर मात्र हळूहळू करून ही गोष्ट आपोआपच वाऱ्यासारखी सर्वत्र पसरू लागली. कारण बाहेरचे लोकही त्यावर कमी स्वरात कुजबुजू लागले असल्याचे मैत्रेयीच्या लक्षात आले होते. घरात मुलांना देखील त्याविषयी काहीप्रमाणात अंदाजा

आलेला होता. कारण मैत्रेयीच्या स्वभावात आलेले पराकोटीचे परिवर्तन मुलांना जाणवू लागले होते. ती तिच्या अनावर झालेल्या भावना स्वत:शीच बडबड करून किंवा मुलांवर आपला राग व्यक्त करून बाहेर काढत असे. परंतू तिच्या जोडीदाराने तिला अजिबात दाद दिली नाही. त्याचप्रमाणे त्याचे बाहेर जे काही सुरू होते ते तसेच सुरू ठेवले.

मैत्रेयीच्या जोडीदाराने आपल्या आयुष्यात दुसरी स्त्री ठेवली. ही बातमी त्या कुटूम्बाच्या समाजातील ख्यातीला डागाळत वाऱ्यासारखी सगळीकडे पसरू लागली. त्यामुळे सहाजिकच त्याच्या चारित्र्यावरच थेट प्रश्न उटू लागले. कारण समाजात तो एक लौकिकसंपन्न व्यक्ती होता. मैत्रेयीला सुद्धा जोडीदाराच्या गैरवर्तनाविषयी अनेक गोष्टी इतरांकडूनच माहित होवू लागल्या होत्या. त्या अनुसार समाजकार्याच्या क्षेत्रात मैत्रेयीच्या जोडीदाराची एका स्त्री बरोबर ओळख झाली होती. त्याचप्रमाणे ती स्त्री अविवाहित होती. वारंवार होत असलेल्या भेटीगाठींच्या दरम्यान त्या दोघांमध्ये विवाहबाह्य संबंध सुरू झाले. मैत्रेयीचा जोडीदार हा एक विवाहित पुरूष आहे. हे माहित असूनही त्या स्त्रीने त्यांच्यातील संबंधांना थांबविण्यासाठी काहीही प्रयत्न केले नाहीत.

त्यामुळे त्या दोघांमधील अनैतिक संबंधांच्या गोष्टी अखेरीस बाहेरच्या जगासमोर पूर्णपणे उघडकीस आल्या. त्याचप्रमाणे मैत्रेयीच्या भरल्या संसारालाही त्यांनी जोरदार धडक दिली. मैत्रेयीच्या जोडीदाराचेही आता त्याच्या घराकडे अजिबात लक्ष नव्हते. त्यामुळे मैत्रेयीची मानसिक अवस्था दिवसेंदिवस बिघडत चालली होती. जोडीदार घरी आला कि मैत्रेयी त्याच्या वर आपला संताप व्यक्त करत असे. परंतू तो पुन्हा परत गेल्यावर त्याच्या वाटेकडे डोळे व आपल्या आशा लावून बसत असे. त्याला तिकडे जाण्यापासून अडविण्यास मात्र ती असमर्थ होती. मैत्रेयीच्या तेव्हाच्या अवस्थेचे वर्णन जसेच्या तसे शब्दात करणे अत्यंत कठीण आहे. परंतू ज्या स्त्रिया आपल्या आयुष्यात दुर्दैवाने जोडीदाराच्या अशा लाजीरवाण्या प्रकारांना सामोरे जात असतील. त्यांना कदाचित मैत्रेयीच्या मनातल्या मनात होणाऱ्या घुसमटीची सखोलता आपोआपच कळू शकेल. मैत्रेयी सर्वस्वी स्वाभिमानी व कणखर स्त्री असूनही तिच्या जोडीदाराने तिच्या बरोबर केलेल्या प्रतारणेने ती पूर्णपणे कोलमडून गेलेली होती. तीने ठरविले असते तर ती जोडीदाराच्या विरोधात कायदेशीर कारवाई करून. त्याच्या अनियंत्रित वागण्यावर वेळीच रोक लावू शकली असती. परंतू तिच्या विखुरलेल्या भावनांनी तिलाच पूर्णपणे विवश केलेले होते. मैत्रेयीच्या मानसिक त्रासाची आता मात्र सीमा पार झाली होती. कारण प्रत्येक जण तिला काही ना काही सल्ला देत होता. परंतू तिच्या वेदनेची झळ मात्र तिच्या स्थानावर राहून अनुभवू शकत नव्हता. मैत्रेयीची मुले मोठी होती. तसेच

त्यांना आपल्या आईची अवस्था पूर्णपणे कळत होती. परंतू तरीही त्यांच्या पैकी एकानेही आपल्या वडीलांना प्रतीप्रश्न करण्याचे धाडस दाखविले नाही. किंवा आपल्या वर्तनातून त्यांच्या लज्जास्पद कृत्याला कोणत्याही प्रकारचा विरोध सुद्धा दर्शविला नाही. त्याचप्रमाणे मैत्रेयीनेही तिच्या हृदयातील करुणेने आपल्या आयुष्यात असंख्य माणसे कमावली होती. परंतू तिच्या वाईट समयी मात्र ती आपल्या दु:खांबरोबर अगदी एकटी होती. मैत्रेयीच्या कहाणीतून आपल्याला हे शिकायला मिळते कि आयुष्यात आपण फक्त स्वत:वर भरवसा ठेवला पाहिजे. तसेच स्वत:लाच आपल्या जीवनात घडणाऱ्या सर्व गोष्टींसाठी जबाबदारही धरले पाहिजे. तेव्हाच आपण अशा वाईट क्षणांमध्ये इतरांकडून अपेक्षा न ठेवता स्वबळावर परिस्थितीचा सामना करण्याचे धाडस करू शकतो. तसेच पुन्हा नव्या उमेदीने राखेतून जन्म घेवू शकतो. त्या दरम्यान मैत्रेयीच्या मोठ्या मुलाचे लग्न करण्याच्या चर्चा घरामध्ये सुरू झाल्या. त्यासाठी स्थळ बघण्याचे कार्यही सुरू झाले. मुलगा दूरच्या शहरात नोकरी निमित्ताने राहत होता. त्या अनुषंगाने मैत्रेयी व तिचा जोडीदार दोघेही मिळून एका मुलीला बघण्यास गेले. त्यांना मुलगी पसंत पडली. परंतू मुलगा इथे नसल्यामुळे त्यासंबंधीत गोष्टी जरा लांबणीवर गेल्या. जेव्हा मुलगा घरी परतला. तेव्हा पुन्हा लग्नाविषयीची बोलणी मार्गी लागली. मुलानेही मुलीस होकार दिला आणि लग्न पक्के झाले. मैत्रेयी आपल्या मनात तिच्या जोडीदाराने केलेल्या प्रतारणेचे विष पचवून मुलाच्या लग्नसमारंभात आनंदाने सामील झाली खरी. परंतू तिच्या मनातील घालमेल तिच्या वर्तनातून पूर्णपणे झळकत होती. कारण ती लपविणे तिच्याकरिता अशक्य होते. लग्नापूर्वीच येणाऱ्या सुनेला व तिच्या घरच्यांना देखील मैत्रेयीच्या जोडीदाराचे प्रताप कळलेले होते. त्यामुळे फक्त मुलाकडे पाहून मुलगी देण्याचा सल्ला बहुतेकांनी त्यांना दिला होता. अशारितीने मैत्रेयीच्या मुलाचे लग्न कसेबसे पार पडले. परंतू घरातील अशा परिस्थितीमुळे नवीन सुनेचे विशेष हर्षोल्हासात कोणीही स्वागत केले नाही. कारण प्रत्येक जण दडपणाखाली वावरत होता. असे वाटत होते जणूकाही घरात सुनेच्या आगमनाने मैत्रेयी नाखूष होती. सुनेशी बोलतांना तिचा स्वर नेहमी रागावल्याचा राहत होता. तसेच लग्नानंतरच्या चालीरीती पार पाडतांना देखील ती त्यात स्वखुशीने सहभागी होत नव्हती. किंवा लग्नानंतर मुलगा व सून एकत्र कोठे बाहेर फिरायला जाण्यास निघाले. तर मैत्रेयी नेहमी त्यांच्या जाण्यास काहीतरी आडकाठी नक्की निर्माण करत असे. घरातील कामांवरून देखील ती सुनेला आपल्या वर्चस्वाखाली ठेवण्याचा प्रयत्न करत असे. त्याचप्रमाणे वेळोवेळी क्षणार्धात तिच्या स्वभावात परिवर्तन येवून. ती त्या अवस्थेत आपल्या सुनेलाच काही ना काही कारणाने आपले लक्ष्य बनवीत असे. त्यामुळे सुनेच्या मनात सासू विषयी एकप्रकारची आदरयुक्त भीतीच निर्माण झाली होती. म्हणूनच त्या दोघींमधील नाते कधीही मैत्रीपूर्ण

होवू शकले नाही. ह्यावरून हे लक्षात येते कि मैत्रेयीचे मुख्य नाते उध्वस्त झालेले असल्यामुळे ती तिची इच्छा असूनही कोणत्याही नवीन नात्याचा आपल्या जीवनात स्वीकार करू शकत नव्हती. मैत्रेयीला तिच्या दु:खाने आतून पूर्णपणे पोखरले होते. कारण आता तिचे वागणे अजिबात सामान्य राहिलेले नव्हते. तिने तिच्या आयुष्यात सुनेचा कधीही मनापासून स्वीकार केला नाही. तसेच तिला तिच्या कोणत्याही गोष्टीचे कौतुक सुद्धा वाटत नव्हते. त्यामुळे सुनेलाही त्या घरात सुरवाती पासूनच मानसिक त्रासाला सामोरे जावे लागले. परंतू लग्नानंतर काही काळासाठी तरी ती आपल्या पतीबरोबर नोकरीच्या शहरात रहायला गेल्यामुळे मैत्रेयीच्या अनपेक्षित वर्तनापासून स्वत:ला लांब ठेवू शकली. तरीही जेव्हा तिला सणासुदीच्या किंवा अन्य कोणत्याही कारणाने मोठी सून ह्या जबाबदारीपूर्ण व अपेक्षापूर्ण नात्याने घरी यावे लागत होते. तेव्हा मात्र ती अत्यंत दडपणाखाली वावरत असे. तसेच तिला तेथून पळून जाण्याची मनोमन इच्छा होत असे. कारण मैत्रेयी तिला आपल्या वागण्या बोलण्यातून अजिबात सकारात्मक प्रतिक्रिया देत नव्हती. अशाप्रकारे मैत्रेयी स्वत:च आपल्या घायाळ मनाच्या वेदना सहन करत असल्यामुळे आपल्या पेक्षा वयाने कितीतरी लहान असलेल्या आपल्या मुलीसारख्या सुनेला स्वीकारू शकली नाही. त्याचप्रमाणे ती सर्वथा करुणामयी हृदयाची धनी असूनही आपल्या सुनेप्रती मात्र दयाभाव व्यक्त करू शकली नाही. कारण मैत्रेयीच्या मनाची अवस्था आता दिवसेंदिवस बिघडत चालली होती. त्यामागचे कारणही तितकेच जटील होते. मैत्रेयीच्या जोडीदाराविषयी आणखवी एक धक्कादायक बातमी समोर आली होती. ती ही कि त्याने मैत्रेयीच्या जिवंतपणीच तिच्या मृत्यूसंबंधीत खोटे प्रमाणपत्र तयार केले. तसेच ते मृत्यूपत्र कोर्टात दाखल करून त्याने त्याच्या संपर्कात असलेल्या अन्य स्त्रीशी दुसरे लग्न केले. कारण पहिली पत्नी जिवंत असतांना व तिच्याशी कोणत्याही कारणाने घटस्फोट झालेला नसतांना दुसरे लग्न करणे कायद्याने त्याच्याकरीता शक्य नव्हते. परंतू ही गोष्ट कितपत खरी होती ह्याचे जरी मैत्रेयीपाशी प्रमाण नसले. तरी ती गोष्ट मैत्रेयीचे मन विषन्न करून टाकणारी नक्कीच होती. ज्यामुळे तिची वारंवार तब्येत बिघडू लागली. त्या कालावधीत ती सर्वाधिक मानसिक तणावाचा सामना करत राहिली. कोणत्याही सुशिक्षित पुरुषाने आपल्या मनात उत्पन्न झालेल्या हरएक इच्छांच्या पूर्तते साठी स्वत:चे इतके पतन करून घेणे. तसेच आयुष्याच्या प्रत्येक वळणावर मोलाची साथ देणाऱ्या आपल्याच जीवनाच्या जोडीदाराशी एवढा मोठा विश्वासघात करून त्याला जीवनभऱ्यासाठी दु:खात लोटणे. ह्यापेक्षा अधिक गलितगात्र अवस्था त्याची आणखवी काय असू शकते.

मैत्रेयीची सून तिच्या गर्भावस्थेतील दिवसांमधून चालली होती. त्यामुळे सातव्या महिन्याच्या कार्यक्रमानिमित्त तीला मैत्रेयीपाशी आणण्यात आले. ह्यावेळी मात्र तिचा

मैत्रेयी जवळ थांबण्याचा मुक्काम हा दीर्घ काळासाठी होता. कारण तिचे बाळंतपण इकडेच करण्याचा निर्णय झालेला होता. त्या निमित्ताने तिच्या सुनेस मैत्रेयी सोबत एकट्याने दिवस घालविण्याची संधी प्राप्त झाली. सुनेच्या त्या अवघडलेल्या अवस्थेत मात्र मैत्रेयीने तिची उत्तमरीतीने काळजी घेतली. त्यामुळे काही प्रमाणात का होईना त्या दोघींमध्ये सहजता निर्माण होवू शकली. सर्वकाही मनासारखे सुरू असताना मात्र एकेदिवशी मैत्रेयीची तब्येत उच्च रक्तदाबामुळे अतिशय बिघडली. तिला सकाळ पासूनच अस्वस्थ वाटू लागले. त्याचबरोबर तिच्या शरीराच्या एकाच बाजूच्या हात व पायाला कंपन व दुखणे भरले. तशा अवस्थेत संपूर्ण दिवस काढल्या नंतर अखेरीस संध्याकाळी मैत्रेयीला अर्धांगवायूने आपल्या कवेत घेतले. मैत्रेयीच्या सुनेचे बाळंतपण होण्यास अद्याप एक महिना उरलेला असतांनाच मैत्रेयीने अशारितीने दुर्दैवीपणे अंथरूण धरले. सुरवातीला तिची अवस्था तब्येतीत सुधारणा येण्यायोग्य व सर्वकाही पूर्ववत होण्या योग्य होती. त्याचबरोबर ती औषधांनाही उत्तम प्रतिसाद देत राहिली. ज्यामुळे स्वतःहून थोडेफार चालण्याइतपत ती बरी देखील झाली होती. परंतू तेव्हाच तिला सिटी स्क्यान करण्यासाठी अन्य शहरात नेण्यात आले. प्रवासाचा तो शीण मैत्रेयीच्या नाजूक झालेल्या तब्येतीला सहन होवू शकला नाही. त्यानंतर तिला अर्धांगवायूचा आणखवी एक अत्यंत गंभीर झटका आला. त्या झटक्यात मात्र मैत्रेयीने आपली बोलण्याची क्षमता देखील कायमची गमावली. त्याचबरोबर ती त्यानंतर कधीही त्यामधून बरी होवू शकली नाही. एकीकडे सासू अंथरुणाला खिळल्या मुळे घराचा संपूर्ण भार सुनेच्या खांद्यांवर आला. परंतू तो भार पेलण्यास मात्र ती अजिबात सक्षम नव्हती. त्याशिवाय मैत्रेयीच्या तब्येतीमुळे घरात येणाऱ्या जाणाऱ्यांची रेलचेल देखील अधिकच वाढली होती. परंतू सर्वांचे सर्वकाही निभावून नेणे मैत्रेयीच्या सुनेला सासूच्या तुलनेत शक्य होत नव्हते. कारण तिचे वय कमी असण्याबरोबरच ती दोन जीवांची सुद्धा होती. त्यामुळे बऱ्याच नातेवाईकांच्या वाईट साईट बोलण्याला देखील तिला सामोरे जावे लागले. तरीही ती आपल्या परीने सर्वकाही तत्परतेने सांभाळण्याचा प्रयत्न करत असे.

अशाच एका लगबगीच्या दिवशी मैत्रेयीच्या सुनेला सकाळपासूनच बाळंत कळा काहीश्या सौम्य प्रमाणात सुरू झाल्या. परंतू ती तिची पहिलीच वेळ असल्याने त्याविषयी तिला काहीही कळत नव्हते. त्याचप्रमाणे त्याविषयी तिला आपुलकीने समज देणारेही अन्य कोणीही नव्हते. तिला थोडेफार अस्वस्थ वाटत असूनही त्या दिवसभरात तिच्या वाट्याला आलेल्या सर्व जबाबदाऱ्या तिने कस्याबस्या पार पाडल्या. रात्री उशीरा पर्यंत ती स्वयपाकखोलीतच व्यस्त होती. परंतू त्यानंतर मात्र तिला जेवण करणे सुद्धा शक्य होवू शकले नाही. त्यामुळे ती त्वरित झोपण्याकरीता बेडरूम मध्ये गेली. आराम

करण्याच्या दृष्टीने तिने जसे अंथरुणावर आपले अंग टाकले तसेच तिच्या उदरात असह्य कळ गेली. कारण तिची बाळंत होण्याची वेळ समीप आलेली होती. त्याच क्षणी तिला दवाखान्यात हलविण्यात आले. संपूर्ण रात्र तिने असह्य कळांचा सामना केल्यानंतर उगवत्या सूर्याच्या साक्षीने एका गोंडस मुलाला जन्म दिला. दोन दिवस दवाखान्यातच राहिल्या नंतर बाळ बाळंतीनीला घरी आणण्यात आले. परंतू आता मात्र घराची अवस्था फारच बिकट झालेली होती. कारण घरातील दोन्ही मुख्य स्त्रिया आपआपल्या परिस्थितीने हतबल झालेल्या होत्या. मैत्रेयीच्या जोडीदाराने मैत्रेयीची चोवीस तास देखभाल करण्यासाठी गावाकडची आपली नात्यातील एक विधवा बहिण घरी आणलेली होती. तिच्या मोलाच्या सहकार्याने मैत्रेयी अंथरुणाला खिळलेली असून देखील उत्तम स्थितीत होती. मैत्रेयीचा जोडीदार तिच्या तशा अवस्थेतही दर आठ दिवसांनी घरी येत असे. दिवसभर मैत्रेयी जवळ थांबून पुन्हा आपल्या स्वतंत्र विश्वात परतत होता. मैत्रेयी त्याच्यावर आपला संताप व्यक्त करण्याचा प्रयत्न करत असे. भावनिक होवून रडत असे. परंतू तिला स्पष्टपणे बोलता मात्र येत नव्हते. अशाप्रकारे दिवसा मागून दिवस जात राहिले. मैत्रेयीची अवस्था सुरवातीच्या तुलनेत नंतर अधिक ढासळत गेली. घरातील वातावरण देखील विविध कारणांनी गंभीर होत चालले होते. कारण मैत्रेयीची देखभाल करण्यास आलेली स्त्री तिचे करून करून आता कंटाळलेली होती. त्यामुळे मैत्रेयीची सेवा करण्यात आता तिचा तो विनम्रभाव दिसत नव्हता. तिचेही वय झालेले असल्याने रात्री बेरात्री उठून मैत्रेयीचे सर्वकाही करणे तिला अवघड जावू लागले होते. त्यामुळे वैतागून कधीकधी ती मैत्रेयीवर हात देखील उचलू लागली होती. मैत्रेयीच्या सुनेला मात्र घरातील व्याप व आपल्या बाळाचे करणे एवढेच पुरेसे होते. त्या दिवसांमध्ये मैत्रेयीची मानसिक अवस्था पूर्वीच्या तुलनेत जरा अधिकच विचलीत झालेली होती. त्यामुळे ती आता तिच्या सुनेचा अधिक तिरस्कार करू लागली होती. जर तिची सुन आपल्या लहानग्या मुलास घेवून दारात उभी दिसली. किंवा काम करत असतांना इकडे तिकडे जातांना तिच्या दृष्टीक्षेपास पडली. तर मैत्रेयी तिच्या दिशेने हातवारे करून आपल्या मनातील राग अस्पष्ट बोलण्यातून व्यक्त करत असे. त्यामुळे मैत्रेयीच्या सुनेलाही तिची अक्षरशा भीती वाटत असे. त्याच कारणाने ती मैत्रेयी समोर येण्याचे शक्यतोवर टाळू लागली. अंथरुणाला खिळलेली अवस्था असल्यामुळे मैत्रेयीच्या शरीरास खालच्या भागाला जागोजागी जखमा सुद्धा झाल्या होत्या. त्याचप्रमाणे तिचे जेवणाचे प्रमाणही कमी झाल्यामुळे आता मैत्रेयीचे पलंगावर जरा वेळ उठून बसणेही हळूहळू कमी होवू लागले होते. अशारितीने मैत्रेयीचा अंतिम क्षण समीप आल्याचे जाणवू लागले होते. अखेरीस तो दिवसही उजाडला. रोजच्या प्रमाणे दिवसाची सामान्य सुरवात झालेली होती. परंतू रोजच्या तुलनेत मैत्रेयीच्या हालचालीत

त्यादिवशी कोणताही वेग जाणवत नव्हता. किंवा तिने क्षुल्लकसा आवाज देखील केलेला नव्हता. तिच्या अंगावरचे कपडे बदलण्यासाठी तिला उचलण्यात आले. परंतू त्यामुळे तिला वेदना देखील झाल्या नाहीत. तिची ही अवस्था तिच्या मृत्यूकडे दिशानिर्देश करत होती. कारण तिच्या कमरे पर्यंतचा भाग पूर्णपणे सुन्न पडला होता. म्हणून मग सर्वत्र बातमी पाठवून काही निवडक नातेवाईकांना तातडीचा निरोप कळविण्यात आला. अशाप्रकारे नेहमीप्रमाणे पुन्हा एकदा मैत्रेयीचे घर माणसांनी भरले. परंतू ह्यावेळी मात्र कोणताही सणसमारंभ साजरा करण्यासाठी नाही.

किंवा पाहुणचार घेण्यासाठी नाही. तर मैत्रेयीला ह्या जगातून कायमचा निरोप देण्यासाठी. तिच्या अंतिम श्वासांचे साक्षीदार बनण्यासाठी. जसजसी बातमी पसरू लागली तसतसी मैत्रेयीच्या घराकडे येणार्‍यांची वर्दळ वाढू लागली. मैत्रेयी खरेतर अप्रत्यक्षपणे केव्हाच आपल्या पुढच्या प्रवासाला लागली होती. परंतू तिच्या मंद झालेल्या श्वासांची दोरी अजून पर्यंत तुटलेली नव्हती. सर्व परिजन तिच्या पलंगाच्या आसपास गर्दी करून उभे होते. काही जण तिला पाणी पाजण्याचा प्रयत्न करत होते. परंतू पाणी गळ्यातून आत न जाता बाहेर पडत होते. आता कोणत्याही क्षणी मैत्रेयी मृत्यूच्या स्वाधीन होणार होती. परंतू ते घडून येण्यास मात्र वेळ लागत होता. कारण ती सर्वस्वी निसर्गाची किमया होती. घरातील माणसे मानसिक व शारीरिक रीत्याही पूर्णपणे थकलेली होती. त्यामुळे तेवढ्यातच कोणाच्या तरी डोक्यात तिथे जमलेल्या सर्वांसाठी चहा बनविण्याची कल्पना आली. त्याकरीता मैत्रेयीच्या सुनेवर दबाव टाकण्यात आला. अखेरीस मनापासून इच्छा नसतांना तिने चहाचे पातेले ग्यासवर मांडले. परंतू नेमके तेव्हाच मैत्रेयीचे प्राण तिच्या दीर्घ आजारामुळे अत्यंत खोलवर गेलेल्या डोळ्यात येवून दाटले. त्यावेळी मैत्रेयीच्या सुनेने चहा तसाच सोडून मैत्रेयीच्या दिशेने धाव घेतली. क्षणार्धात मैत्रेयीचे डोळे अचानक मोठे झाले आणि त्यासोबतच तिच्या प्राणांनी अखेरीस तिच्या शरीराची साथ सोडली. ती संध्याकाळची वेळ होती. मैत्रेयीच्या जाण्याने केवळ तिच्या घरादाराचेच नाहीतर समाजात माणुसकीचा ध्वज उंच ठेवणार्‍यांच्या जगाचेही मोठे नुकसान झाले होते. कारण अशी विलक्षण माणसे ह्या जगात बोटांवर मोजण्याइतकीच असतात. त्यानंतर मैत्रेयीचे पार्थिव शरीर अंतिम दर्शनासाठी जमिनीवर ठेवण्यात आले.

मैत्रेयीच्या जोडीदाराने तिच्याशी केलेल्या प्रतारणेमुळे मैत्रेयीने आपल्या आयुष्याची जवळ जवळ पंधरा सोळा वर्ष पराकोटीच्या मानसिक त्रासात काढली होती. मात्र आता तिच्या त्या त्रासाला तिच्या निधनाने पूर्णविराम लागला होता. मैत्रेयीला आता कायमची गाढ झोप लागलेली होती. ती सुद्धा कधीही जागे न होण्याकरीता. परंतू ती काळरात्र मात्र इतरांना जागे राहण्यास सुचवीत होती.

कारण जीवनप्रवासात आपल्याच सह प्रवाश्याला पराकोटीच्या मानसिक वेदना देवून कोणाचाही प्रवास सुरळीत पार पडत नसतो. ती रात्र सर्वांनी भजनांच्या साथीने जागून काढली. दुसरा दिवस उगवला. सकाळ पासूनच मैत्रेयीच्या अंतिम दर्शनासाठी तिच्या घरी येणाऱ्यांची रीघ लागली होती. प्रत्येक येणारा व्यक्ती मैत्रेयीच्या मायेसंबंधीत त्याला आलेला काही ना काही अनुभव आठवून स्वत:ला रडन्यापासून थांबवू शकत नव्हता. निकटचे सर्व नातेवाईक उपस्थित झाल्यानंतर मैत्रेयीच्या अंत्यविधीची तयारी करण्यात आली. त्याक्षणी मात्र मैत्रेयीच्या चाहत्यांचा प्रचंड जनसागर तिच्या अंतिमयात्रेत सामील होण्यासाठी लोटला होता. ती सर्वस्वी मैत्रेयीच्या मायेचीच किमया होती. कारण मैत्रेयी कोणत्याही मोठ्या पदावर कार्यरत नव्हती. किंवा कोणी राजनेताही नव्हती. ती एक सामान्य स्त्री असूनही तिने आपल्या जिवंतपणी फक्त तिच्यातील माणुसकीच्या बळावर कित्येकांच्या हृदयाला मायेने स्पर्श केलेला होता. त्यामुळे मैत्रेयीची अंतिमयात्रा एखाद्या थोर व्यक्तीच्या अंतिमयात्रेपेक्षा कमी भासत नव्हती. त्यादिवशी संपूर्ण शहरभर त्याविषयी चर्चा होत होत्या. अशारितीने मैत्रेयीचे अंतिमसंस्कार सुरळीतपणे पार पडले. त्याचबरोबर त्यासाठी जमलेले लोकही आपआपल्या जगात परत फिरले. घरातील सदस्य व नातेवाईक मैत्रेयीला कायमचा निरोप देवून भारी मनाने घरी परत आले. अशाप्रकारे पुढचे काही दिवस सर्वजण क्षणोक्षणी मैत्रेयीच्या आठवणींना उजाडा देत राहिले. त्यानंतर मात्र सगळेच आपआपल्या आयुष्यात व्यस्त झाले. कदाचित हीच जगण्याची रीत असावी. आजतागायत ह्या जगात कितीतरी थोर महात्मे जन्मास आले. त्यांनी आपले ह्या जगातील कार्य संपन्न केले आणि ते निघून गेले. परंतू काळ मात्र असाच तठस्थपणे पुढे सरसावत राहिला. जगाचे व्यवहार आजपर्यंत कोणासाठीही थांबले नाहीत. परंतू परोपकारी माणसे मात्र त्यांच्या मृत्यूनंतरही लोकांच्या हृदयात जिवंत राहतात. असेच काहीसे मैत्रेयीचेही झाले. ज्यांनी ज्यांनी मैत्रेयीला सखोल जाणले होते. त्यांनी तिला आजीवन आपल्या स्मरणात सुवासिक फुलांप्रमाणे दरवळत ठेवले. मैत्रेयीच्या जोडीदाराने मात्र मैत्रेयी गेल्यानंतर एक दोन वर्ष दुसऱ्या स्त्री बरोबर असलेले त्याचे संबंध तसेच मुलांपासून लपत छपत सुरू ठेवले. त्याचप्रमाणे ज्या नातेवाईकांनी मैत्रेयी जिवंत असतांना तिच्या हातच्या पाहुणचाराने आपले अंतकरण तृप्त केले होते. तेच आता तिच्या माघारी तिच्याच जोडीदाराने ठेवलेल्या दुसऱ्या स्त्रीचेही गुणगान गावू लागले होते. अशाप्रकारे आयुष्याचा रंगमंच हा आपल्या हातून वर्तमान काळात सादरीकरण होत राहण्याला महत्व देत असतो. त्यामुळे जो इथे वर्तमान स्थितीत आपली कर्तव्य व जबाबदाऱ्या पार पाडत असतो. त्यालाच ह्या जगात मानमरातब मिळतो. त्याचप्रमाणे जो ह्या रंगमंचाला आपले योगदान देवून निघून गेलेला आहे.

त्याचे अस्तित्व मात्र हळूहळू करून आपोआपच लोकांच्या स्मरणातून लोप पावत जाते. त्यानंतर केवळ त्याच्या मृत्यू दिवसावर त्याच्या आठवणींना उजाळा दिला जातो. अशाप्रकारे मैत्रेयीचा ह्या जन्मातील कार्यकाळ आता संपलेला होता.

तिने आपल्या हयातीत स्वत:शी जी काही मूल्य जोपासली होती व स्वबळावर जी भौतिक संपदा गोळा केली होती. त्याचे फलित सर्वस्वी तिच्या मुलांना मिळणार होते. परंतू मैत्रेयीच्या मुलांना मात्र मैत्रेयीच्या जीवनाचा मतितार्थ कदापि कळलेला नव्हता. त्यामुळे तिच्या गेल्यानंतर त्यांनी आपल्या आयुष्यात मैत्रेयीला तिच्या छायाचित्राला विशेष प्रसंगी हार घालण्याइतकेच महत्व दिले. तिने जीवनात एक माणूस म्हणून गाठलेला उच्चांक त्यांच्याकरीता जणूकाही सर्वसाधारण गोष्ट होती. अशारितीने मैत्रेयी तिच्या मुलांच्या आयुष्यात देखील नावापुरतीच जिवंत राहिली.

मैत्रेयीचा मृत्यू हा सर्वस्वी नैसर्गिक होता. कारण तो अर्धांगवायू सारख्या दीर्घ आजाराने मैत्रेयी अंथरुणाला खिळल्यामुळे झाला होता. जगासाठी हेच ढळढळीत सत्य होते. परंतू त्या आजाराच्या घट्ट विळख्यात अडकण्यापूर्वी मैत्रेयी कशा मनस्थिती खितपत पडली होती? त्याचप्रमाणे त्या मनस्थितीत मैत्रेयी कित्येक वर्ष राहिली होती. तिच्याच आरोग्यासाठी घातक ठरलेल्या तिच्या त्या मनस्थितीला नेमके जबाबदार कोण होते? ह्या अनुत्तरीत प्रश्नांची खरी उत्तरे म्हणजेच मैत्रेयीचे आयुष्य होते. परंतू ज्यांनी ज्यांनी मैत्रेयीची माया अनुभवली त्यांच्यापैकी फक्त बोटावर मोजण्याइतक्याच लोकांना मैत्रेयीच्या आयुष्याचा हा वेदनादायी पैलू उत्तमरीतीने ठाऊक होता. ज्या पतिव्रता स्त्रीला आपल्या आयुष्यात तिच्या जोडीदाराने केलेला विश्वासघात निमुटपणे पचवावा लागला. त्याचबरोबर आपले नरकासमान झालेले आयुष्य तब्बल पंधरा ते सोळा वर्ष प्रचंड मानसिक तणावात काढावे लागले. त्या स्त्रीच्या मनस्थितीचे वर्णन कसे करावे हेच कळत नाही. खरे तर मैत्रेयीचे शारीरिक आजारपण हे तिच्या मनाच्या अवस्थेची तिच्या शरीराद्वारे उमटलेली जणूकाही प्रतिक्रियाच होती. जी तिला मृत्यूच्या दारात घेवून जाण्यास केवळ नाममात्र ठरली. कारण स्पष्टपणे सांगायचे झाल्यास मैत्रेयी त्या काळात रोज रोज मृत्यूमुखी पडली असावी. जेव्हा तिच्या डोळ्यासमोर तिचा संसार उध्वस्त होत चालला होता. जेव्हा तिच्या जोडीदाराच्या पुरुषी मानसिकतेच्या वर्चस्वाखाली तिच्या भावना कुस्करल्या जात होत्या. त्याचप्रमाणे जेव्हा तिच्या बिघडत चाललेल्या मानसिक अवस्थेने उच्चांक गाठला होता. काळाच्या गतीने मैत्रेयीचे वय तर वाढत गेले होते. परंतू तिने जगणे सोडून आता बराच काळ लोटला होता. जोडीदाराने केलेल्या विश्वासघाताने तिचा पूर्णपणे घास घेतलेला होता. तिचे तिच्या मुलांच्या आयुष्याकडे किंचितही लक्ष नव्हते. घरात इवल्याश्या गोंडस रुपात आलेल्या नातवंडानेही तिच्या मनावर जादू केली नाही. अशारितीने जोडीदाराने आयुष्यभरासाठी

दिलेल्या प्रतारणेच्या दु:खामुळे मैत्रेयीच्या जीवनातून आनंदच कायमचा हरवला होता. ती तीळ तीळ करून अनेक वर्ष मरत राहिली. त्यामुळे तिच्या त्या मरणासन्न अवस्थेकरीता जी व्यक्ती जबाबदार होती. तीच व्यक्ती मैत्रेयीच्या मृत्यूसही सर्वस्वी कारणीभूत होती. परंतू हे स्पष्टपणे ठाऊक असूनही मैत्रेयीच्या गुन्हेगाराला कोणीही जाब का विचारला नाही? मानसिक छळासारख्या गुन्ह्यांना समाजात अशाप्रकारे गृहीत का धरले जाते? मानसिक छळास बळी पडलेली एक स्त्री जी कोणाची आई तर कोणाची बहिण अशा इतरही भूमिकांचे प्रतिनिधीत्व आपल्या जीवनात करत असते. परंतू तिच्या वाईट काळात कोणीही तिची मदत करण्यास स्वत:हून पुढे का येत नाही? अशा अनेक प्रश्नांनी मन मात्र छिन्न विच्छिन्न होते.

मैत्रेयीच्या मृत्यू नंतर तिच्या जोडीदाराने आपला दुसरा विवाह संपन्न केला. तेव्हा त्याच्या दोनही मुली व एक मुलगा केवळ विवाहीतच नव्हते तर आई वडीलही झालेले होते. मुलींची मुले तर चांगलीच मोठी होती. उच्च पदावर कार्यरत जावई होते. घरात तरूण सून व लहानसा नातू होता. परंतू मैत्रेयीच्या जोडीदाराला आपल्या भरल्यापुरल्या कुटूंबाचे भान राहिले नाही. आपल्या लहान लहान नातवंडाना त्याने आपल्या दुसरे लग्न करण्याच्या हेतूमागचे स्पष्टीकरणही खोटे व स्वत:ची बाजू सर्वार्थाने सुरक्षित करणारे दिले. जेणेकरून येणाऱ्या पिढीच्या मनात आपली प्रतिमा मलीन होवू नये. अशाप्रकारे त्याने एका स्त्रीच्या मागे आपले राहते घर व शहरही सोडले. अधूनमधून येवून मुलांची विचारपूस करण्याचा शिरस्ता मात्र तसाच सुरू ठेवला. परंतू एवढ्या मोठ मोठ्या मुलांनी त्याच्या कोणत्याही हरकतीवर कधीही काहीही आक्षेप घेतला नाही. कारण घरातील वातावरणामुळे मुलांची मानसिकताही मजबूत नव्हती. त्याशिवाय ते आयुष्यात आपला उदरनिर्वाह चालवीन्याकरीता काहीही विशेष व ठोस काम करत नव्हते. मैत्रेयीच्या मोठ्या मुलाच्या खांद्यांवर त्याच्या पत्नी व मुलाची जबाबदारी असूनही त्यावेळी तो बेरोजगार होता. एकप्रकारे तो आपल्या वडिलांवर विसंबून असल्यामुळे त्यांचे घालून पाडून बोलणे त्याला ऐकावे लागत असे. तेव्हा लहान मुलाचे लग्न झालेले नव्हते. तो आपल्या कारकीर्दीच्या स्वरूपात एक व्यवसाय चालवत होता. परंतू त्यात त्याला अपरिमित तोटा सहन करावा लागला. व्यवसायात झालेल्या नुकसानीची भरपाई करण्यासाठी त्याने वडीलांना विनंती करून त्यांनी कष्टाने जमवलेली शहरातील प्लॉट सारखी भक्कम संपत्ती बेभावाने विकली. अशारितीने दोघेही भाऊ कायम आपल्या वडीलांच्या वर्चस्वाखाली राहिले. तसेच वडीलही आपल्या परीने त्यांच्या आर्थिक गरजा आजीवन पुरवत राहिले. म्हणूनच दोनही मुलं कधीही वडीलांच्या विरोधात क्षुल्लकही आवाज उठवू शकले नाहीत. त्याचबरोबर ते स्वत: तितके कर्तृत्ववान नसल्यामुळे आई वडीलांनी दिलेली भौतिक संपत्तीच त्यांचा एकमेव

आधार होती. जी आयुष्याच्या वळणावर त्यांनी वेळोवेळी आपल्या गरजा भागवीन्याकरीता विकून टाकली. मैत्रेयीच्या मृत्यूनंतर दोन अडीच वर्षांनी तिच्या लहान मुलाचेही लग्न झाले. परंतू तोही आपले कुटुंब सांभाळण्यास त्यावेळी सक्षम नव्हता. आई वडीलांची दोन जुनी घरं व वडीलांच्या निवृत्तीनंतर मिळालेल्या मानधनातून घेतलेला शेतीचा तुकडा अशा दोन्ही भावांच्या संपत्तीच्या वाटण्या झालेल्या होत्या. अशाप्रकारे मैत्रेयीच्या दोन्ही मुलांचे व्यक्तिगत जीवन कायम समस्यांनी व आर्थिक विवंचनांनी व्यापलेले राहिले. कारण मैत्रेयी व तिच्या जोडीदारामधील विकोपाला गेलेल्या नात्याचा मुलांच्या वाढत्या वयात त्यांच्या मनावर विपरीत परिणाम झालेला होता. परिणामस्वरूपी भविष्यात मुलांचेही कौटुम्बिक जीवन पणास लागले होते. त्यामुळे ते मैत्रेयीला न्याय मिळवून देण्याइतपत आपल्या जीवनमूल्यांनी मजबूत व आर्थिक दृष्टीकोनातूनही सक्षम नव्हते. मैत्रेयीच्या आत्मसम्मानापुढे त्यांना वडीलांकडून मिळालेली मालमत्ता जास्त महत्वाची वाटत होती. तसेच आपण जर संपत्तीवर आपला हक्क प्रस्थापित केला नाही. तर ती बाहेरून आलेली बाई सर्व संपत्ती गिळंकृत करेल अशी भीतीही मुलांच्या मनात होती. त्यामुळे ते फक्त संपत्ती संबंधीतच विचार करत राहिले. परंतू त्यांची ही तोकडी विचारसरणीच त्यांना सीमित आयुष्याकडे जाण्यास प्रेरित करत होती. अशाप्रकारे मैत्रेयीचा वर्षो न वर्षांचा मानसिक त्रास निरर्थक ठरला. त्यामुळे सर्वतोपरी केवळ तिचे नुकसानच झाले. कारण त्यामधून तिच्या माघारी काहीही निष्पन्न होवू शकले नाही.

मैत्रेयी जीवित असतांना जे घर अन्नधान्याने व माणसांनी देखील भरलेले राहत होते. त्या घराला आता तिच्या माघारी उतरती कळा आलेली होती. त्या घरी आता मैत्रेयीचा लहान मुलगा आपल्या पत्नीसोबत राहत होता. नंतरच्या काळात त्याला तिथे पराकोटीची आर्थिक चणचण सोसावी लागली. कित्येकदा त्याला आपल्या बहिणींकडून आर्थिक मदत स्वीकारावी लागली. अशाप्रकारे त्याच्या घसरलेल्या आर्थिक परिस्थिती विषयी सर्वत्र चर्चा होवू लागल्या. मैत्रेयीच्या मोठ्या मुलास मात्र नोकरीनिमित्ताने आपल्या पत्नी व मुला समवेत घरातून बाहेर पडावे लागले. परंतू त्यालाही बाहेरच्या जगात अनेक समस्यांचा सामना करावा लागला. तोही काही प्रमाणात पुरुषी मानसिकतेने ग्रासित होता. त्यामुळे त्याच्या कुटूम्बीयांना त्याच्याकडून मानसिक त्रास सुद्धा सहन करावा लागला. ज्यामुळे ते विविध आजारांना व मानसिक विकारांना बळी पडले. शिवाय आर्थिक अडचणींमुळे त्यांना असे जीवन जगावे लागले. ज्याचे अंतर्गत स्वरूप बाहेरच्या जगास ठाऊक नव्हते. त्यामुळे बाहेरच्यांना ते अत्यंत साधनसंपन्न असल्याप्रमाणे भासत असत. आपले जोडीदार कर्तृत्ववान नाहीत. हे कळल्यावर मैत्रेयीच्या दोन्ही सुना वेगवेगळ्या पद्धतीने त्यांच्यावर आपली नाराजी

व्यक्त करत राहिल्या. परिणामस्वरूपी ती दोन्ही जोडपी गुण्यागोविंदाने नांदत नव्हती. तर त्यांच्यात आपसात असंख्य क्लेश होते. अशाप्रकारे मैत्रेयी व तिच्या जोडीदारा प्रमाणेच त्यांची मुलेही एकप्रकारचे असमाधानकारक दाम्पत्य जीवन जगत होते.

ज्यामुळे त्यांच्या मुलांनाही लहानपणापासूनच कमजोर आत्मसम्मान, खिन्नता व अतिविचार करणे तसेच आत्मविश्वासाची कमतरता ह्यासारख्या समस्यांना सामोरे जावे लागले. त्याच कारणांनी त्यांना शिक्षण घेण्याच्या कालावधीत तसेच त्यांच्या कारकिर्दी मध्येही अनेक अडचणी आल्या. अशाप्रकारे घरात लक्ष्मीच्या व अन्नपूर्णेच्या स्वरूपात असलेल्या मैत्रेयीला तिच्या जोडीदाराने दिलेल्या मानसिक त्रासामुळे तसेच तिच्या केलेल्या अवहेलनेमुळे त्या घराचे प्रतिनिधीत्व करणाऱ्या नंतरच्या पिढीलाही त्याची वाईट फळ भोगावी लागली. कारण तिथे खऱ्या अर्थाने स्त्रित्वाचा घोर अपमान झालेला होता. तेव्हा हा निसर्गाचा कठोर न्यायच म्हंटला पाहिजे. मैत्रेयीच्या मोठ्या मुलास एक मुलगा व एक मुलगी असे दोन पदवीधर झालेली मुले आहेत. त्या मुलांना ह्या घराचा दु:खद इतिहास उत्तमरीतीने ठाऊक आहे. परंतू मैत्रेयीच्या मुलालाच अजूनही त्याच्या आईच्या वेदनादायी आयुष्याचे सार कळलेले नाही. कारण त्याने देखील आपल्या वडीलांच्या पावलावर पाउल टाकून चारित्र्यहिनतेच्या मार्गावर जाण्याचा प्रयत्न आपल्या आयुष्यात केलेला होता. एकदा एका ओळखीच्या कुटूंबा कडून दरवर्षी प्रमाणे गणपतीच्या जेवणानिमित्त आमंत्रणाचा फोन मैत्रेयीच्या मुलास आला. घरच्या लक्ष्मीसही प्रत्यक्षात आमंत्रण देण्याचा आग्रह समोरच्याने केल्यामुळे मैत्रेयीच्या सुनेनेही फोनवर रीतसर आदरातिथ्याने आमंत्रण स्वीकारले. त्यानंतर ति फोन ठेवणार तितक्यातच फोनची रिंग पुन्हा वाजली. तसेच आणखवी एक फोन त्या मोबाईलवर तिच्या हातातच आला. ज्याविषयी तिच्या मनात पुसटशी शंका निर्माण झाली. तरीही मैत्रेयीची सून आपल्या दैनंदिन कार्यात व्यस्त झाली. परंतू तिच्या मनातून फोनचा विषय काही केल्या जाईना. तेव्हा शंकेचे निरसन करण्यासाठी तिने आपल्या तरुण मुलीच्या सहाय्याने काही गोष्टींची अत्यंत सावधगिरीने पडताळणी करण्यास सुरवात केली. तेव्हा त्यामधून एक मोठे लाजिरवाणे प्रकरण उघडकीस आले. ज्याचे सर्वांच्या मनावर सखोल दुष्परिणाम झाले. त्याचप्रमाणे त्यामुळे घरात नात्यांचे बंध पराकोटीच्या वितुष्टात परिवर्तीत झाले. कारण मैत्रेयीच्या मुलाने आपल्या आयुष्यात एका कष्टप्रद इतिहासाची पुनरावृत्ती केलेली होती. ज्यामुळे पुन्हा एकदा त्या घरातील लक्ष्मीच्या विश्वासास तडा गेलेला होता. परिणामस्वरूपी मैत्रेयीच्या नातीच्या नाजूक मनावरही त्या झालेल्या लज्जास्पद घटनेचा मोठा आघात झाला. त्यासाठी पुढे तिला मानसिक स्वास्थ्याच्या दृष्टीने एका थेरपीस्ट कडे जावून प्रोफेशनल मदत घ्यावी लागली. अशाप्रकारे मैत्रेयी व तिच्या जोडीदाराच्या आपसातील क्लेशपूर्ण दाम्पत्य

जीवनाचा तसेच त्यांच्या चुकीच्या पालकत्वाचा भुर्दंड पुढच्या पिढ्यांनाही त्यांची काहीही चूक नसतांना भोगावा लागला. जीवनाचा तसेच त्यांच्या चुकीच्या पालकत्वाचा भुर्दंड पुढच्या पिढ्यांनाही त्यांची काहीही चूक नसतांना भोगावा लागला.

मैत्रेयीच्या नातीची थेरपी सुरू असतांना मात्र एकेदिवशी एक अविश्वसनीय व अभूतपूर्व प्रसंग घडला. ज्याचा इथे उल्लेख होणे आवश्यक आहे. थेरपी लावून जवळ जवळ दहा ते पंधरा दिवस होत आलेले होते. एकेदिवशी थेरपी सेशन सकाळचे होते. त्या अनुषंगाने मैत्रेयीची नात आपल्या वडीलांबरोबर थेरपीला जाण्यास घरून निघाली. तिथे पोहोचताच थेरपीस्ट व तिच्या सहयोगी थेरपीस्टने तिचे हसतमुखाने स्वागत केले. त्याचबरोबर थेरपीच्या प्रक्रियेस सुरवात होणार तितक्यात थेरपी रूमच्या वातावरणात काही प्रमाणात बदल झाला. तो बदल थेरपीस्टच्या त्वरीत ध्यानात आला. कारण ती एक हिपनोथेरपीस्ट आहे. तशाच त्या दोघीही थेरपीस्ट ताबडतोब रूमच्या बाहेर गेल्या आणि आपसात काहीतरी महत्वाचे कुजबुजू लागल्या. त्यानंतर पुन्हा रूममध्ये येवून मुख्य थेरपीस्टने मैत्रेयीच्या नातीला सांगितले कि आपल्याबरोबर आता इथे एक आत्मा उपस्थित आहे. आम्ही त्याच्याशी वार्तालाप करतो. तेव्हा तू घाबरू नकोस. कारण असे प्रकार इथे नियमितपणे घडत असतात. सहयोगी थेरपीस्ट ही सायकीक क्षमता असलेली होती. त्यामुळे तिच्या शरीरात आलेल्या आत्म्यास प्रवेश मिळाला.

त्यानंतर मुख्य थेरपीस्ट व आत्मा ह्यांच्यात संवाद साधला जावू लागला. मैत्रेयीची नातही तिथेच उपस्थित होती. आलेला आत्मा आवेगात होता. खूप जास्त संतापलेला होता. हे आवर्जून त्यांच्या ध्यानात आले. त्याच सुरात त्याने मैत्रेयीच्या नातीवर दृष्टीक्षेप टाकला आणि तिला तू येथून निघून जा असे सांगितले. त्यावर थेरपीस्टने आत्म्यास प्रतिप्रश्न केला कि इथून म्हणजे ह्या रूम मधून का? त्यावर आत्मा म्हणाला कि, नाही ह्या घरापासून लांब जा. कारण मी श्राप दिलेला आहे. त्यावर थेरपीस्टने विचारले कि कोणाला दिला आहे श्राप? त्यावर आत्म्याने उत्तर दिले कि, ह्या घरातील सर्व स्त्रियांना श्राप दिला आहे. परंतू ह्या मुलीचा ह्यात काहीही दोष नसतांना ती ह्यात विनाकारण ओढली जात आहे. त्यानंतर आत्म्याने आपली आपबिती सांगण्यास सुरवात केली. मी खूप त्रास सहन केलेला आहे. हे सांगत असतांना आत्म्याच्या दुःखाची झळ त्या तिघींना अक्षरशा जाणवत होती. मला ह्या घरातील पुरुषांविषयी काहीही आठवण ठेवाविशी वाटत नाही. ह्या मुलीच्या आईनेही माझ्या प्रमाणेच वेदनादायी जीवन जगलेले आहे. तिचाही काहीही दोष नाही. ह्या दोघी मायलेकींना मी रडतांना पाहू शकत नाही. जेव्हा त्या रडतात तेव्हा मला माझ्या अंगावर कडक गरम पाणी सांडल्यासारख्या वेदना होतात. माझे मन ह्या दोघींमध्ये अडकलेले आहे. म्हणून मी स्वतः माझ्या मुलीस थेरपीपर्यंत आणलेले आहे. त्यानंतर त्या आत्म्याने थेरपीस्ट कडून अक्षरशा वदवून

घेतले कि माझ्या मुलीला तुम्ही योग्य मार्ग दाखवा. तसेच माझ्या मुलीस तुम्ही घडवा. तरच मला शांतता लाभेल. मुलाने केलेले प्रकरण देखील मीच ह्यांच्या सामोर आणलेले आहे. मला सर्वांनी विसरवून दिलेले आहे. परंतू ह्या दोघींनी मला कायम आपल्या आठवणीत जिवंत ठेवले. घडणाऱ्या घटना घडूनच राहतील मी काहीही होण्यापासून थांबवू शकत नाही. परंतू माझी छत्रछाया कायम ह्या घरावर राहील. असे बोलून त्या आत्म्याने मुलीस दोन्ही हातांनी भरभरून आशीर्वाद दिले. त्यानंतर आत्मा सहयोगी थेरपीस्टच्या शरीरातून बाहेर पडला व सर्वकाही शांत झाले. मैत्रेयीच्या नातीला ह्या प्रसंगाने एक विलक्षण अनुभव आजीवन स्मरणात ठेवण्याकरीता दिला.

थेरपीस्टने मैत्रेयीच्या नातीला आलेल्या आत्म्यासंबंधी विचारले असता तिला त्याला ओळखण्यास क्षणभरही अवकाश लागला नाही. कारण तिने आपल्या आईच्या तोंडून कित्येकदा आपल्या मृत आजीबद्दल ऐकलेले होते. मैत्रेयीच्या मृत्यूस आता चोवीस पंचवीस वर्ष उलटून गेलेली होती. तरीही तिच्या आत्म्यास अजूनही मुक्तता मिळाली नाही. कारण तिने तिच्या जिवंतपणी ज्या मानसिक वेदना सहन केल्या होत्या. त्या वेदनांनी तिला इतके विचलीत केले होते कि त्यामुळे ती घरातील स्त्रियांनाच श्राप देण्यास विवश झाली. जो त्रास माझ्या जोडीदाराने मला दिला तसाच त्रास तुम्हालाही व्हावा. तेव्हाच तुम्हाला माझ्या वेदना कळतील अशी तिने मनोमन कामना केली. परंतू तिच्या ह्या आवेगपूर्ण कृत्याने तिने स्वतःलाच अडकवून घेतले. मैत्रेयी मुळात करुणामयी हृदयाची धनी असल्यामुळे मृत्यूनंतर तिचे मन मात्र पश्चातापाने व्याकूळ झाले. खासकरून तेव्हा जेव्हा तिच्या नातीसारख्या निरागस व निष्पाप मुलीस देखील तिच्या श्रापाने आपल्या कवेत घेण्यास सुरवात केली. त्यामुळे मैत्रेयीला आपल्या मनातील भाव व्यक्त करण्यासाठी प्रत्यक्षात तिच्या समोर यावे लागले. मैत्रेयी हे जग सोडून गेली तेव्हा तिच्या नातीचा जन्म सुद्धा झालेला नव्हता. परंतू आता मात्र तिला मैत्रेयीच्या आशिर्वादांचे कवच व तिची माया देखील प्राप्त झाली होती. निसर्गाच्या ह्या विस्मयकारकतेने मन क्षणभरासाठी भावूक झाले. त्याचबरोबर डोळ्यांमधील अश्रूंनी मैत्रेयीच्या आठवणी पुन्हा एकदा ओल्याचिंब झाल्या. त्यानंतर थेरपीस्टने मैत्रेयीच्या नातीस तिच्यातील प्रामाणीकपणा व हुशारी पाहून तिच्या पात्रते अनुसार तिला अनेक संधी उपलब्ध करून दिल्या. ज्यामुळे ती मानसिक खिन्नतेतून हळूहळू करून बाहेर येवू शकली. त्याचबरोबर तिच्या थांबलेल्या विचारांना देखील चालना मिळाली. आता मात्र तिच्या आयुष्याने गती पकडली आहे. त्याचप्रमाणे ती आपली स्वप्न पूर्ण करण्याच्या दिशेने भराऱ्या घेवू लागली आहे. थेरपीस्टनेही मैत्रेयीच्या आत्म्यास दिलेल्या वचनाप्रमाणे त्या मुलीस घडवीन्याचा जणूकाही ध्यास घेतला आहे. खरेतर हे माणुसकीचे एक मूर्तिमंत उदाहरण आहे. त्याचप्रमाणे एका मृत व्यक्तीने जिवंतपणी

तिच्या हातून घडलेल्या चुकीचे परिमार्जन करण्यास. तसेच आपल्या त्या चुकीमुळे अजूनही होत असलेली निरागस जीवांची होरपळ थांबविण्याचा मार्ग दाखविण्यास. स्वत: यावे असे आयुष्यात कधी ऐकलेले देखील नव्हते. परंतू मैत्रेयीने ते करून दाखविले. ह्यावरून तिच्या मनाचा मोठेपणा सिद्ध होतो. आता तर मैत्रेयीच्या मुक्तते साठी तिच्या नातीला व स्वत:लाही घडवीन्याचा विडा मैत्रेयीच्या सुनेने स्वत: उचलला आहे. कारण पुरुषी मानसिकतेच्या वर्चस्वाला झुगारून आत्मसम्मानाचे जगणे हाच ह्या घरातील स्त्रियांसाठी मैत्रेयीने देखील दिलेला मूलमंत्र होता. त्या अनुसार जेव्हा समोर येणाऱ्या पिढ्यांतील लेकीसुनांना घरातील वरिष्ठ स्त्रिया सचेत करत जातील. तसेच त्यांना स्वावलंबी बनविण्यासाठी मनापासून पाठींबा देतील. तेव्हाच मैत्रेयीने दिलेल्या श्रापाच्या प्रभावातून त्या सर्वजणी मुक्त होवू शकतील. त्याचप्रमाणे मैत्रेयी देखील तिच्या मनाच्या संलग्नतेतून बाहेर पडून आपल्या पुढच्या प्रवासाला लागेल. मैत्रेयी एक सुशिक्षित, सुज्ञ तसेच स्वावलंबी स्त्री असूनही तिने आपल्या आयुष्यात असे दुर्भर झालेले जगणे का म्हणून स्वीकारले असावे? वर्षो न वर्षे अशाप्रकारे मानसिक त्रासाला स्वत:शी का कवटाळले असावे? खरेतर हा एक अत्यंत गंभीर व महत्वाचा प्रश्न आहे. परंतू त्याचे उत्तर मात्र अगदी सरळ आहे. कारण जेव्हा मैत्रेयी प्रमाणेच एखादी स्त्री तिच्या जीवनात जोडीदाराने केलेल्या विश्वासघाताच्या वेदना सहन करत असते. तेव्हा हे जग तिलाच आरोपीच्या पिंजऱ्यात उभे करून तिच्यावर दोषारोपण करते. त्याचप्रमाणे लोक फक्त बघ्याच्या भूमिकेत राहून त्या मनाने विचलीत झालेल्या स्त्रीवर अनाहूतपणे आपले भावनाविरहीत कोरडे सल्ले थोपवित असतात. त्याशिवाय मुलाबाळांचा व घराण्याच्या अब्रूचा विचारही त्या स्त्रीलाच करावा लागतो. त्याहीपेक्षा सर्वात महत्वाचे म्हणजे त्या स्त्रीने आपल्या भावनांचे धागे तिचा जोडीदार असलेल्या पुरुषामध्ये सखोल गुंतविलेले असतात. ते नाजूक धाग्यांचे जाळेच पुढे जावून तिच्या मार्गातील सर्वात मोठा अडथळा बनत असते. कारण सर्व कळत असूनही त्यात ती अशी हरवीते कि तिला तिच्या व्यक्तीगत आयुष्याकरीता ठोस निर्णय घेणे शक्य होत नाही. भविष्यात जोडीदारामध्ये कधी ना कधी तरी अपेक्षित बदल येईल ही भाबडी आशा तिला पराकोटीची मानसिक घुसमट सहन करत आयुष्य जगण्यास भाग पाडत असते. त्याचप्रमाणे कोणतीही स्त्री आपल्या भूमिकेशी इतकी संलग्न झालेली असते. कि एक माणूस म्हणून स्वत:चा स्वतंत्र विचार करणे तिच्यासाठी फार कठीण होत असते. त्यासाठी तिला आजीवन जोडीदाराने केलेल्या विश्वासघातरूपी विषाचा प्याला पीत राहणेही एकवेळ मान्य असते. अशाप्रकारे स्त्रियांच्या भावनाच त्यांचा सर्वात मोठा शत्रू बनतात. जेव्हा त्यांच्या प्रभावाखाली येवून स्त्रिया स्वत:चेच आयुष्य अशारितीने उध्वस्त करण्यास निघतात. ह्याच एकमेव कारणाने मैत्रेयीला देखील स्वत:प्रती इतके

कठोर होण्यास विवश केले असावे. जेणेकरून तिने स्वत:ची मदत करण्याकरीता कोणतेही मजबूत पाउल उचलले नाही. त्यामुळे तिला बाहेरूनही मदत मिळू शकली नाही. त्याशिवाय ती देखील आपल्या सामाजिक प्रतिष्ठेला कवटाळून बसली होती. जे तिला तिच्या अत्यंत खचलेल्या अवस्थेतही ती कणखर असल्याचे खोटे बळ देत राहिले. परंतू मैत्रेयी प्रमाणे स्वत:च स्वत:चा अशाप्रकारे विश्वासघात करत जीवन जगणे हे एका स्त्रीने स्वत:ला स्त्री म्हणूनच हरविण्यास पुरेसे ठरते. कारण प्रेम ही अत्यंत शुद्ध व निर्मळ भावना असते. जर त्याकरीता एका विश्वासघातकी पुरूषाकडे भिक मागण्याची वेळ कोणत्याही स्त्रीवर आली असेल तर हा सुद्धा खुद्द एका स्त्रीने केलेला स्त्रित्वाचा अपमानच ठरतो. मैत्रेयीच्या जोडीदाराने तिच्या बरोबर केलेल्या विश्वासघातामुळे तिच्या मनावर आघात झाला. हे एकच कारण तिचे जगणे निरस करण्यास सबळ ठरले. ज्यामुळे ती तिच्या इतर महत्वपूर्ण जबाबदाऱ्यांवर लक्षकेंद्रित करू शकली नाही. ती फक्त एखाद्या निर्जीव यंत्राप्रमाणे जीवनाप्रती आपली कर्तव्य निभावत राहिली. मैत्रेयीने स्वत:बरोबर अजिबात न्याय केला नाही. तिने माणूस म्हणून स्वत:ची किंमत केली नाही. तिने संसारात केलेल्या आपल्या योगदानाला प्रतिष्ठा प्राप्त करून दिली नाही. तिने आपल्या आत्मसम्मानासाठी लढा सुद्धा दिला नाही. त्याचप्रमाणे तिने आपल्या अपत्यांचे दूरदृष्टीने संगोपनही केले नाही. त्यामुळे ती सुशिक्षित व स्वावलंबी असूनही एक अशिक्षित स्त्री ठरली. कारण तिने इतरांना समाधानी करत राहण्यात आपले संपूर्ण जीवन पणास लावले. तसेच ते करत असतांना फक्त आणि फक्त स्वत:ची दमछाक करून घेतली. परंतू आपल्या स्वाभिमानाच्या रक्षणार्थ तिने कणखरता दाखविली नाही. तिने जर तिच्यावर झालेल्या अन्यायाविरोधात आवाज उठवण्याची हिम्मत केली असती. तर ती निदान समाधानाने ह्या जगाचा निरोप तरी घेवू शकली असती. त्याचप्रमाणे अशाप्रकारे आपल्याच कठोर शब्दांच्या अडकित्त्यात अडकण्याची वेळ तिच्यावर आली नसती. कारण अन्याय करणाऱ्या इतकाच निमुटपणे अन्याय सहन करणारा देखील तितकाच गुन्हेगार असतो. परंतू अन्यायाला वाचा फोडणारा मात्र उत्कृष्ट नेतृत्वकर्ता म्हणून ओळखला जातो. त्यामुळेच पिढ्या न पिढ्या डोळे झाकून त्याचे अनुकरण करण्यास तयार असतात. अशाप्रकारे नेतृत्वकर्ता बनण्याचे सर्व गुण मैत्रेयी मध्ये असूनही त्या गुणांवर मैत्रेयीने आपल्या कृतीतून शिक्कामोर्तब केला नाही. त्यामुळे तिचा त्रास हा मातीमोल ठरला. त्याचबरोबर मैत्रेयी ही एक आदर्श शिक्षिका असूनही आपल्याच मुलांपर्यंत ती स्त्रियांचा सर्वतोपरी सम्मान करण्याचा व त्यांच्यावर अन्याय करणाऱ्याला चांगलाच धडा शिकवीन्याचा मोलाचा संदेश देखील पोहचवू शकली नाही. म्हणूनच तिच्यावर अन्याय होत असतांना तिची मुले केवळ शांतपणे आपल्या डोळ्यांनी बघत राहिलीत. त्यांच्यात आपल्या आईसाठी

काही करण्याची ठिणगी पेट घेवू शकली नाही. ज्यामुळे भविष्यात कधीही त्यांच्यात कर्तुत्वाचा अंशही वाढू शकला नाही. ज्या स्त्रिया अन्याय अत्याचार शोषण अशा माणुसकीला काळीमा फासणाऱ्या नकारात्मक कृत्यांना उघडकीस आणण्याचे स्वत:मध्ये धाडस बांधतात. त्याच स्वकर्तुत्वाचे बीज आपल्या मुलांमध्ये पेरून उद्याचा समाजाचा चेहरामोहरा बदलू शकतात. परंतु मैत्रेयीला ते करणे शक्य झाले नाही. त्यामुळे आज ती त्या यादीतून बाहेर पडली आहे.

आई तू सोसलेस इतके कि
त्या सोसण्याचा अंत नाही

तरीही तुझ्या माघारी
तुला विसरण्याची प्रत्येकास झाली घाई

आता तुझी आठवण
कोणासही इथे होत नाही

आई तू सोसलेस इतके कि
त्या सोसण्याचा अंत नाही

मैत्रेयीचे दयेने व मायेने ओतप्रोत भरलेले हृदय हीच तिची खरी ओळख होती आणि आजही आहे. अशा देवस्वरूप हृदयाची ह्या नात्यांच्या जगाने मात्र विश्वासघातासारखे जहाल विष देवून अक्षरशा चाळण केली. आयुष्यात नात्यांचे व भूमिकांचे अत्यंत कठोर रूप दुर्दैवाने मैत्रेयीला अनुभवावे लागले. परंतू तरीही तिच्या मनातील सर्वात किमती ठेवा म्हणजे "मैत्रेयीची माया" तिच्यापासून कोणीही हिरावून घेवू शकले नाही. जो तिला सृष्टीच्या उच्च स्तरीय उर्जेने बहाल केला होता. त्याचप्रमाणे जो तिच्यातील स्त्रीत्वाची ओळखही दर्शवितो. मैत्रेयीच्या मृत्यू नंतरही हा मौल्यवान ठेवा तसाच कायम राहिला. तसेच तो आजही तिच्या निरागस व निर्दोष माणसांसाठी निरंतर कार्यरत आहे. मैत्रेयी सारख्या सत्वशील स्त्रिया क्वचितच जन्म घेतात. त्याचप्रमाणे ह्या दुनियेने त्यांना कितीही दु:ख दिले असले. तरी त्या मात्र आपल्यातील विशेशतांनी कायम दुनियेवर किमया करत असतात. अशाचप्रकारे मैत्रेयीच्या मानसिक वेदनांनी जेव्हा परिसीमा गाठली. तेव्हा तिच्या हातून एक चूक घडली होती. परंतू झालेल्या चुकीच्या जाणिवेने तिच्या आत्म्यासही आजतागायत शांतता लाभली नाही. त्यामुळे त्या चुकेच्या नकारात्मक प्रभावातून आपल्या माणसांना कसे वाचविता येईल हे सांगण्यासाठी मैत्रेयीचा आत्मा स्वत: कार्यरत झाला. अशा ह्या प्रेमळ पुण्यात्म्यास शतशा वंदन आहे. कुटूम्बातील ज्या ज्या माणसांना मैत्रेयीने ती जिवंत असतांना सहन केलेल्या अतीव दु:खाची कल्पना आहे. तसेच मैत्रेयीच्या वेदना जर ते तिळमात्रही समजू शकले असतील. तर त्यांनी मैत्रेयीच्या सम्मानार्थ तिच्या मायेला आजीवन आपल्या स्मरणात जिवंत ठेवले पाहिजे. कारण मैत्रेयीच्या सहनशीलतेस सीमा नव्हती. आजच्या युगात नात्यांमधली सखोलता संपुष्टात आल्याने स्त्री असो अथवा पुरूष दोघांचीही सहन करत राहण्याची क्षमता कमी झालेली आहे. परंतू मैत्रेयीने मात्र आपल्या सर्व क्षमता पणास लावून आजीवन नात्याचा सम्मान राखला. एका प्रामाणिक स्त्रीचे हे विशाल योगदान कुटूम्बाने असे सहज विसरवून द्यावे. तितकेच नाहीतर तिची जागाही अन्य कोणास देवून बदलवून टाकावी. माणसांच्या ह्या स्वार्थी प्रवृत्तीस व असंवेदनशिलतेस कसे समजून घ्यावे हे कळतच नाही. परंतू हीच सत्य परिस्थिती आहे. मैत्रेयी मध्ये स्त्रीत्वाचे कितीतरी गुणधर्म आढळून येतात. तसेच स्त्रीत्व हे सम्मानासाठी कोणाही पुढे पदर पसरत नाही तर ते सम्मानाचे हकदार असते. तेव्हा स्त्रीत्वाचा परस्पर सम्मान हाच ह्या लिखाणाचा मर्म आहे. त्यामुळे मैत्रेयीच्या अपरिमित सहनशिलतेची कहाणी जगासमोर आणण्यामागेही तिच्यातील 'स्त्रित्वाचा सम्मान' करण्याचाच उदात्त हेतू आहे. कारण मैत्रेयी सारख्या व्यक्तीमत्वास इतक्या सहजपणे विस्मरणात जावू देण्याइतके कोणीही श्रेष्ठ झालेले नाही. तेव्हा तिची खरी कहाणी पुढच्या पिढ्यांनाही ज्ञात व्हावी ह्याच शुद्ध उद्देशाने हा प्रयत्न केला गेला आहे.

मनस्वीची पडद्यामागची भूमिका

कुतूहल तुझ्या नजरेत होते
आयुष्याकडे बघतांना
खरेपणाच्या अमृताने तू तृप्त होतीस
जीवनाच्या वाटेवर चालतांना

गैरसमजांच्या खाईत तुला ढकलले होते
तुझ्याबरोबर चालतांना
तुझ्या निष्पाप छवीवर विश्वास नव्हता
तुझ्यासवे चालनाऱ्यांना

द्वंद तुझ्या मनात चालले होते
सत्य असत्याचा अंदाज लावतांना
तू स्वत:लाच कठोर कसोट्या लावीत होतीस
स्वत:चे अस्तित्व पारखतांना

तू तावून सुलाखून निघत होतीस
प्रत्येक कसोटीवर खरे उतरतांना
हिऱ्यापरी नितळ चकाकी आली होती
तुझ्या व्यक्तीमत्वाला

तू सरस्वतीच्या आशीर्वादांनी समृद्ध होतीस
आपली कला साकारतांना
प्रतिष्ठेने पावन केलेस
तू आपल्या उभ्या जन्माला

कुतूहल तुझ्या नजरेत होते
आयुष्याकडे बघतांना
हे जीवन अपुले सार्थक व्हावे
हाच ध्यास तुझ्या मनी
जीवनाच्या वाटेवर चालतांना

मनस्वीची आपल्याशी ओळख करून देत असतांना "निरागस व दयाळू हृदयाची धनी" असे तिच्याविषयी आवर्जून उल्लेख करणे आवश्यक आहे. कारण हीच तिची खरी ओळख आहे. परंतु हे जग मात्र अशा विशेष माणसांप्रती विविध पैलूंवर अधिकच निर्णयात्मक होते. तसेच त्यांना पावलोपावली कमकुवत प्रमाणित करण्यास लागलेले असते. त्याचप्रमाणे जीवन जगण्यासाठी असलेल्या कठोर नियमांच्या साच्यात त्यांना तंतोतंत बसविण्याच्या प्रयत्नात. त्यांच्यातील उणीवांवर जाणूनबुजून वारंवार निशाणा साधून त्यांच्या आत्मबळावरच प्रहार करते. असेच काहीसे कटू अनुभव जे प्रत्येक निरागस व्यक्तीस आयुष्यात कधी न कधी येत असतात. ते आयुष्याच्या प्रत्येक वळणावर घेत घेतच मनस्वी लहानाची मोठी होत होती. मनस्वी घरात सर्वात लहान असल्यामुळे आई वडीलांची अपार माया तसेच तिच्यापेक्षा मोठ्या बहिण भावांचा काळजी व प्रेमाने युक्त सहवास सुदैवाने तिच्या वाट्याला आला होता. त्यामुळे सर्वार्थाने एकप्रकारचे सुरक्षित व पोषक वातावरण जे एका निर्दोष बालमनाला आवश्यक असते. ते मनस्वीला तिच्या लहानपणी लाभले होते. म्हणूनच जीवनातील समस्या, आर्थिक अडचणी, मृत्यू ह्यासारख्या दुःखाचा सामना करायला लावणाऱ्या गोष्टींचा अद्याप मनस्वीच्या कोवळ्या मनाला मागमूसही लागलेला नव्हता. त्यामुळे मनस्वी जीवनाला फारच कुतूहलपूर्ण नजरेने बघू शकत होती. एखाद्या रंगबिरंगी फुलपाखराप्रमाणे निसर्गाच्या विविध छटा अनुभवत सर्वत्र बागडत राहणे. तसेच आपल्या निरागस नजरेने जगाकडे बघणे तिला आवडत होते. आईने स्वानुभवातून दिलेले व शाळेत शिक्षकांनी गिरविलेले धडे जीवनात जसेच्या तसे अंमलात आणले पाहिजे हे तिला ठाऊक होते. परंतु कधीकधी त्यामुळे आपल्याला कोणाच्या संतापालाही सामोरे जावे लागते ही गोष्ट मात्र तिला आश्चर्यचकीत करणारी होती. कारण एकदा तिचा भाऊ काही कारणास्तव शाळेत गेलेला नव्हता. परंतु त्यामागचे खरे कारण त्याला शिक्षकांना सांगायचे नव्हते. मनस्वी आपल्या आई बरोबर बाहेर गेलेली असतांना तिला नेमके तेच शिक्षक रस्त्यात भेटले. शिक्षकांनी विचारता क्षणी मनस्वीने मात्र सर्वकाही खरे खरे सांगितले. घरी आल्यावर तीच गोष्ट तिने अगदी सहज आपल्या भावालाही सांगितली. परंतु शिक्षकांना खरे कारण कळल्यामुळे भाऊ घाबरला. त्यामुळे तो मनस्वी वरही ओरडला. तरीही मनस्वीला काय लपवायचे होते. तसेच काय सांगायचे होते हे मात्र कळलेच नाही. मनस्वी लहान असतांना तिला तिच्या आईचा विशेष लळा होता. परंतु तिच्या खट्याळ स्वभावामुळे तिने आईच्या हातचा मार देखील बऱ्याचदा खाल्लेला होता. शेजारीपाजारी मनस्वीच्या आईला मनस्वी च्या डोळ्यात दोष आहे, ती लंगडत चालते तसेच ती अजिबात बोलत नाही असे तिच्यातील उणीवा मोजून दाखवत असत. परंतु मनस्वीच्या आईने मात्र कधीही आपल्या मुलीच्या

कोणत्याही कमकुवत बाजूवर विशेष लक्षकेंद्रित केले नाही. तरीही मनस्वी जसजसी मोठी होवू लागली तसतशी तिला लोकांच्या बोलण्याची थोडीफार जाणीव होवू लागली होती.

आईच्या वात्सल्यपूर्ण सहवासात ह्या सर्व गोष्टींचे आपल्या मनावर दडपण न घेता. लहानपणाचे सुख मनस्वी पुरेपूर रोजच्या जगण्यातून मिळवत असे. तेव्हा घरोघरी मनोरंजनाची साधने शक्य तोवर राहत नसत. त्यामुळे त्या काळातील बालपण हे निसर्गाच्या स्पर्शाने बहरलेले होते. अशाप्रकारे मनस्वीचे देखील लहानपण विटीदांडू, कंचे, बाहुला बाहुली तसेच मातीचे किल्ले बनविणे असे घराबाहेर येवून खेळले जाणारे खेळ खेळण्याचे मजेशीर अनुभव घेत घेत पुढे चालले होते. त्याचप्रमाणे आंबे, पेरू, लिंबू अशी फळे स्वतःच्या हाताने तोडण्याच्या भारी छंदामुळे ती उन्हाळ्यातील शाळेच्या सुट्ट्यांमध्ये संपूर्ण दिवस झाडाखालीच आपला वेळ व्यतीत करत असे. मनस्वीच्या आईने तिला अतिशय लाडकौतुकात वाढविले होते. तरीही वेळोवेळी गरजेनुसार चांगल्या वाईटाची समजही तिने उत्तमरीतीने मनस्वीला दिली होती. एकदा मनस्वी एका लंगडत चालणाऱ्या व्यक्तीवर अगदी सहजच हसली. तेव्हा तिच्या आईने तिला कोणाच्याही शारीरिक अपंगत्वावर हसणे कसे माणुसकीला धरून नाही. हे परखड शब्दात एकदाच समजवून सांगितले. त्यानंतर ती चूक मनस्वीने आयुष्यात पुन्हा कधीही केली नाही. मनस्वीला लहानपणी तिच्या आईव्यतिरिक्त इतर कोणाही मोठ्यांशी बोलण्याची भीती वाटत असे. किंबहुना ती तिच्या मोठ्या बहिणभावांशीही मोकळेपणाने बोलत नसे. जेव्हा तिचे मामा त्यांच्या घरी येत असत. तेव्हा ती त्यांच्या समोर येण्याच्या भीतीने कोठेतरी लपून बसत असे. परंतू आपल्या वयाच्या मुलांशी खेळतांना व आपल्यापेक्षा कमी वयाच्या मुलांना मायेने सांभाळतांना मात्र ती आपले संपूर्ण भान हरपून जात असे. मनस्वी खूप काही समृद्धीत लहानाची मोठी झाली नव्हती. कारण ती एका सर्वसाधारण नोकरदार वडीलांची मुलगी होती. तरीही तिच्यातील अति अल्लडपणामुळे असावे कदाचित तिच्या मनात स्वतःप्रती तुलनात्मक भाव निर्माण होण्यास फार वेळ लागला. तसेच तिच्या हृदयातील निरागसपणा हा तिच्या पुढील आयुष्यातही जास्त काळ टिकून राहू शकला. मनस्वीची आई अत्यंत साधी सरळ व एक प्रामाणिक गृहिणी होती. त्याचप्रमाणे घरात टिकून राहणारी होती. मनस्वी निरंतर आपल्या आईचे सूक्ष्म निरीक्षण करत असे. त्यामुळे तिची छवी मनस्वीच्या बालमनावर हुबेहूब कोरली जावू लागली. त्याचप्रमाणे आईसारखी घरातील कामे करण्यातही काहीप्रमाणात तिचा रस निर्माण होवू लागला. अभ्यास करणे हे तिच्यासाठी नावडते काम होते. त्यामुळे ती तेव्हापासूनच आपल्या कल्पनाशक्तीने मोठेपणी आपण आपल्या आई सारखे गृहिणी होवून घर सांभाळण्याचे स्वप्न बघत

असे. मनस्वीचे मन इतके कोवळे होते कि तिला कोणाचीही असहाय व केवीलवाणी अवस्था बघवत नव्हती. कोणाच्याही वेदनापूर्ण आवाजाने ती मनातून विचलीत होत असे. तसेच कोणाला सुरक्षा प्रदान करण्याकरीता कोणताही मागचा पुढचा विचार न करता तत्परतेने तिला शक्य असलेले पाऊल ती उचलत असे. मनस्वीला तिच्या लहानपणा पासूनच लहान मुलांचे व प्राण्यांप्रती अतिशय आकर्षण होते. त्यामुळे कॉलनीतील सर्व लहान मुले तिच्या अंगावरची होती. ती आईने दिलेले आपल्या हिस्स्याचे खाण्याचे पदार्थ त्यांच्यात मोठ्या मनाने वाटून देत असे. त्याचबरोबर त्यांना प्रेमाने जपतही असे. त्याशिवाय एखादे मांजरीचे पिल्लू जर कोठे तिला आढळले. तर आईला न विचारता व तिला कळू न देता ती त्या पिल्लाला घरात चेवून त्याला दूध पाजणे सुरू करत असे. त्यानंतर तिच्या आईचे देखील मन त्या पिल्ल्याकडे हळूहळू करून आकर्षित होत असे. मनस्वीची एक बाल मैत्रीण होती. त्या दोघींचाही जन्म एकाच दिवशी झालेला होता. तसेच त्या दोघींनी पहिल्या वर्गापासून ते दहावीपर्यंतचे शिक्षण सुद्धा एकाच शाळेतून सोबतच घेतले होते. मनस्वीच्या स्वभावातील भाबडेपणा व तिचा दयाभाव ह्या दोन गोष्टी तिचे मुख्य गुणविशेष होते.

परंतू समाजात आपण सर्वतोपरी एक मजबूत व्यक्तीमत्व असावे. किंवा आपल्या माणसांनी देखील उन्नती करून नावलौकिक मिळवावा. अशी प्रबळ आकांक्षा लहानग्या मनस्वीच्या मनात तेव्हा पासूनच घर करून होती. इतरांची होत असलेली प्रगती पाहून ती तेव्हा विचलीत होत असे. जेव्हा तिला आपल्या माणसांची प्रगती होतांना दिसत नसे. खरेतर ही मनस्वीच्या आयुष्याची एकप्रकारे महत्वपूर्ण सल होती. जी काळाबरोबर व परिस्थितीनुसार तिच्या इतर समस्यांच्या ओझ्याखाली गाडली गेली. परंतू कधीही नष्ट होवू शकली नाही. त्यामुळे भविष्यातही तिच्याशी जुळलेल्या प्रत्येक माणसाला मनस्वी कायम प्रगती करण्यासाठी प्रवृत्त करत राहिली.

मनस्वीने आपल्या संपूर्ण कुटुंबाला स्वाभिमानाच्या जगण्याने प्रेरित असलेले पाहिले होते. त्यामुळे तिच्या मध्येही आपोआपच स्वाभिमानाचे बाळकडू अस्तित्वात होतेच. ती लहान असतांना सुद्धा वरकरणी क्षुल्लक वाटणारी परंतू जीवनापयोगी मूल्य तिच्या व्यक्तीमत्वाचा अविभाज्य भाग होती. तरीही घरात सर्वात लहान असल्यामुळे कोणत्याही गोष्टीसाठी हट्ट करण्यापासून ती स्वतःला थांबवू शकत नव्हती. त्याचप्रमाणे तिचे आई वडील आवडीने तिने केलेले हट्ट पूर्णही करत असत. मनस्वीचे मोठे बहिण भाऊ शाळेत शिकत असतांनाच आपल्या वडीलांना आर्थिक हातभार लावण्याकरीता छोटी मोठी कामे करत असत. त्याचबरोबर ते तिचेही अभ्यासात सुद्धा हुशार होते. त्यामुळे शाळेत तिघांचाही नावलौकिक होता. परंतू जेव्हा त्या शाळेत मनस्वीचेही पदार्पण झाले. तेव्हा मात्र तिचे अभ्यासात कमी व खेळण्यात जास्त लक्ष असलेले

पाहून तिला शिक्षकांकडून तिच्या बहिण भावांची उदाहरणे वारंवार दिली जात असत. अशाप्रकारे मनस्वीच्या मनात आपल्या सडपातळ शरीरयष्टी सोबतच शिक्षकांनी तिच्याच बहिणभावांसोबत तिची तुलना केल्यामुळे कोठे ना कोठे कमीपणाचे भाव निर्माण होण्यास सुरवात झाली होती. त्यामुळेच तिचे निरागस मन जे निसर्गाच्या तालावर नाचू पाहत होते. आतामात्र ते हळूहळू कोमेजत चालले होते. कारण ती मनातल्या मनात कुढत होती. मात्र बाहेर व्यक्त होणे तिला शक्य होत नव्हते. अशाप्रकारे मनस्वी आपल्या आंतरिक भीतीपोटी इतर लहान मुलांप्रमाणे सर्वकाही वेळेत शिकूही शकली नाही. ती गोष्ट तिला आतल्या आत आणखीच खचवत होती. त्यासोबत मानसिकरीत्या तिच्या व्यक्तीमत्वाला तिच्याही नकळतपणे घडवत चालली होती. परंतू कोणाबरोबरही मनातले ते शल्य वाटून तिला मोकळे होता येत नव्हते. मनस्वीला फक्त आपल्या आईचा सहवास तेवढा सुखदायक वाटत होता. कारण तिचे मन कायम निस्वार्थ प्रेमाकडे आकर्षित होत असे. जे तिला तिच्या आई व्यतिरीक्त इतर कोठेही अनुभवास येत नव्हते. त्यामुळे आई शिवाय आपल्या आयुष्याची ती कधी कल्पनाही करु शकत नव्हती. तिच्या कल्पनेतील विश्वात फक्त तिची आई, प्राणी, लहान मुले व निसर्ग इतक्याच गोष्टी येत होत्या. ह्यावरून आपल्याला तिच्या अंतर्मुखी व्यक्तीमत्वाची काही प्रमाणात का होईना परंतू ओळख होते. अशाप्रकारे मनस्वी आपल्या अद्वितीय व्यक्तीमत्वाबरोबर लहानाची मोठी होवू लागली होती. मनस्वी आता इयत्ता दहावीत शिकत होती. ती आपल्या बहीण भावांप्रमाणे हुशार मुलांच्या यादीत येत नव्हती. त्या तिघांच्या तुलनेत तिचा आत्मविश्वास देखील कमी होता. त्याचप्रमाणे तिचे बऱ्याच विषयांवर प्रभुत्वही नव्हते. त्यामुळे तिला वेगवेगळ्या विषयांच्या शिकवण्या लावून देण्यात आलेल्या होत्या. त्याशिवाय घरी तिचा भाऊ सुद्धा तिला शिकवत असे. परंतू मनस्वीचे मन तितकेसे अभ्यासात लागत नव्हते.

त्याचप्रमाणे तिचा अभ्यासाचा आलेख बघून तिच्या पास होण्याचीही घरात कोणास शाश्वती वाटत नव्हती. त्यामुळे घरात कोणीही तिच्याकडून विशेष अपेक्षा ठेवलेल्या नव्हत्या. मनस्वी ज्या शाळेत शिकत होती त्यावेळी त्या शाळेत इतर खेड्यापाड्यातील शाळांचे विद्यार्थी देखील बोर्डाची परीक्षा देण्यास येत असत. त्याचप्रमाणे त्यांचे शिक्षकच विद्यार्थ्यांना परीक्षेत कॉपी करण्यास मदत करत असत. परंतू मनस्वी मात्र मजबूत मुल्यांबरोबर मोठी झालेली असल्यामुळे तिला त्या अनैतिक गोष्टी अजिबात पटत नव्हत्या. एकदा मनस्वीला पेपरात काही लिहीता येत नसल्याने ती शांत बसलेली पाहून अन्य शाळेतील एका शिक्षकाने तिला कॉपी घेण्यासाठी प्रवृत्त केले. परंतू मनस्वीने त्यावेळी त्या शिक्षकास स्पष्टपणे नकार दिला. अशाप्रकारे मनस्वीने तिचे मन सहज डगमगेल अशावेळी जे खऱ्याचे प्रतिनिधीत्व करणारे पाउल स्वत:हून उचलले, ते

तिच्या व्यक्तीमत्वाला अधोरेखित करणारे होते. तसेच ते तिच्या नजरेतील तिच्या स्थानाला उंच करणारे होते. परंतू वेळोवेळी तिने केलेल्या अशा स्तुतीजन्य गोष्टींना इतरांकडून वाखाणले जात नव्हते. परंतू तिच्यातील विशेषता ज्या तिला फक्त स्वत:मध्येच खास बनवत होत्या.

त्यांच्यावरून मात्र तिला वेळोवेळी चारचौघात हसण्याचे माध्यम बनविण्यात येत असे. त्यामुळे मनस्वीचा आत्मविश्वास तिच्या कोवळ्या वयातच क्षतीग्रस्त झाला होता. परिणामस्वरूपी ती स्वत:च्याच व्यक्तीमत्वात आणखी आणखी सीमित होत गेली. त्याचबरोबर तिला तिच्या व्यक्तीमत्वाची जाणीव ठेवून वेळोवेळी पाहिजे असलेले प्रोत्साहनही कोणाकडून मिळू शकले नाही. ज्याचे मनस्वीच्या मनावर धीम्या गतीने विपरीत परिणाम होत गेले. अशारितीने मनस्वीची बोर्डाची परीक्षा संपली. मनस्वी मात्र आपल्या परीक्षेच्या निकालाचे कोणतेही दडपण न घेता. त्या दरम्यानचा काळ अत्यंत आरामात घालवू लागली. तेव्हा निकाल थेट शाळेतूनच प्रसारित होत असत. मनस्वीच्या निकालाच्या दिवशी नेमकी तिची आई बाहेर गावी गेलेली होती. मनस्वीलाही आपल्या निकाला विषयी विशेष गंभीरता नव्हती. त्याचप्रमाणे घरातील इतरांना मात्र मनस्वीच्या पास होण्याचीही शक्यता वाटत नसल्याने कोणीही तिचा निकाल माहीत करून घेण्यास शाळेतही गेले नाही. परंतू संध्याकाळच्या सुमारास मनस्वीचा वर्गमित्र जो तिच्या घरा शेजारीच राहत होता. त्याने मनस्वीच्या घरी येवून सर्वांना आवाज दिला. त्याचबरोबर मनस्वी उत्तम गुणांनी पास झाल्याची गोड बातमी सुद्धा ऐकविली. त्यावर तिच्या घरच्यांनी मात्र आमचा तर विश्वासच बसत नाही. अशी प्रतिक्रिया अतिशय कोरडेपणाने व्यक्त केली. दुसऱ्या दिवशी मनस्वीची आई तातडीने घरी परत आली. मनस्वीच्या निकालाने ती खूप आनंदी झालेली होती. घरी आल्यावर तिने मनस्वीला आवर्जून एक गोष्ट सांगितली. ती ही कि कोणाचा नाही परंतू माझा तुझ्यावर पूर्ण विश्वास होता. तू पास होशील ह्या विषयी मला मनापासून खात्री होती. मनस्वीच्या आईने बोलले ते दोन महत्वाचे शब्द मात्र मनस्वी मध्ये कमालीचा विश्वास जागवून गेले. कारण आईने कधी जाणवू दिले नाही. मात्र तिचे आपल्याकडे पूर्ण लक्ष होते. ही गोष्ट मनस्वीच्या हृदयाला स्पर्श करून गेली. मनस्वी सारख्या अबोल व्यक्तीमत्वाला अशाप्रकारे त्यांच्यात उमेद जागविणाऱ्या माणसांची आपल्या आसपास असण्याची आयुष्याच्या वळणावर पावलोपावली गरज भासत असते. मनस्वी तिच्या लहानपणी शारीरिकदृष्ट्या जरा अशक्त असल्यामुळे वारंवार आजारी पडत असे. तिला हृदयाशी संबंधीत काही समस्याही होत्या. ज्याकरिता तिचे आई वडील तिला वारंवार इस्पितळात नेत असत. त्यानंतर तिला मासिक पाळीशी संबंधीत समस्या देखील उद्भवल्या. त्यामुळे मनस्वीची आई कायम तिची चिंता करत असे. मनस्वी बोर्डाच्या

परीक्षेत उत्तम गुणांनी उत्तीर्ण झालेली असल्याने तिची पोलीटेक्णिक करण्यासाठी कोणतेही प्रयत्न न करता निवड झाली होती. मात्र त्यासाठी तिला अन्य शहरात वसतीगृहात राहावे लागले असते. परंतु मनस्वीच्या तब्येतीच्या कारणांमुळेच तिच्या आईने त्याकरीता स्पष्ट नकार दर्शविला. त्यानंतर विज्ञान क्षेत्र निवडून मनस्वीने पुढचे शिक्षण घेण्याचे ठरविले गेले. तिथेही प्रवेश घेण्यासाठी पोहोचण्या अगोदरच जागा पूर्णपणे व्याप्त झालेल्या होत्या. तेव्हा मात्र इच्छा नसतांना मनस्वीला कलेचे क्षेत्र निवडावे लागले. परंतु त्यातही तिला अनेक अडचणी आल्याने अखेरीस नाईलाजास्तव तिने व्होकेशनल कोर्स मध्ये प्रवेश घेतला. तसेच अकरावी बारावी करण्यासाठी ती अन्य शहरात घरूनच येणे जाणे करू लागली. अशाप्रकारे मनस्वीच्या शैक्षणिक क्षेत्राला सुद्धा अगदी नकळतपणे एक वेगळेच वळण लागले.

परंतू ती गोष्टही मनस्वीने तितकीशी मनावर घेतली नाही. अशाप्रकारे मनस्वी तिच्या आयुष्यात घडत असलेल्या गोष्टींना कोणताही प्रतिप्रश्न न करता स्वीकारत चालली होती. मनस्वीच्या वडीलांची नोकरीत काहीच वर्ष शिल्लक असल्याने ते अर्थातच आपल्या कर्तव्यात रुजू होते. त्याचप्रमाणे तिची आई देखील नेहमीप्रमाणे आपले घर नावाचे सीमित क्षेत्र समर्पकतेने व प्रामाणिकपणे सांभाळत होती. मनस्वीच्या आई वडीलांची कधीकधी आपसात फारच गंभीर भांडणे होत असत. ज्यांची नेमकी कारणे मनस्वीला कधीही कळू शकली नाहीत. तसेच इतर वेळी त्यांच्यात कडक अबोला देखील राहत असे. व सोबत घरातील वातावरण सुद्धा नेहमीच अतिशय बिकट राहत असे. त्याच एकमेव कारणाने मनस्वीच्या मनातही वडिलांप्रती हळूहळू करून तिरस्काराची भावना वाढू लागली होती. कारण तिचा तिच्या आईवर विशेष जीव होता. वडीलांमुळे आईची झालेली वाईट अवस्था बघून मनस्वीला मनातून तिच्या वडीलांचा अतिशय राग येत असे. तिचे मोठे बहिणभाऊ कधीही आईची बाजू घेवून त्यांच्या भांडणात हस्तक्षेप करत नसत. परंतु मनस्वी मात्र आपला राग प्रत्यक्षपणे वडीलांपुढे व्यक्त करू शकत नसल्यामुळे तिच्या वागण्यातून का होईना परंतु तिच्या प्रतिक्रिया उमटत असत. ती आपल्या वडीलांशी बोलणे टाळत असे. त्याचप्रमाणे तिच्या मनात उत्पन्न होणारा पराकोटीचा राग ती मूकपणे गिळत असे. किंवा सहन करणे असह्य झाल्यास मोठ्याने रडत असे. अशाप्रकारे आई वडीलांमधील क्लेशपूर्ण संबंध मनस्वीच्याही कोमल हृदयाची चाळण करू लागले होते.

मनस्वीची शिक्षणाच्या प्रवासातील दोन वर्ष बघता बघता निघून गेलीत. त्याचबरोबर मनस्वीचे बारावी पर्यंतचे शिक्षण पूर्ण झाले. आता मात्र तिच्या त्या पुढच्या शिक्षणाचा प्रश्न उभा राहिला. ज्याचे निराकरणही अगदी सहज झाले. मनस्वीच्या लहान भावाला नुकतीच नोकरी लागलेली होती. तेव्हा गंभीर विचारविनिमया अंती मनस्वीला तिच्या

भावा जवळ त्याच्या नोकरीच्या शहरात पुढील शिक्षणासाठी पाठविण्याचे ठरविण्यात आले. कारण मनस्वीच्या बहिणीला देखील त्याच भागात नुकतीच सरकारी नोकरी मिळाली होती. अशारितीने तिघेही बहिण भाऊ सोबत सोबत राहू शकतील हा त्यामागचा उद्देश होता. त्या दृष्टीकोनातून मनस्वीचा कॉलेजमध्ये प्रवेश घेण्यात आला. राहण्यासाठी भाड्याचे घरही बघण्यात आले. शिक्षणाच्या निमित्ताने का होईना परंतू आता पहिल्यांदा मनस्वी आपल्या आई पासून दूर जाणार होती. त्या दोघींसाठीही हा वियोग फार कठीण ठरणार होता. कारण मनस्वीचे अजूनही तिच्या आईशिवाय पानही हलत नव्हते. तिला आपल्या आई शेजारी झोपण्याची सवय होती. त्याशिवाय मनस्वीच्या आई वडीलांचे आपसातील संबंधही विकोपाला गेले असल्याने तिच्या आईवर ह्यापुढे अतिशय एकटे पडण्याची दुर्दैवी वेळ येणार होती. त्यामुळे मनस्वीला आईची अतिशय काळजी सुद्धा वाटत होती. परंतू काळाबरोबर धावायचे असल्यास जीवनात येणाऱ्या ह्या सर्व अडचणी व भावनांचे बंध आपल्या मार्गातील अडसर बनणार नाहीत. ह्याविषयी मात्र काळजी घ्यावीच लागते. कारण जीवन आपल्याला आपल्या ध्येयाच्या दिशेने घेवून जाण्यास खुणावत असते. अशाप्रकारे मनस्वीची रवानगी आता शहरात झाली होती. सुरवातीला तिची आई सुद्धा काही दिवसांकरीता तिच्याबरोबर आली. कारण मुलीच्या जीवनात कोणतीही नवीन गोष्ट घडत असल्यास आईने आपल्या अनुभवातून आलेल्या शहाणपणाने मुलीस मार्गदर्शन करणे आवश्यक असते. मनस्वीच्या आईने तिला सांगितले कि, तू ज्या उद्देशाने इथे आली आहेस त्या गोष्टीवर आपले पूर्ण लक्षकेंद्रित कर. कारण तू जे काही वागशील त्याचा थेट तुझ्या भावाच्या नावलौकिकावर परिणाम होईल. मनस्वीने आईची ही मोलाची शिकवण आपल्या मनावर कायमची कोरली. त्यानंतर काही दिवस थांबून व मुलींचे सर्वकाही स्थिरस्थावर करून देवून आई अत्यंत भारी मनाने गावाकडे परतली. इकडे मनस्वीचेही कॉलेज सुरू झाले. मनस्वीच्या भावाने तिच्या करीता एक नवीन सायकल घेवून दिली. परंतू मनस्वी कधी सायकल चालविणे शिकलेलीच नव्हती. ह्यावेळी मात्र तिच्या भावाने स्वत: मनावर घेवून मनस्वीला अगदी एका दिवसात सायकल चालविणे शिकविले. त्यानंतर मात्र मनस्वीने कधीही मागे वळून पाहिले नाही. कॉलेजला जाण्याव्यतिरिक्त घरातीलही छोटी मोठी कामे देखील सायकल चालविणे शिकल्यामुळे मनस्वीला करणे सोपे झाले. मनस्वीचा भाऊ तिला उत्तमरीतीने सांभाळत होता. तिच्याकडून काही चूक घडल्यास रागावण्याऐवजी समजावून सांगत होता. परंतू जीवनात आपल्या आईची जागा अन्य कोणीही भरून काढू शकत नाही हेच खरे. त्यामुळे आई शिवाय मनस्वीचे मन कशातही लागत नव्हते. तिला पुन्हा आपल्या आई जवळ परत जाण्याची मनोमन इच्छा होत होती. मनस्वीची आई सुद्धा मधल्या काळात पुन्हा एकदा मुलांना

भेटण्याकरिता येवून गेलेली होती. त्यानंतर मुलंही होळी निमित्त गावाकडे काही दिवस राहून व आईला मनसोक्त भेटून पुन्हा शहरात परतली होती. मनस्वीला आईचा सहवास कायम तिच्या अवतीभवती हवा हवासा वाटत होता. परंतु आई व मुलांची ही भेट दुर्दैवाने अखेरची ठरली. कारण काळाच्या पोटात काहीतरी अघटीत दडलेले होते. तसेच त्या एका दुर्दैवी घटनेने मनस्वीच्या आयुष्यातही प्रचंड उलथा पालथ झाली. होळी नंतर दहा दिवसांनी गावाकडे मनस्वीच्या आईचे अकस्मात निधन झाले. मनस्वीने आपल्या आयुष्यात पहिल्यांदाच इतका मोठा दुखद धक्का तोही अचानकपणे अनुभवला होता. त्यामुळे आईचे अशा पद्धतीने जाणे तिच्या मनावर सखोल आघात करून गेले. कारण आई तिच्या करिता सर्वस्व होती. आजवर मनस्वीचे आई व्यतिरीक्त अन्य कोणाशीही मनमोकळे बंध निर्माण झालेले नव्हते. आईसोबत स्वयंपाकखोलीत बसून, तिच्या शेजारी झोपून तसेच तिच्या सोबत सोबत राहून त्या दोघी एकमेकींच्या सुखदु:खाच्या वाटेकरी झालेल्या होत्या. तरीही आईने आपल्या जीवनाच्या सर्वात मोठ्या दु:खापासून मनस्वीला जाणूनबुजून अनभिज्ञ ठेवलेले होते. आई जवळ पुन्हा परत जाण्याची आपली इच्छा मनस्वीला आई जवळ व्यक्त करण्याची संधी देखील मिळाली नव्हती. त्यानंतर मनस्वीचे पुढचे काही महिने अर्थातच अतिशय खिन्नतेत गेले. कारण आई तिच्या स्वप्नात दररोज अत्यंत दु:खी अवस्थेत येत असे. त्याचप्रमाणे मनस्वीला पोटतिडकीने स्वत:च्या मृत्यू संबंधीत रहस्य सांगण्याचा प्रयत्न करत असे. आईचा मृत्यू संशयास्पद होता. हे सत्यही आता मनस्वीसमोर उघड झालेले होते. त्यानंतर मनस्वीने आपल्या वडीलांशी बोलणे पूर्णपणे सोडले. मनस्वीच्या मनाची अवस्था तेव्हा अतिशय केवीलवाणी झालेली होती. तशाच अवस्थेत मनस्वीची परीक्षाही पार पडली. आईचे जाणे हे मनस्वीच्या आयुष्यात झालेले सर्वात मोठे नुकसान होते. ज्याची भरपाई पुन्हा कधीही होवू शकली नाही. परंतु तेव्हापासून मनस्वीच्या जीवनाला मात्र एकप्रकारे परिपक्वतेची कलाटणी मिळाली. कारण मृत्यू हे एक अटळ सत्य आहे. त्यामुळे कोणाच्याही गेल्याने आपले आयुष्य कदापि थांबत नाही हे तिला आता कळून चुकलेले होते. ह्या नंतरचा प्रवास आपल्याला आईशिवाय करायचा आहे हे तिच्या मनात स्पष्ट झाले होते. तेव्हा मनस्वीही आपल्या मनाच्या त्या अत्यंत गंभीर परिस्थितीतून हळूहळू करून बाहेर पडली. त्यासोबतच आईचे तिच्या स्वप्नात नियमितपणे येणे सुद्धा कमी कमी होत गेले. तरीही तिची आईच्या निरपेक्ष प्रेमाची ओढ मात्र कधीही कमी झाली नाही. ती तिच्या मनात दाटून येणाऱ्या भावना आपल्या बहिणभावा जवळ सुद्धा बोलून दाखवू शकत नव्हती. अशाप्रकारे तो मनस्वीच्या जीवनातील अतिशय कठीण काळ होता.

मनस्वीच्या त्या दुखद काळात तिला पाठबळ देणारा पहिला पुरूष हा तिचा भाऊ होता. कारण त्याने तिला नेहमी प्रोत्साहित करण्याचे श्रेष्ठ काम केले. त्यामुळे मनस्वीच्या मनात त्याच्या प्रती कृतज्ञतेचे भाव होते व भविष्यातही राहतील. परंतू जेव्हा मनस्वीचा भाऊ आपल्या आर्थिक विवंचनेने चिंतीत होत असे. तेव्हा मात्र मनस्वीला तीच्या मनावर एकप्रकारे अनामिक दडपण असल्यासारखे भासत असे. म्हणूनच ती तिच्या तब्येतीशी निगडीत समस्यांची सुद्धा त्याला जाणीव होवू देत नसे. तिचा भाऊ कंपनीत कामावर गेल्यानंतर ती घरी सर्वस्वी एकटी राहत असे. परंतू कधीही तिचे पाऊल चुकीच्या मार्गवर गेले नाही. कारण आईची शिकवण अप्रत्यक्षपणे कायम तिचे मार्गदर्शन करत राहिली. अशाप्रकारे आई मनस्वीच्या आठवणीत तसेच तिच्या आचरणात अदृश्य स्वरूपात तिच्या बरोबरच निरंतर वाटचाल करत राहिली. मनस्वी घराशी निगडीत तिला शक्य तेवढी कामे तिचा भाऊ घरी येण्याअगोदर करून ठेवत असे. जेणेकरून तिच्या भावाला कामावरून परत आल्यावर आराम करता यावा. अशारितीने मनस्वी आपल्या वर्तनातून सर्वतोपरी आपल्या सद्भावना तिच्या भावाच्या दिशेने प्रवाहित करत राहिली. कारण तिला त्याच्यात आपल्या आईचा साक्षात्कार होत होता. परंतू भाऊ मनस्वीला किती सखोल समजू शकला असावा हे मात्र तिच्यासाठी आजीवन एक कोडंच राहीलं.

काळ तठस्थपणे पुढे सरसावत राहिला. बघता बघता पुढील दोन वर्ष सुद्धा देखील निघून गेली. त्या दरम्यान मनस्वीच्या बहिणीचे तसेच सर्वात मोठ्या भावाचे लग्रही पार पडले. मनस्वी आता कला क्षेत्रात पदवीधर झाली होती. त्यामुळे तिच्याही विवाहासंबंधात सुद्धा घरात चर्चा सुरू झाल्या होत्या. तरीही तिच्या भावाने मनस्वीच्या पुढील शिक्षणासाठी तिचा कॉलेजात प्रवेशही घेतला. कारण मनस्वीने आपले शिक्षण पूर्ण करून स्वबळावर उभे व्हावे अशी त्याची मनोमन तीव्र इच्छा होती. परंतू मनस्वीला आपण आपल्या भावावर ओझे आहोत असे वाटत होते. त्यामुळे विवाह करण्याचा प्रस्ताव तिला सर्वस्वी मान्य होता. जेणेकरून तिचा भाऊ तिच्या जबाबदारीतून मुक्त व्हावा. मनस्वीच्या निरागस मनाने स्वत:साठी घेतलेल्या निर्णयाला सृष्टीनेही तथास्तू म्हंटले. तसेच एका सुयोग्य स्थळी तिच्या विवाहाची बोलणी पक्की होण्याचा संयोग जुळून आला. ते एक समाजात नावाजलेले कुटुंब होते. मुलाचे आई वडील दोघेही नोकरदार असून शिक्षकी पेशाशी जुळलेले होते. त्याचप्रमाणे मुलगा एका प्रायव्हेट कंपनीत नोकरी करत होता. परंतू त्याचे वेतन मात्र फारच कमी होते. त्यामुळे मनस्वीच्या सर्वात मोठ्या भावाने त्या विवाहास आपला पूर्णपणे विरोध दर्शविला. तरीही मनस्वी त्या मुलाशीच लग्र करण्याच्या आपल्या निर्णयावर ठाम होती. तिने त्याच मुलाशी विवाह करण्यासाठी हट्टाला पेटण्यामागचे कारण तिचे तिलाही ठाऊक नव्हते.

कारण तिने त्या मुलाला अजून नीटसे पाहिलेही नव्हते. परंतू सृष्टीचे विधीलिखीत माणसाला चुकीचे निर्णय घेण्यासही कधीकधी भाग पाडत असते. असेच काहीसे मनस्वीच्याही आयुष्यात घडले. त्यावेळी मनस्वीच्या सर्वात मोठ्या भावाने मनस्वीला ''भविष्यात काही बिघडले तर आमच्याकडे माघारी येवू नकोस'' अशी स्पष्टपणे ताकीद दिली. परंतू त्याक्षणी मनस्वीला तिच्या वयाच्या उर्मीमुळे भावाच्या बोलण्यातील गांभीर्य व काळजी वजा सखोल मतितार्थ देखील तितकासा कळलेला नव्हता. अशाप्रकारे अटीतटीच्या परिस्थितीत अखेरीस मनस्वीचा विवाह पार पडला.

आपल्याला आपल्या जीवनाच्या मुख्य उद्देशापर्यंत कसेही करून पोहोचविण्याकरीता चुकांवर चुका करण्याचे स्वातंत्र्यही सृष्टीद्वारे मिळत असते. परंतू त्या चुकांमागे दडलेले महान रहस्य समजण्या इतके शहाणपण जीवनात कधी ना कधी आपल्यात नक्कीच आले पाहिजे. अन्यथा चुकांच्या गुंतागुंतीतच आपण कायमचे अडकून पडू शकतो. अशाप्रकारच्या मोठमोठ्या चुका मनस्वी आपल्या आयुष्यात करत चालली होती. विवाहानंतर तिने पुढील शिक्षण घेण्याचे पूर्णपणे थांबविले. ती त्या संबंधीत कोणत्याही परीक्षेलाही बसली नाही. त्यामुळे तिच्या भावाने तिच्यावर लावलेली उमेद व त्याने तिच्या कोर्ससाठी भरलेले फी चे पैसे ह्या दोन्ही गोष्टी व्यर्थ गेल्या. परंतू त्याक्षणी मनस्वीला ती करत असलेल्या त्या घोर चुकांचे तिच्या आयुष्यावर भविष्यात काय दुष्परिणाम होतील. ह्या गोष्टीची जराही जाणीव होत नव्हती. कारण ती जीवनाला अजूनही आपल्या कुतूहलपूर्ण नजरेनेच बघत होती. त्याचप्रमाणे आपल्या आंतरिक उर्जेच्या प्रवाहाबरोबर प्रवाहित होत चालली होती. अखेरीस अशारितीने तिच्या आयुष्याने वेग पकडला. विवाहानंतर ती आपल्या जोडीदाराबरोबर नवनवीन सुखस्वप्रांसवे त्याच्या नोकरीच्या शहरात दाखल झाली. परंतू जोडीदाराने त्याच्या आयुष्यात तिच्या येण्याची कोणतीही विशेष तयारी केलेली नव्हती. त्याने तिला भाड्याच्या अशा घरात ठेवले जिथे तिच्या सुरक्षेच्या दृष्टीकोनातून घराच्या खिडक्यांना लोखंडी ग्रील्स सुद्धा बसविलेल्या नव्हत्या. केवळ लाकडी फळ्या होत्या. ज्यामधून एखादा माणूस सहज आतमध्ये शिरू शकत होता. घर धुळीने माखलेले होते. त्याचप्रमाणे जोडीदाराने तिला त्याची जुनी काळी झालेली भांडी देखील वापरण्यास दिली होती. अशारितीने मनस्वीच्या तुटक्या फुटक्या संसाराची सुरवात झाली. मनस्वीनेही तिच्या स्वभावा अनुसार जास्त विचार न करता तिच्या आयुष्यात घडत असलेल्या सर्व गोष्टींना सकारात्मक प्रतिसाद दिला. कारण तिला तिच्या जोडीदाराची साथ जास्त महत्वाची वाटत होती. जोडीदाराने मात्र तिला कोठेही फिरायला नेले नाही. किंवा तिला जाणून घेण्यासाठी तिच्या बरोबर वेळ सुद्धा घालविला नाही. तर तिला एका सामान्य दिनचर्येत अडकवून तेव्हा पासूनच तिच्या मनात जागृत होणाऱ्या

स्वप्नांना इच्छेविरुद्ध मुरड घालण्यास लावले. त्यामुळे असुविधा असुरक्षेच्या सोबतीने व मनात अनेक गोष्टींची भीती बाळगून मनस्वीने थेट आपल्या संसाराचाच आरंभ केला. कारण तिला तिच्या जोडीदाराने अद्याप मानसिक स्तरावरचे सुख समाधान व सुरक्षा एक पती ह्या नात्याने प्रदान केलेली नव्हती.

अशाप्रकारे ते एक नवविवाहित जोडपे असूनही एका सर्वसामान्य दिनचर्येत सर्वसाधारण जीवन जगत होते. ज्यात कोणत्याही प्रकारचा नवीनपणा उरलेला नव्हता. मनस्वीच्या जोडीदाराचे वेतनही महिना संपण्याअगोदरच संपून जात असे. त्यामुळे सुरवातीला विवाहात मनस्वीच्या हातात मिळालेली रक्कमही नाईलाजास्तव घर खर्चाकरीता खर्च करण्यात आली. प्रत्येकाच्या संसाराची अशीच सुरुवात होत असावी असे स्वतःशी गृहीत धरून मनस्वी आपल्या जीवनमूल्यांच्या आधाराने निमुटपणे संसाराची धुरा सांभाळू लागली होती. त्याचप्रमाणे आपल्या भावनांची व सद्भावनांची गुंतवणूक आपल्या जोडीदारात करू लागली. फक्त तिने स्वतः स्वबळावर उभे राहण्याकरिता कधीही कोणतेही प्रयत्न केले नाहीत हीच तिची सर्वांत मोठी चूक ठरली.

मनस्वीचे वय त्यावेळी फक्त एकवीस इतकेच होते. त्यामुळे ती प्रचंड आशावादी होती. निराशेचे विचार तिच्या मनाला शिवतही नव्हते. परंतु तिच्या त्या सर्व आशा मात्र केवळ जोडीदाराच्या प्रगतीच्या अवतीभवती फिरत होत्या. तिच्या स्वतःशी निगडीत कोणत्याही महत्वाकांक्षा नव्हत्या. कारण तिचा आपल्या निस्वार्थभावाने व निष्ठेने जोडीदाराच्या पाठीशी पडद्यामागची भूमिका निभावण्याच्या हेतूवर पूर्ण विश्वास होता. त्या दृष्टीने ती आपले संपूर्ण योगदान देण्याचा आटोकाट प्रयत्नही करत असे. तरीही तिला जोडीदाराच्या अनेक गोष्टी खटकत होत्या. कारण जोडीदाराचे वागणे तिला जबाबदारीपूर्ण वाटत नव्हते. तो सतत मित्रमंडळीच्या गराड्यात आनंदी राहत असे. त्याला मनस्वी बरोबर आपला व्यक्तिगत वेळ घालविण्यापेक्षा मित्रांसोबत औपचारिकता पाळण्यात विशेष सुख मिळत असे. त्याने कधीही मनस्वीला व तिच्या भावनांना प्राथमिकता दिली नाही. मनस्वीच्या मनाचा जराही विचार न करता तो दर रविवारी मित्रांबरोबर एकत्र येवून पार्टी करण्याच्या त्यांच्या योजनेत सामील होत असे. अशाप्रकारे त्याच्या अनेक सवयी मनस्वीला आवडत नसूनही ती त्याला थांबवू शकत नव्हती. त्याचप्रमाणे ती आपल्या भावालाही त्याविषयी कळवू शकत नव्हती. कारण आपल्या जोडीदाराची ती गोष्ट भावाला सांगण्याइतपत महत्वाची आहे किंवा नाही हे सुद्धा तिला कळत नव्हते. त्यामुळे तिला कधीकधी कोंडीत अडकल्या प्रमाणे वाटत असे. परंतु काही काळ लोटल्यानंतर जोडीदाराचे प्रेमळ वागणे हळूहळू करून मनस्वीचे मन जिंकू लागले. त्यामुळे आपोआपच तिचे त्याच्यातील तिला खटकणाऱ्या गोष्टींवर लक्षकेंद्रित होणे कमी कमी होवू लागले. तिला त्याचा सहवास जास्त महत्वाचा वाटू

लागला. तशी ती भावनिक रीत्या त्याच्यात अडकू लागली. कारण आईच्या अचानक जाण्याने तिच्या प्रेमापासून अतृप्त राहिलेले मनस्वीचे मन जोडीदाराच्या प्रेमाच्या वर्षावापलीकडचा कोरडा भाव ओळखू शकत नव्हते. त्यामुळे ती सहजच त्याच्याशी सखोल जुळली जावू लागली होती. कधीकधी तिला त्याच्यातील तो कोरडेपणा जाणवला तरी ती त्याच्याकडे जाणूनबुजून दुर्लक्ष करत असे. अशाप्रकारे जरा वेळ घेवून का होईना एकदाचा मनस्वीचा तिच्या जोडीदारावर विश्वास स्थापित झाला. त्यानंतर मात्र तिच्या दृष्टीकोनातून ती एक अद्भूत जीवन जगत आहे असे तिला वाटत होते. परंतू तो तिच्या निरागस मनाने निर्माण केलेला फक्त एक भ्रम होता.

मनस्वीच्या जोडीदाराला त्या दरम्यान एका आंतरदेशीय कंपनीकडून नोकरीसाठी वारंवार पाचारण येत होते. ज्यामुळे त्याच्या व मनस्वीच्या आयुष्याला भविष्यात एक काल्पनिक वळण लागू शकले असते. त्याचप्रमाणे विदेश वारीचे भाग्यही लाभले असते. परंतू का कोणास ठाऊक मनस्वीच्या जोडीदाराचा त्यासाठी स्पष्ट नकार होता. अशाप्रकारे त्याने नशीबाने घरी चालून आलेली सुवर्ण संधी सहजच घालविली. त्यावेळी त्याला आपल्या नवविवाहित पत्नीच्या आपल्या खांद्यांवर असलेल्या जबाबदारीची जाणीव सुद्धा झाली नाही. अन्यथा त्याने त्या संधीचे नक्कीच आपल्या प्रगतीकरीता सोने केले असते. परंतू तो नेहमी कल्पनेतील जगात वावरत होता. त्याला भविष्यात स्वत:ची कंपनी उभी करण्याची तीव्र इच्छा होती. परंतू इच्छा केवळ इच्छाच राहतात. जोपर्यंत आपण त्यांना मध्यस्थानी ठेवून त्या दृष्टीने स्वत:च्या दिनचर्येला शिस्त लावत नाही. कठोर परिश्रम घेत नाही. त्याचप्रमाणे त्या इच्छेस पूर्ण करणे हे आपल्या जगण्याचे भावनिक कारण बनवत नाही. परंतू मनस्वी मात्र कोणत्याही गोष्टीवर आपली ओठांपर्यंत आलेली मतं जोडीदारासमोर मांडण्यापूर्वी जोडीदाराच्या प्रत्येक गोष्टीवर डोळे झाकून विश्वास ठेवत असे. कारण ती त्याच्यावर मनोमन प्रेम करू लागली होती. त्याचप्रमाणे जोडीदाराच्या भव्य स्वप्रांकरीता स्वत:च्या लहान सहान इच्छा आकांक्षांचा बळी देण्यास ती मनापासून तत्पर होती. अशारितीने सर्वकाही फक्त तिच्या कल्पनेतील विश्वात साकारले जात होते. खरी परिस्थिती मात्र महिना संपण्याअगोदर वेतन संपणे हीच होती. जी फक्त मनस्वीलाच ठाऊक होती. ज्या विषयी ती कोणाजवळही वाच्यता सुद्धा करत नव्हती. तो विषय चुकूनही आपल्या ओठांवर येवू नये. तसेच आपल्या मनात पतीसाठी इतरांबरोबर तुलना निर्माण होवू नये. म्हणून ती दुपारच्या फावल्या वेळेत स्त्रियांच्या समुहातही संमिलीत होत नसे. कारण तिच्या मनात असुरक्षेच्या भावना दडलेल्या असल्यामुळे तिला ते कधीही जमले नाही. तरीही तिला त्या विषयावर जोडीदाराबरोबर चर्चा करण्याची बरेचदा तीव्र इच्छा होत असे. परंतू जोडीदार नेहमी आपल्या वाकचातुर्याने तिला भ्रमात राहून जगण्यास विवश करत असे. अशाप्रकारे

मनस्वीच्या मनातील गोष्टी बाहेर व्यक्त होत नसल्यामुळे तिच्या भावनांची कोंडी होत जाण्यापासून तिच्या मानसिक त्रासाला सुरवात झालेली होती. फक्त मनस्वीला त्याचे गांभीर्य कळत नव्हते. कारण त्या दोघांमधील नाते अगदी आदर्श आहे असे मनस्वीला कायम वाटत होते. परंतू आपसातील महत्वपूर्ण संवादाशिवाय कोणत्याही दोन व्यक्तीमधील नाते मनाप्रमाणे मोकळे होणे केवळ अशक्य असते. अशातच मनस्वीला ती पहिल्यांदा आई होणार असल्याची चाहूल लागली. त्या निर्मळ आनंदात तिने बाकी सर्व तिच्या मनाला पीळ देणाऱ्या गोष्टींवरून आपले लक्ष पूर्णपणे हटविले. तसेच अगदी नैसर्गिकपणे मातृत्वाच्या सुखद अनुभूतीने शहारून गेली. त्या दरम्यान तिच्या शरीरात येणारे बदल व येणाऱ्या बाळाच्या कल्पनेने अंतरंगात दाटून येणारे वात्सल्य ती प्रत्यक्षात अनुभवत होती. त्या विलक्षण अनुभवाने तिला आपल्या कवेत अलगदपणे उचलून धरल्याचा दिव्य भास तिच्या मनाला होत होता. कदाचित मनस्वीच्या निरागसपणाच्या त्या विविध रंगी छटा असाव्यात. परंतू नियतीचे खेळ मात्र निराळे असतात. कारण आपल्या आत्म्याच्या प्रवासाला त्याच्या उद्देशा पर्यंत पोहोचवीन्याचा तिचा सर्वस्वी हेतू असतो. त्यामुळे ती कधीकधी आपल्या कल्पनेपलीकडे आपल्याबरोबर कठोर होत असल्याचे आपल्याला प्रतीत होत असते.

अशाप्रकारे काही महिने फक्त आपल्या जोडीदारा बरोबर अगदी आनंदात घालविल्यानांतर मनस्वीच्या भावाचे लग्न व मनस्वीचे डोहाळे आणि त्यानंतर अखेरीस मनस्वीचे बाळंतपण ह्या सर्व गोष्टी पार पाडण्याच्या दृष्टीकोनाने मनस्वी आपल्या जोडीदारासवे तिच्या सासरी परत आली. लग्नानंतर पहिल्यांदाच ती भावाच्या लग्नानिमित्ताने आठ दहा दिवस तिच्या माहेरी देखील राहिली. त्याच कालावधीत तिच्या डोहाळ्याचा कार्यक्रमही आटोपण्यात आला. अशा सर्व धावपळी पार पाडल्यानंतर मात्र मनस्वी निवांतपणे तिच्या सासरी परतली. मनस्वीचा जोडीदारही तिला आपल्या आईच्या स्वाधीन करून विश्वासाने पुन्हा नोकरीच्या शहरात परत फिरला. मनस्वी आपल्या सासूच्या सहवासात राहून तिच्या गर्भावस्थेचे अखेरचे दिवस मोजत होती. त्या दरम्यान मनस्वीची सासूही सुनेची मनापासून काळजी घेवू लागली होती. त्यामुळे त्या दोघींच्या संबंधात काही प्रमाणात का होईना सहजता आलेली होती. सर्वकाही मनासारखे चालले होते. परंतू नियतीला मात्र ते मान्य नव्हते. कारण मनस्वीला बाळंतपणासाठी दिलेल्या तारखेच्या एक महिना अगोदरच तिच्या सासूला अचानकपणे अर्धांगवायू ह्या आजाराने अपंग केले. त्यामुळे घरातील परिस्थिती फारच बिकट झाली. ताबडतोब तिचे औषधपाणी केल्यानंतर ती कमीत कमी चालण्याइतपत बरीही होत आलेली होती. परंतू तिचा रक्तदाब वरखाली होत असल्यामुळे तिला दुसऱ्यांदा अर्धांगवायूचा तीव्र झटका आला. त्यात मात्र तिने कायमचे अंथरूण धरले. त्याचबरोबर

तिची बोलण्याची क्षमताही तिने गमावली. तेव्हा तिच्या देखभालीसाठी गावाकडून एका नातलग बाईला आणण्यात आले. खरेतर ही जीवनाने अचानकपणे मनस्वीच्या धैर्याचीच घेतलेली पहिल्या जोरदार परीक्षेची घंटा होती. कारण मनस्वीचे वय फारच कमी असून आता तिची काळजी घेणारे घरात कोणीही उरले नव्हते. त्याशिवाय तिच्या सासूला बघायला येणाऱ्यांची घरात वर्दळ सुद्धा वाढलेली होती. परंतू तिच्या अवघडलेल्या दिवसात घरी आलेल्या पाहुण्यांचे आदरातिथ्य करणे तिला जड जात होते. तरीही ते सासर असल्यामुळे मनस्वी तेथील कोरड्या व निष्ठूर अपेक्षांच्या जात्याखाली आपोआपच भरडली जात होती. कारण तेव्हा ती शारीरिक थकव्याबरोबर मानसिकरीत्याही होरपळत होती. त्याक्षणी तिला तिच्या जोडीदाराने तिच्या बरोबर असण्याची. किंवा कोणी मायेचे माणूस जे तिला क्षणोक्षणी भावनिक आधार देण्यास तत्पर असेल. अशा सहवासाची नितांत आवश्यकता वाटत होती. परंतू नेमक्या त्याच कमतरतेमुळे तिला आपण सर्वस्वी एकटे पडल्याची जाणीव होवू लागली होती. कारण घरात सर्वांचे लक्ष केवळ तिच्या सासूवरच केंद्रित झाले होते.

मनस्वीला फक्त कोणास काय हवं नको त्याचे निर्देश दिले जात होते. त्याचप्रमाणे त्या निर्देशाचे तिने मुकाट्याने पालन करावे इतकीच तिच्याकडून अपेक्षा केली जात होती. त्यामुळे मनस्वीच्या मनावर सहाजिकच प्रचंड दबाव होता. त्यातल्या त्यात तिचा पुरेसा आराम व पोषक आहार ह्याकडे कोणाचेही जातीने लक्ष नव्हते. एकंदरीत तीने एका कष्टमय दिनचर्येत स्वत:ला प्रामाणिकपणे अडकवून घेतलेले होते. अशारितीने कसाबसा एक महिना पार केल्यानंतर अखेरीस मनस्वीचे बाळंतपण सुखरूपपणे पार पडले. तसेच मनस्वीच्या कल्पनेतील बाळाने आपल्या चिमुकल्या पावलांनी प्रत्यक्षात तिच्या आयुष्यात पदार्पण केले. मनस्वी आता आई झालेली होती. तो तिच्यासाठी खऱ्या अर्थाने आनंदाचा क्षण होता. परंतू तेव्हा घरातील वातावरण तिने आपल्या मनातील आनंद मनमोकळेपणाने बाहेर व्यक्त करण्यास योग्य नव्हते.

मनस्वी घरातील मोठी सून असल्यामुळे तिच्याकडे सर्वजण अपेक्षापूर्ण नजरेने बघत असत. बाळंतपणा नंतर तिने लवकरात लवकर घरातील जबाबदाऱ्या आपल्या खांद्यावर घ्याव्या असे प्रत्येकाला वाटत होते. त्यामुळे तिच्या आराम करण्यावर तसेच आपल्या बाळा बरोबर वेळ घालविण्यावर घरच्यांकडून तिच्या मागे बोचणाऱ्या टिप्पण्या दिल्या जात होत्या. अशा दबावपूर्ण वातावरणात मनस्वीची मानसिक अवस्था मात्र ढासळत चालली होती. कारण तिचा आत्मसम्मान वारंवार दुखावला जात होता. परिणामस्वरूपी तिच्या मनात उत्पन्न होणाऱ्या नकारात्मक भावना बाहेर व्यक्त करण्यास वाव नसल्याने पुन्हा मनातच साचत जात होत्या. त्यामुळे तिची होणारी चिडचीड तिच्याच इवल्याशा मुलावर व्यक्त होत होती. मानसिक शांततेच्या

अभावामुळे तिच्या शारीरिक स्वास्थ्यावरही आता दुष्परिणाम दिसू लागले होते. परंतू त्याकडे मात्र चुकूनही कोणाचे लक्ष जात नव्हते. कोणीही तिच्याप्रती दयाभाव दाखवत नव्हते. आता सासरचे घर सोडून तिचे पुन्हा जोडीदाराच्या नोकरीच्या शहरात जाणे सुद्धा शक्य नव्हते. कारण सासरच्या घराची जबाबदारी आता सर्वथा मनस्वी वर होती. खरे तर मनस्वीला आपल्या कर्तव्यांचे पालन करणे मुळीच अमान्य नव्हते. परंतू नात्यांमधील राजकारणं मात्र तिच्यासाठी सर्वात जास्त जीवघेणी होती. कारण त्यात तिळमात्रही ओलावा नसून केवळ रुक्ष वाळवंट होते. अशातच अशा अटीतटीच्या परिस्थितीत मनस्वीच्या जोडीदारानेही अत्यंत अविचारीपणे एक पाउल उचलले. अंगावर कुटूम्बाची वाढती जबाबदारी असतांना त्याने हातातील नोकरी सोडून घरी परत येण्याचा सर्वस्वी निर्णय घेतला. परंतू ही जीवनाने मनस्वीचीच पुन्हा एकदा अचानकपणे घेतलेली दुसरी कठोर परीक्षा ठरली. कारण नोकरी सोडतांना मनस्वीच्या जोडीदारापाशी कोणताही आजवर साठविलेल्या पैस्याचा भक्कम आधार नव्हता. त्यामुळे आता केवळ तोच नाहीतर त्याचे कुटुंब देखील सर्वस्वी घरच्यांवर विसंबून होते. अशाप्रकारे त्याच्या असण्याला व त्याच्या बोलण्याला आता घरात विशेष मान राहिलेला नव्हता. त्याचे वडील त्याला कित्येकदा घालून पाडून बोलत असत. घरात स्वत:ची अशी टाकाऊ परिस्थिती करण्यापूर्वी मनस्वीच्या जोडीदाराने एकदाही मनस्वीचा सखोल विचार केलेला नव्हता. कारण ज्या स्त्रीच्या पतीचीच घरात अशी अवस्था होत असते. त्या स्त्रीला सुद्धा एक माणूस म्हणून परस्पर मानमरातब मिळत नसतो. तिच्या अस्तित्वाला नगण्य समजून एखाद्या निर्जीव वस्तूप्रमाणे तिला वागणूक दिली जाते. अशाच काहीशा परिस्थितीशी मनस्वी त्या काळात झुंजत होती. कारण तिच्या आत्मसम्मानाची नियमितपणे मानहानी होत असल्याचे तिला जाणवू लागले होते. अचानकपणे सुखाने तिच्याकडे पाठ फिरवून तिचे आयुष्य निष्ठूर माणसांच्या स्वाधीन केले असे तिला वाटत होते. कारण ज्या व्यक्तीच्या विश्वासावर तिने ह्या घरात पाउल ठेवले होते. त्याचाच तिला आता आधार वाटत नव्हता. ह्या गोष्टीमुळे मनातल्या मनात तिची घुसमट होत होती. त्या घुसमटीचे रागात परिवर्तन होवून तिचे हसते खेळते व्यक्तीमत्व धीरगंभीर होत चालले होते. मनस्वीचा जोडीदार मात्र ओढवलेल्या परिस्थिती पुढे सहज नमते घेण्यास तयार होता. परंतू आपल्या पत्नी व मुलाकडे पाहून परिस्थितीत बदल आणण्याकरीता निर्धाराने भक्कम पाउल उचलत नव्हता. त्याचे वय त्याचे शिक्षण तसेच कारकिर्दीतील त्याचा आतापर्यंतचा अनुभव अशा सर्व गोष्टी अगदी अनुकूल असून सुद्धा तो जीवनात मोठे ध्येय काबीज करण्यास तत्पर होत नव्हता. अखेरीस मनस्वीने ही गोष्ट आपल्या भावाच्या कानावर टाकली. तेव्हा तिचा भाऊ त्वरीत तात्पुरती पैस्याची मदत घेवून मनस्वीला भेटायला आला. भावाला बघून

मनस्वीचे मन हळवे झाले. परंतु तिने भावाने देवू केलेली पैस्याची मदत मात्र स्वीकारली नाही. तिच्या व्यक्तीमत्वातही तिच्या आई वडीलांकडून आलेले स्वाभिमानाचे बाळकडू भिनलेले होते. जे तिला त्या खचलेल्या परिस्थितीतही तठस्थ ठेवू शकले.

त्या परिस्थितीतही तिचे मात्र तिच्या जोडीदारावरच लक्षकेंद्रित होते. ती त्याला स्वाभिमानाने व स्वतंत्रपणे जीवन जगण्याचे तिला जे योग्य वाटतील. त्या मार्गाने महत्व पटवून देण्याचा नियमितपणे प्रयत्न करत होती. भिन्न भिन्न तर्‍हेने त्याच्या आत दडलेल्या पुरुषार्थास आव्हान करत होती. कारण तिचा असा भाबडा समज होता कि ती त्याच्यात अपेक्षित बदल आणण्यात कधी न कधी नक्कीच यशस्वी होईल. तिचा हेतू अत्यंत शुद्ध व निर्विकार होता. परंतु तिच्या जोडीदाराला त्यात काहीही रस दिसत नव्हता. कारण त्याच्या पुरुषी अहंकारास पत्नीने दिलेल्या सल्ल्यांची आवश्यकता वाटत नव्हती. परंतु तरीही मनस्वीने आपले प्रयत्न कदापि थांबविले नाहीत. कारण आता तिचा मुलगा मोठा होवू लागला होता. त्याच्या प्रती तिची असंख्य स्वप्न होती. तिला एक प्रामाणिक कष्टांनी निर्मित खरेखुरे आयुष्य जगायचे होते. ज्यात सुख समाधान व आनंदाचा ठेवा हीच अनमोल दौलत असावी असे तिचे मानने होते. मनस्वीने प्रयत्नांची पराकाष्ठा केल्यानंतर निदान तिचा जोडीदार त्याच्या नोकरीसंबंधात आपल्या एका मित्राशी चर्चा करण्यास अखेरीस तयार झाला. त्या दरम्यान मनस्वीच्या सासूचे दोन वर्ष अंथरुणाला खिळून राहिल्यानंतर अखेरीस निधन झाले.

तेव्हा आता काहीही करून मनस्वीच्या जोडीदाराने घराबाहेर पडणे अनिवार्य होते. कारण त्याला अडविणारे तत्सम कोणतेही कारण आता तिथे उरलेले नव्हते. परंतु मनस्वीची मात्र अद्याप तरी तेथून सुटका होणे अशक्य होते. मनस्वी एक तरुण स्त्री असूनही तिच्यावर ओढवलेल्या परिस्थितीमुळे अक्षरशा ती खितपत पडली होती. तिच्या आयुष्यात मनाला दिलासा देणार्‍या कोणत्याही घटना घडत नव्हत्या. ती केवळ भूमिकांच्या बंधनात अडकली होती. भूमिकांशी निगडीत कर्तव्य निरसपणे का होईना पार पाडण्याचा तिच्यावर अप्रत्यक्षपणे दबाव होता. परंतु तीच कर्तव्य तिने आनंदाने पार पाडावीत. ह्याकरीता तिच्या दिनचर्येत उत्साह भरण्यास मात्र कोणीही झटत नव्हते. अशाप्रकारे सुनेच्या भूमिकेतील एका प्रामाणिक स्त्रीची तिच्या सासरी कशी भावनिक व मानसिक कोंडी केली जाते. हे मनस्वीला आलेल्या अनुभवांवरून आपल्याला कळते. मनस्वीच्या जोडीदाराने त्याच्या मित्राशी वार्तालाप केल्यानंतर अखेरीस त्याला अन्य राज्यातील एका शहरात छोट्याशा कंपनीत नोकरी मिळाली. त्या निमित्ताने तो तिकडे एकटाच रवाना देखील झाला. त्यामुळे मनस्वीच्या मनाला काही प्रमाणात का होईना दिलासा मिळाला. सुरवातीला त्याने तिकडे कसेबसे दिवस काढले. परंतु थोडा परिस्थितीवर जम जमल्यानंतर त्याने कुटुंबाला आपल्या जवळ आणण्याच्या

दृष्टीने भाड्याचे घर घेतले. तोपर्यंत मनस्वीचा मुलगा इकडेच शाळेत देखील जावू लागला होता. मनस्वीही आता आपल्या हक्काचे माणूस कमावते झाल्यामुळे जरा उत्साही राहू लागली होती. परंतू तरीही ती घरातील सुप्तयुद्धांमुळे वारंवार विचलीत होत असे. तिच्या मुलाची आजारपणं ती रात्र रात्र एकटीने जागून काढत असे. एकप्रकारे ती इकडे एकटी राहून संघर्षमय जीवनच जगत होती. परंतू घरात तिच्या व्यतिरीक्त कोणीही अन्य स्त्री नसल्यामुळे तिच्यावर घर सांभाळण्याच्या दृष्टीकोनातून अप्रत्यक्षपणे इथेच राहण्याचा दबाव होता. अखेरीस सर्व गोष्टींना झुगारून मनस्वीच्या जोडीदाराने पत्नी व मुलास आपल्या नोकरीच्या शहरात नेण्याची हिम्मत दाखविली. घर सोडतांना देखील घरच्यांच्या तोडून बोलण्याचा मनस्वीला त्रास झाला. ती घरातून बाहेर पडल्यानंतरही तिच्या माघारी तिच्या विरोधात असंख्य नकारात्मक मतं मांडण्यात आली. कारण मनस्वी सर्वांसाठी एक असे सोपे माध्यम होते. जिच्यावर मोकळेपणाने दोषांचे व आरोपांचे रोपण केले कि सर्रासपणे ते सर्व करणारा निर्दोष जाहीर होत असे. मग तो कितीही दोषी असला किंवा गुन्हेगार असला तरी मनस्वीला वाईट ठरवीन्याचा त्याला पूर्ण अधिकार होता. अशा ह्या अजब कुटूम्बातून नाही. परंतू कोणाचेही मानसिक स्वास्थ्य सहज विचलीत होईल. निदान अशा परिस्थितीतून बाहेर पडल्यानंतर अखेरीस मनस्वीला आपल्या स्वतंत्र विश्वात अविश्वसनीय पाउल ठेवण्याची संधी प्राप्त झाली. आता मनस्वीच्या आयुष्यात एका नव्या अध्यायाचा प्रारंभ होणार होता. परंतू त्यामधून कोणता धडा गिरवायला मिळणार ह्या गोष्टीची मात्र तिला अजिबात जाणीव नव्हती. तरीदेखील पुन्हा काहीतरी नवीन अनुभवायला मिळणार ह्या उत्सुकतेने ती आनंदी होती.

मनस्वीच्या जोडीदाराने उच्च शिक्षण घेतलेले होते. त्या शिवाय त्याचे आई वडील दोघेही नोकरदार असल्याने त्यांनी दोन्ही मुलांसाठी त्यांच्या भविष्याच्या दृष्टीने उत्तम तरतूद देखील करून ठेवलेली होती. त्यामुळे त्याला कौटूम्बिक व भौतिक संपत्तीचे पाठबळही भक्कम होते. तरीही त्याला केवळ आपल्या पत्नी व मुलाचा सुवीधाजन्य पद्धतीने सांभाळ करण्याकरीता जीवाचा आटापिटा करावा लागत होता. हे मनाला पटण्यासारखे नसले तरी सत्य कथन होते. कारण त्याच्या आयुष्यात आता पुन्हा एकदा तीच परिस्थिती उद्भवली होती. फरक फक्त इतकाच होता कि आता त्याच्या वरची जबाबदारी द्विगुणीत झालेली होती. मनस्वीच्या जोडीदाराचे वेतन त्याच्यावर असलेल्या जबाबदाऱ्यांच्या तुलनेत फारच कमी होते. त्यामुळे मुलाची तिथल्या शाळेत प्रवेश प्रक्रिया तर झाली. परंतू त्याला शाळेत जाण्यायेण्या करीता ऑटोरिक्षा लावणे सुद्धा मनस्वीच्या जोडीदाराला शक्य होत नव्हते. तेव्हा तिथल्या शाळेच्या पद्धतीनुसार मुलास सकाळी शाळेत सोडून परत येणे. त्यानंतर दुपारचे जेवण घेवून जाणे व परत येणे.

संध्याकाळी पुन्हा जावून मुलास घरी परत आणणे.

अशाप्रकारे दिवसभरातून तीनदा मनस्वीला शाळेत पायी येजा करावी लागत असे. घरापासून शाळेचे अंतर कमीत कमी दोन किलोमीटर तरी असावे. त्याशिवाय घरातील सर्व कामे देखील ती कोणत्याही आधुनिक यंत्राच्या मदतीशिवाय स्वहस्ते करत असे. अशाप्रकारे मनस्वी पुन्हा एकदा शारीरिक दृष्या अतिशय थकविणाऱ्या दिनचर्येत पूर्णपणे अडकून एक सामान्य जीवन जगत होती. कारण तिला परिस्थितीत सुधारणा येण्याची इतक्यात तरी शक्यता दिसत नव्हती. परंतू त्याही पेक्षा ती तिच्या जोडीदारास मोठ्या पदाची व उत्तम वेतनाची नोकरी मिळावी. ही तिची सदिच्छा पूर्ण होत नसल्याने निराश होवून मानसिक रीत्या अधिक थकत होती. त्यातल्या त्यात मनस्वीचा जोडीदार हा पुरुषी मानसिकता असलेला होता. मुळात तो मनातून स्त्रियांचा माणूस म्हणून परस्पर सम्मान करणारा नव्हता. त्यामुळे मनस्वीला त्याचा तितकासा भावनिक आधार वाटत नव्हता. उलट त्याच्या सहवासात मनस्वीला मानसिक दडपणच अधिक जाणवत असे. कारण ती

बऱ्याच गोष्टीत त्याला आपला मुक्तपणे विरोध दर्शवीत असे. ज्यामुळे त्याच्या अहंकारास आणखी चेतावणी मिळत असे. त्याने कधीही मनस्वीवर हात उगारला नव्हता. परंतू कधी अतिशय गोड बोलून त्याने तिला भ्रमात ठेवले. तर कधी अतिशय तिरकस बोलून तिला आतून तोडण्याचा प्रयत्न केला. ज्यामुळे मनस्वीच्या मनात नेहमी घालमेल सुरू राहत असे. तिला स्वतःमध्ये आत्मविश्वासाची कमतरता जाणवत असे. त्याशिवाय तिला त्याचे घरी एक व बाहेरच्या जगात दुसरे अशी दोन व्यक्तीमत्वे निदर्शनात येत होती. घरी कोणी पाहुणे मंडळी आल्यास मनस्वीला तो पूर्णपणे एकटे पाडत असे. तिची रीतसर कोणाशीही ओळख करून न देता केवळ एका ठिकाणी बसून तिच्यावर आदेश सोडत असे. त्यामुळे मनस्वीमध्ये कोणाही पुढे जावून दोन शब्दही बोलण्याची हिम्मत नव्हती. तिला स्वयंपाक खोलीत राहून जोडीदाराच्या आदेशाचे पालन करण्याची सवयच झालेली होती. परिणामस्वरूपी मनस्वीला एकप्रकारे घरातच राहणे आवडू लागले. तिला इतरांशी औपचारिकरीत्या संवाद साधने फारच अवघड जात असे. कारण अगोदरच तिचे व्यक्तीमत्व अंतर्मुखी होते. त्यातल्या त्यात तिच्या आसपास कोणीही तिच्यावर निस्वार्थ प्रेम करणारे माणूस नव्हते. अशाप्रकारे त्या दोघांमध्ये विचारांची ओढाताण असल्यामुळे प्रत्यक्षात कधीही त्यांच्यात मैत्रीपूर्ण संबंध निर्माण होवू शकले नाहीत. परंतू मनस्वीचे त्याच्यावर अगदी मनापासून प्रेम होते. तसेच ती आपल्या कल्पनाशक्तीने कायम त्याच्या प्रगतीचीच स्वप्न पाहत असे.

मनस्वी आपल्या जोडीदाराच्या प्रत्येक चांगल्या वाईट प्रसंगात अगदी धीराने त्याच्याबरोबर सोबत होती. त्याच्या प्रगतीच्या प्रतीक्षेत ती आपल्या आशा आकांक्षांचा

बळी देत चालली होती. परंतू तरीही ती कायम आशावादी होती. तिचा जोडीदार मात्र तिच्याकरिता काहीही विशेष करत नव्हता. त्याने त्या दोघांच्या नात्यात कोणत्याही प्रकारची भावनिक गुंतवणूक केलेली नव्हती.

तिला आनंदी करण्यासाठी कधीही कोणत्याही रोचक योजना आजतागायत त्याने तिच्यासाठी आखल्या नव्हत्या. तसेच कधी तिचा वाढदिवस व लग्नाच्या वाढदिवसाचे औचित्य साधून आवडीने तिला एखादा दागिना किंवा भेटवस्तूही त्याने दोघांमधील नाते सुमधुर करण्यासाठी दिलेली नव्हती. ती फक्त त्याच्या खांद्यावरच्या एखाद्या अवजड ओझ्याप्रमाणे त्याच्या सवे आपला जीवनप्रवास कंठत होती. मनस्वीचा जोडीदार मात्र आयुष्यात प्रगतीच्या आशेने दिशाहीन धावत राहिला. परंतू धावतांना मात्र त्याने कधीही त्याची सावलीसारखी सोबत करणाऱ्या मनस्वीच्या मानसिक वेदनांविषयी व तिच्या होणाऱ्या फरफटीविषयी सहानुभूती दाखविली नाही. ती आपल्या सोबत आनंदी आहे किंवा नाही. ह्याचीही त्याने कधी खात्री करणे महत्वाचे समजले नाही. परंतू मनस्वीने तिच्या अशाप्रकारे होत असलेल्या वाताहतीची वाच्यता अजून तरी कोणाजवळही केलेली नव्हती. कारण कधी ना कधी दिवस पालटतील ह्या विषयी तिला पूर्ण खात्री होती. तरीही अधून मधून तिच्या मनात आपण पैसा कमाविण्यासाठी काहीही करत नाही. अशी दोषीपणाची भावना दाटून येत असे. ज्यामुळे ती एकंदरीतपणे मनातून विचलीत होत असे. परंतू घर व घरातील माणसांची आवश्यकतेपेक्षा जास्त ओढ तिला क्षुल्लक पैस्याच्या मोहाकरीता घराबाहेर पडण्यास अडवत होती. त्यापेक्षा जोडीदारावर व त्याच्या प्रयत्नांवर दृढ विश्वास ठेवणे तिला जास्त योग्य वाटत होते. परंतू मनस्वीने जीवनात जोडीदाराला दिलेल्या मोलाच्या साथीने जोडीदाराचे मन गहीवरन्या ऐवजी तिच्या त्या प्रेमाचे त्याला बंधन वाटू लागले होते. कारण त्याला त्याच्या आयुष्यातील मनस्वीचे निरपेक्ष प्रेम व तिची साथ तितकीसी महत्वाची वाटत नव्हती. तर तिने कोणतीही तक्रार न करता निमुटपणे आपला पत्नीधर्म निभावावा. अशी त्याला तिच्याकडून अप्रत्यक्षपणे अपेक्षा होती. त्यामुळे त्याच्या सान्निध्यात मनस्वीला एकप्रकारचा न दिसणारा व सांगताही न येणारा दबाव जाणवत असे. तरीही मनस्वीने सहजा सहजी हिम्मत हारली नाही. जोडीदारासाठी काही गोष्टी तिला आपल्या मनाविरूद्ध कराव्या लागत असत. काही अटीतटीचे प्रसंग तिला मोठ्या धीराने पार पाडावे लागत. अशाप्रकारे एक स्त्री जेव्हा आपल्या पतीकरीता आजीवन पडद्यामागे राहण्याचे ठरविते. तेव्हा ती आपल्या भूमिकेतून जे काही करते त्याची नोंद केवळ देवच ठेवू शकतो. मनस्वीचेही तिच्या जोडीदाराच्या आयुष्यातील योगदान निरपेक्षतेची सीमा गाठणारे होते. जोडीदाराच्या वेतनातून काहीप्रमाणात बचत सुरू करण्याचे देखील तिनेच जोडीदाराला सुचविले.

अशाप्रकारे थोड्या थोड्या प्रमाणात लहान लहान पावले ती आपला संसार सुखाचा व्हावा ह्या दृष्टीकोनातून टाकत होती. मनस्वी आपल्या प्रामाणिकपणाने घराचा भक्कम आधार बनली होती. तसेच जोडीदाराच्या पाठीशी निष्ठेने पडद्यामागची भूमिका सुद्धा निभावत होती.

मनस्वीचा मुलगा आता पाच सहा वर्षाचा झाला होता. घरातील परिस्थितीतही बऱ्यापैकी सुधार आलेला होता. त्यामुळे हे दाम्पत्य दुसऱ्या अपत्याचा विचार करू लागले होते. त्या कालावधीत मनस्वीच्या दिराचा विवाह पार पडला. विवाहाच्या पूर्व तयारी करीता मनस्वी काही दिवसांअगोदरच सासरी आलेली होती. त्या काळात वैद्येकीय परीक्षणानंतर मनस्वीला दुसऱ्या बाळाची चाहूल लागली असल्याचे लक्षात आले. त्यानंतर विवाहकार्य यथासांगपणे पार पाडून ते तिघेही पुन्हा नोकरीच्या शहरात परत आले. परंतू बाळंतपण मात्र सासरीच जावून करण्याचे अगोदरच ठरलेले होते. मुलाची शाळा असल्यामुळे गर्भावस्थेचे संपूर्ण दिवस तिकडेच काढून. त्यानंतर मनस्वीच्या जोडीदाराने पुन्हा एकदा मनस्वीची व मुलाची रवानगी आपल्या भावाजवळ म्हणजे मुख्य घरी केली. परंतू आता तिथे मनस्वीचे करणारे कोणीही नव्हते. केवळ मनस्वीची नवविवाहित जाऊ होती. तिला मनस्वीचे तिथे येवून राहणे कदापि आवडलेले नव्हते. तसेच मनस्वीलाही ते मुळात पटलेले नव्हते. परंतू तिच्यापाशी अन्य कोणताही पर्याय नव्हता.तेव्हा बाळंतपणाची सर्व जबाबदारी पार पाडण्याकरीता मनस्वीच्या जोडीदाराने एक बाई लावलेली होती. तरीसुद्धा आता तिथे तो आपलेपणा जाणवत नव्हता. त्यामुळे अनेकदा मनस्वीला अवघडल्यासारखे होत होते. कारण नवविवाहित जाऊ बरोबर जमवून घेतांना तिला अनेक अडचणी येत होत्या. अखेरीस सर्वांच्या मदतीने मनस्वीचे बाळंतपण सुखरूपपणे पार पडले. ह्यावेळी तिने मुलीला जन्म दिलेला होता. त्यानंतर पुढचा एक महीना तिकडेच थांबून दोन्ही मुलांना घेवून मनस्वी व तिचा जोडीदार पुन्हा नोकरीच्या शहरात परत फिरले. इकडे आल्यानंतर मनस्वीला इवल्याश्या मुलीचे सर्वकाही सांभाळतांना अनेक अडचणी आल्या. कारण बाळंत झालेल्या आईलाच जपण्याकरीता तिच्या आई किंवा आजीची गरज भासत असते. इथे तर तशा अवस्थेत आईवरच आपल्या एक महिन्याच्या बाळाच्या अंगाला तेल लावण्यापासून बाळाकरीता रात्रीची जागरणं करण्यापर्यंतची वेळ आली होती. त्यामुळे मनस्वीला त्याक्षणी आवश्यक असलेला पुरेसा आराम व आहारही मिळत नव्हता. परीणामस्वरूपी मनस्वीची शारीरिक अवस्था अत्यंत क्षीण झालेली होती. तेव्हा तिथल्या काही प्रेमाने जपलेल्या माणसांनी मनस्वीच्या शारीरिक सुदृढतेच्या दृष्टीने स्वतःच्या हाताने बनवून बाळंत लाडू आणून दिले. कोणी तिच्या बाळासाठी कपडे दिले. कोणी बाळाचे आजोबा बनून बाळास अंगाखांद्यावर खेळविले. अशाप्रकारे

त्यावेळी कोणी मनस्वीची आई बनले. तर कोणी तिला मोठ्या बहिणीची माया व आधार दिला. ज्याची त्याक्षणी मनस्वीला अत्यंत आवश्यकता होती. ज्याचे कोणीही नसते त्याच्या पाठीशी कोणत्या ना कोणत्या स्वरूपात साक्षात देवच उभा राहतो. एकप्रकारे अशी प्रचीती मनस्वीला तेव्हा येत होती. मनस्वीच्या जोडीदाराने परिस्थितीच्या गरजेनुसार तीन महिन्यांकरिता घर कामे करण्यासाठी मोलकरीण लावून दिलेली होती. परंतू मनस्वीचा जोडीदार आपल्या नोकरी व आर्थिक परिस्थितीमुळे एकही दिवस घरी राहून मनस्वीला भावनिक आधार देवू शकत नव्हता. दररोज सायंकाळी कामावरून परतल्यावर मात्र तो मुलीला घेवून बसत असे. जेणेकरून मनस्वीला जेवण बनविणे सोयीस्कर व्हावे. तीन महिने झाल्यानंतर मनस्वीला घरातील कामे करण्यासोबत मुलाला शाळेत सोडण्यासही जावे लागत असे. सुदैवाने तेव्हा भाड्याचे घर बदलल्यामुळे शाळा घरापासून थोडी जवळ होती. घरातील कामे करतांनाही मनस्वी मुलीला जमिनीवरच अंथरून टाकून झोपवत असे. कारण तिला जाग येताच पोटाच्या आधाराने सरकत सरकत ती घराच्या दुसऱ्या कानाकोपऱ्यात जात असे. तर कधी मुलगा घरी असतांना त्याच्या भरवश्यावर मुलीला ठेवून मनस्वी कशीबशी घरकामे आटोपत असे. अशाप्रकारे मुलं मोठी करतांना इतर कोणी सांभाळणारे नसल्यामुळे मनस्वीला तारेवरची कसरत करावी लागली. कारण घराची आर्थिक जबाबदारी जोडीदारावर असल्यामुळे त्याची साथ तिला लाभत नव्हती. त्याला कामा निमित्त अधूनमधून आठ दहा दिवस शहराबाहेरही जावे लागत असे. प्रश्न हा नव्हता कि मनस्वी परिस्थितीशी झुंझत होती. परंतू तिचे झुंझने सार्थकी लागत नसल्याचे शल्य तिच्या मनास जास्त बोचत होते. कारण एका मर्यादित स्तरानंतर तिच्या जोडीदाराची प्रगती सुद्धा स्थगीत झालेली होती. त्यामुळे कधीकधी स्वत:च्याच अवस्थेला बघून मनस्वीचा राग अनावर होत असे. कारण ह्या सर्व जबाबदाऱ्या अंगावर पडल्यामुळे तिच्या इच्छा आकांक्षांचा कोंडमारा होत चालला होता. त्यामुळे ती जसजसी वयाने आणखी मोठी होत होती. तशी तिची जीवनाला कुतूहलपूर्ण नजरेने बघण्याची क्षमता कमी कमी होत चालली होती.

मनस्वीचा जोडीदार त्याच्या अंगावर कुटुंबाची जबाबदारी असल्यामुळे आपल्या आयुष्यात आर्थिक परिस्थिती सुधारण्यासाठी कोणताही नवीन प्रयोग करू शकत नव्हता. त्यामुळे त्याच्या जीवनात सर्वकाही सामान्य गतीने सुरू होते. आता तर मनस्वी आपल्या क्षुल्लक आवडी निवडीचाही सहज गळा दाबु लागली होती. कारण स्वत:च्या आधी ती आपल्या मुलांचा विचार करत असे. तिला बाहेरच्या जगाचे अजिबात ज्ञान नव्हते. कारण ती पूर्णपणे तिच्या जोडीदारावर विसंबून जीवन जगत होती. परंतू तरीही मुलांची आजारपणं तिने कित्येकदा स्वत:च्या भरवश्यावर सुखरूपपणे पार पाडली होती. कारण सुदैवाने तिला नेहमीच प्रेमाच्या माणसांची पूर्णपणे मदत मिळत होती.

आता तिची लहान मुलगीही शाळेत जाण्याइतकी मोठी झाली होती. त्यामुळे अगदी कौतुकाने तिचेही नाव शाळेत घालण्यात आले. मनस्वीची मुलगी एखाद्या सोनपरी सारखी सुंदर होती. ती आयुष्यात आल्यानंतर मनस्वीचे विचार जे निराशेकडे वळले होते. ते पुन्हा हळूहळू आशावादी होवू लागले होते. कारण त्या लहानग्या मुलीत तेव्हापासूनच आईची माया सामावलेली होती. परंतु तिची वारंवार तब्येत बिघडत असल्यामुळे मनस्वी कायम तिच्या काळजीने चिंतीत राहत असे. कारण कित्येकदा तिला अत्यंत गंभीर अवस्थेत इस्पितळात हलवावे लागत होते. कधीकधी तर मनस्वीवर आपल्या मुलीच्या जीवाकरीता मनोमन देवाचा धावा करण्याचीही वेळ आलेली होती. अशाप्रकारे दिवस पुढे चालले होते. मनस्वीची दोन्ही मुले तेव्हापासूनच घरातील परिस्थितीमुळे आईची होणारी चिडचिड तिचा राग व त्या रागाच्या मागचेही त्यांच्यावरचे तिचे अतोनात प्रेम आपल्या वयाच्या हिशोबाने समजून घेत घेत लहानाचे मोठे होत होते. त्यामुळे त्या तिघांमध्ये मायेचे घट्ट बंध होते. त्या मायेचा मनस्वीला इतका आधार होता कि ती आयुष्यात कधीही कोणत्याही परिस्थितीने पूर्णपणे कोसळली नाही. मनस्वीचा जोडीदार मात्र कोणत्या ना कोणत्या कारणाने त्या तिघा मायलेकरांच्या विश्वातून कायम लांबच राहिला. मुलालाही त्याने कधी रागावून तर कधी त्याच्या अंगावर हात उगारून आपल्या वर्चस्वाखाली ठेवले होते. मनस्वीची दोन्ही मुले अभ्यासातही हुशार होती. त्या शाळेतील शिक्षिका कधीकधी मनस्वीला थांबवून तुमचा मुलगा खूप हुशार असल्याचे तिला आवर्जून सांगत असत. तेव्हा मनस्वीचा माथा अभिमानाने उंच होत असे. मनस्वी मात्र आयुष्यभर आपल्या जोडीदारावर लक्षकेंद्रित करून त्याच्या प्रगतीची मनोमन कामना करत राहिली. परंतु त्याने कधीही तिची इच्छा पूर्ण केली नाही. त्याची प्रगती तिला अशीच आपल्या माथ्यावर मिरवायची होती. ज्यामुळे तिच्या मनात त्याच्याविषयी सम्मानाची भर पडली असती. परंतु त्याचे विचार मात्र फारच कुंठीत होते. त्याने मनस्वीला स्पष्ट सांगितले कि मी तुला दोन मुले दिलीत आता ह्यापलीकडे तू माझ्याकडून काहीही अपेक्षा ठेवू नकोस. जोडीदाराच्या अशाप्रकारच्या तोडून बोलण्यामुळे मनस्वीचे निरपेक्ष मन स्वत:लाच स्वार्थी समजून दोषी मानु लागले होते. त्याचप्रमाणे त्यानंतर मात्र मनस्वीच्या मनाने स्वत:ला त्याच तळागळाच्या परिस्थितीत घट्ट पाय रोवून उभे राहण्यास सर्वस्वी तयार केले. मनस्वी आर्थिक बचतीवर विश्वास ठेवणारी होती. घरात महिन्याकाठी येणारी कमाई कितीही का असेना परंतु त्या रकमेचे योग्य नियोजन केले पाहिजे. असे तिला आवर्जून वाटत होते. त्या अनुषंगाने काही प्रमाणात त्यांनी बचतीला सुरवात देखील केली होती. परंतु मुलांच्या भवितव्याच्या दृष्टीने आई वडीलांकडून होत असलेली लांब पल्ल्याची गुंतवणूक करण्याच्या महत्वपूर्ण गोष्टींवर त्या दाम्पत्यात काहीही चर्चा होत नसत.

त्याशिवायही त्या दोघांमध्ये विशेष संवाद जो कोणत्याही पतीपत्नी दरम्यान होणे अनिवार्य असतो. तो कदापि होत नसे. अशाप्रकारे मनस्वी आपल्या मनातील गोष्टी व चिंता जोडीदारापाशी व्यक्त करू शकत नव्हती. त्यामुळे तिचा जोडीदार कधीही तिच्या सुख दु:खाचा वाटेकरी होवू शकला नाही. म्हणूनच त्यांच्यात भावनिक अतूट बंध कधीही विकसित झाले नाही. तरीही ते दोघे एका छताखाली राहून कोरडेपणाने सोबत जीवन व्यतीत करत राहिले. त्या कालावधीत एक उत्तम घटना घडली. ती म्हणजे मनस्वीच्या वडीलांच्या मालमत्तेचे मुलांमध्ये वाटप करण्यात आले. त्यात मुलींनाही प्रत्येकी दोन दोन लाख रुपये मिळाले. ज्यामुळे मनस्वीच्या संसाराला भक्कम आर्थिक आधार मिळाला. त्यासोबत तिच्या मनातील आशेच्या अंकुरालाही पालवी फुटली. ती मोठी रक्कम आपण आपल्या दोन्ही मुलांच्या नावे जशीच्या तशी ठेवून द्यावी. अशी तिच्या मनात तीव्र इच्छा जागृत झाली. परंतू मनस्वीच्या जोडीदाराने मात्र तिने घेतलेल्या निर्णयात आडकाठी आणली. ही रक्कम आपण व्यवसायात लावू असे त्याने मनस्वीला सांगितले. मनस्वीनेही त्याच्या बोलण्यावर अगदी डोळे झाकून विश्वास ठेवला. त्यानंतर मात्र आजतागायत त्या रकमेचा हिशोब मनस्वीच्या जोडीदाराने तिला दिलेला नाही. त्याचप्रमाणे त्याने तिला आजवर कोणत्याही व्यवसायाची सुरवात तसेच विकासही करून दाखविला नाही. किंबहुना का कोणास ठाऊक त्याच्या कोणत्याही प्रयत्नांना कधीही यश आले नाही. त्यामुळे तो त्याच्या कुटुंबाला नेहमी आर्थिक ओढाताणीचेच आयुष्य प्रदान करत राहिला. कारण त्याच्या कारकिर्दीला अजिबात स्थिरता नव्हती. तरीही त्याने कधीही त्याविषयाशी निगडीत महत्वाच्या गोष्टींची पारदर्शकता मनस्वीला दिलेली नव्हती. अशाप्रकारे मनस्वी कायम अंधारात चाचपडत राहिली. विविध गोष्टींमुळे तिच्या मनात उत्पन्न होणारी घालमेल फक्त तिच्या पुरतीच सीमित होती. कारण तिचा आशावादी स्वभाव जो आता हळूहळू एकप्रकारे भीतीत परिवर्तीत होवू लागला होता. परंतू तिच्यातील त्या नकारात्मक बदलाला मात्र ती सर्वांपासून लपवत होती. जे तिच्या मानसिक स्वास्थ्याच्या दृष्टीने योग्य नव्हते. तिच्या विषयी नातेसंबंधांमध्ये गैरसमज देखील पसरू लागले होते. परिणामस्वरूपी ती पूर्णपणे एकटी पडली होती. मनस्वीला आता हळूहळू जीवनाच्या खऱ्या रूपाची प्रचीती येवू लागली होती. परंतू त्यामुळे ती कधीही डगमगली नाही. कारण ती आपल्या मनाच्या मार्गदर्शनाने जीवनात मार्गक्रमण करत होती. तिने आजपर्यंत अनेक कठीण कठीण वेळा पार केलेल्या होत्या.

तिने आजवर ज्या प्रकारचे जीवन व्यतीत केलेले होते. त्याविषयी क्षुल्लकशी कल्पनाही आपल्या बहिण भावांना देण्याचा तिने कधी प्रयत्न केलेला नव्हता. कारण आपल्या जोडीदाराची साथ सोडून त्याला चर्चेचा व हसण्याचा विषय बनविणे हे तिच्या तत्वात

बसत नव्हते. त्यामुळे आपल्या आत्मसम्मानासाठी व जोडीदाराच्या सम्मानासाठी ती आयुष्यभर मूकपणे विष पीत राहिली. त्याचप्रमाणे आपल्या इच्छा आकांक्षांना भूतकाळात जमा होत चाललेल्या काळाबरोबर पाठीशी घालत राहिली. परंतु तिच्या जोडीदाराला एक पत्नी म्हणून मनस्वीच्या भावनांची काळजी घेणे कधीही महत्वाचे वाटले नाही.

तो कधीही न थांबता व मागे वळून न पाहता दिशाहीन धावत राहिला. तसेच मनस्वी फरफटत त्याच्या मागे जात राहिली. कारण तशाही अवस्थेत ती आपल्या जोडीदाराला त्याच्या बरोबरच्या आपल्या संसाराला व आपल्या निरागस मुलांना दयेच्या भावनेने पाहू शकत होती. त्यामुळे मनस्वी जोडीदाराप्रती कायम आपले प्रेम मनोमन प्रवाहित करत राहिली. त्याचप्रमाणे प्रामाणिकपणाने त्याला मोलाची साथही देत राहिली. मनस्वीच्या जोडीदाराने मात्र कधीही तिच्या प्रेमाचे मोल जाणले नाही. पुढच्या आयुष्यात त्याच्यातील ह्याच अहंकाराने व पुरुषी मानसिकतेने त्याला आणखीच अपयशाच्या दरीत ढकलले. कारण तो आपल्या कुटुंबाला एक भावनिक कारण बनवून आयुष्यात आपल्या कारकिर्दीत परिश्रम घेत नव्हता. तर कुटुंबाचे भरण पोषण करण्याच्या दृष्टीने केवळ काबाडकष्ट करत होता. आपल्या कुटूम्बाच्या आनंदासाठी यशाच्या पायऱ्या पादाक्रांत करणे. आपल्या पत्नीच्या नजरेत स्वतःसाठी गर्व बघणे तसेच मुलांसाठी प्रगती करणारे प्रेमळ वडील बनणे ह्या गोष्टींचे जीवनात काय महत्व असते हे त्याला दुर्दैवाने ठाऊकच नव्हते. त्यामुळे घरात कमाविता असल्याचा त्याला फक्त पोकळ अहंकार होता. त्याच्या अहंकारात मनस्वी व मुलांच्या देखील भावना कित्येकदा पोळल्या जात होत्या. परंतु त्याची त्याला जाणीवही होत नव्हती. एखाद्या कुटुंबप्रमुख पुरुषाची अशी मानसिकता मात्र कधी ना कधी त्याच्याच मार्गातील अत्यंत कठीण अडसर बनण्याची अधिकाधिक शक्यता असते. कारण ही त्याच्याच मनातील असुरक्षतेची भावना असते. जी तो त्याच्यावर विसंबून असलेल्यांच्या मनावर देखील बिम्बवीण्याचा प्रयत्न करत असतो. मात्र ज्या दिवशी त्याच्या छत्रछायेखाली असलेल्यांना स्वाभिमानाने जीवन जगण्याची जागरूकता येवू लागते. त्या दिवसापासून मात्र त्याच्याच असहायतेच्या कहाणीचा आरंभ होतो.

मनस्वीचा मुलगा आठव्या वर्गात असतांना तिच्या मनात मुलांच्या शिक्षणाच्या दृष्टीने त्यांना पुन्हा आपल्या राज्यात हलविण्याचे विचार घोळू लागले. कारण अन्य राज्यात भाषा ही त्यांच्याकरीता सर्वात मोठी अडचण होती. त्या दृष्टीकोनातून जर आताच तिकडे स्थलांतर केले. तर इयत्ता दहावी पर्यंत मुलगा नव्या वातावरणात रुळला जाईल. त्याशिवाय शहरातील गतिमान दिनचर्येचीही त्याला उत्तम सवय लागेल. असा मनस्वीचा अंदाज होता. तेव्हा मनस्वीच्या मनातील त्या विचारावर तिच्या

जोडीदारानेही चिंतन करण्यास सुरवात केली. त्याचप्रमाणे त्या अनुषंगाने त्या शहरातील काही नातेवाईकांकडे त्याने माहिती काढण्यासही सुरवात केली.

स्थलांतराकरीता येणारा खर्च भाड्याच्या घराचा खर्च दोन्ही मुलांच्या शाळेतील प्रवेशाचा खर्च ह्यावर पती पत्नीमध्ये सखोल विचारविमर्श करण्यात आला. त्यानुसार एकदाचा त्या निर्णयावर शिक्कामोर्तब झाला. तरीसुद्धा कामानिमित्ताने त्याला वारंवार इकडे येत राहावे लागेल. असेही मनस्वीच्या जोडीदाराने मनस्वीला समजावून सांगितले. आता आपल्या आयुष्यात नक्कीच मोठा व चांगला बदल घडून येणार ह्या आशेने पुन्हा एकदा मनस्वीचे मन प्रफुल्लीत झाले. कारण मनस्वी मागे घडलेल्या कोणत्याही गोष्टीत जास्त काळ अडकून न पडता वर्तमानातील सक्रीय घडामोडींवर विश्वास ठेवणारी होती. सर्व पूर्वतयारी पार पडल्यानंतर अखेरीस तो दिवस येवून ठेपला. जेव्हा मनस्वी व तिच्या जोडीदाराने आपल्या दोन्ही मुलांना घेवून त्या जागेचा कायमचा निरोप घेतला. आयुष्यात पहिल्यांदाच शहरातील वास्तव्याच्या अनुभवासह त्याच समस्या व त्याच अडचणींचा मात्र नवीन स्वरूपात सामना करत मनस्वीच्या आयुष्यात आणखी एका नव्या अध्यायाची सुरवात झाली. पुन्हा एक धुळीने माखलेले घर तिच्या जोडीदाराने तिच्या पदरात टाकले. मनस्वीनेही ते नव्या उमेदीने स्वीकारले. मनस्वीची हीच विशेषता होती कि ती कधीही सहजासहजी हार मानण्यास तयार होत नसे. त्याचप्रमाणे कोणत्याही गोष्टीप्रती असलेला तिचा सकारात्मक दृष्टीकोन हा ती आयुष्याने ओतप्रोत भरलेली असल्याची खुण होती. परंतू काहीही झाले व सर्वकाही बदलले तरी मनस्वीच्या आयुष्यात त्यामुळे कोणताही फेरबदल येणार नव्हताच. कारण त्यासाठी तिला स्वत:मध्ये व स्वत:च्या विचारांमध्ये बदल आणण्याची आवश्यकता होती. मनस्वीने मात्र ह्या अगोदर कधीही कुटूम्बाला वगळून स्वत:चा वेगळा विचार केलेला नव्हता. ती आजीवन सर्वस्वी प्रामाणिकपणे आपल्या भूमिकांचे प्रतिनिधीत्व करत आलेली होती. तिचा जोडीदार जो तिचे भरणपोषण करत होता. तसेच तिची मुले जी तिच्यावर विसंबून होती. ह्या सर्वांना आपण कोठेही कमी पडता कामा नये फक्त एवढाच तिच्या जगण्याचा हेतू होता. परंतू आपण माणूस म्हणून स्वत:ला जाणून घेण्यासाठी झटले पाहिजे. ही गरज तिला कधीही भासली नाही. इतके तिने स्वत:ला दुर्लक्षित केलेले होते.

नदीच्या तीरावर उभे राहून आपण कितीही धाडस दाखवत असलो. तरी पाण्यात उतरल्यानंतरच आपल्याला पाण्याच्या खोलीचा खऱ्या अर्थनि अंदाजा येत असतो. असेच काहीसे शहरात राहण्याचा अनुभव घेतल्यावर मनस्वी व तिच्या जोडीदाराचे झाले. शहरातील महागाई व खर्च हे त्या दोघांनाही थक्क करणारे होते. सुरवातीला मनस्वीच्या जोडीदाराची कावीळ झाल्यामुळे तब्येतही चांगलीच बिघडली होती. तर

मनस्वी शहरातील नव्या दिनचर्येत स्वतःला समरस करून घेण्याकरीता जीवाचा आटापिटा करत होती. अशाप्रकारे ते दोघेही निरनिराळ्या संघर्षाचा सामना त्यावेळी करत होते. कधी ते आपसात जुळवून घेत होते. तर कधी त्यांच्यात वादविवाद होत होते. अर्थातच पती पत्नी मधील वाद हे नेहमी त्यांच्या सहजीवनातील कोणत्या ना कोणत्या कमतरतेला दर्शवीत असतात. कधी एकमेकांमध्ये भावनांच्या गुंतवणुकीची कमतरता. कधी एकमेकांना देण्यासाठी पुरेशा वेळेची कमतरता. कधी सामाजिक प्रतिष्ठेची कमतरता. त्याचप्रमाणे आपल्या जीवलगांच्या इच्छा आकांक्षांचा पुरेशा पैस्याअभावी कोणत्याही भावनिक आधाराशिवाय कठोरपणे बळी देणे. ही सर्वात मोठी कमतरता. हे दाम्पत्य तर आयुष्यात कायमच पैस्याच्या कमतरतेशी झुंझत आले होते. अशातच मनस्वीच्या जोडीदाराने कार घेण्याचा निर्णय घेतला. ह्याचा अर्थ हा नाही कि कार घेण्यासाठी लागणारी रक्कम त्याच्या पाशी जमा होती. तर एवढे वर्ष पर प्रांतात राहून केलेल्या काही प्रमाणात बचतीच्या स्वरूपातील जमापुंजी खर्च करून कार घेण्याचा त्याचा निर्णय होता. अशाप्रकारे त्याचे कार घेण्याचे स्वप्न कसेबसे पूर्ण झाले. मनस्वीच्या जोडीदाराला अधून मधून अन्य राज्यात कामासाठी जाण्या येण्यासाठी कारची आवश्यकता वाटत होती. त्याहीपेक्षा अधिक त्यामागे सामाजिक स्तर उंच करण्याचा मनस्वीच्या जोडीदाराचा हेतू होता. आता मात्र भक्कम आधार म्हणून त्या दांपत्याजवळ असलेली बचत पूर्णता संपुष्टात आली होती. त्याचप्रमाणे मनस्वीच्या जोडीदाराच्या कामामधून येणारा पैसा हा अनिश्चित स्वरूपाचा होता. तसेच जेव्हा तो येत असे तेव्हा त्या पैस्याच्या तुलनेत खोळम्बलेले खर्चच अधिक राहत असत. त्यामुळे पुन्हा बचतीस वाव नव्हता. परिणामस्वरूपी कोणाच्याही इच्छा आकांक्षा पूर्ण होवू शकत नव्हत्या.

मुलांना देखील आई वडीलांच्या अनियोजित आर्थिक परिस्थितीचा फटका सहन करावा लागत होता. परंतू बाहेरच्या जगात मात्र प्रत्येकाला हे ठाऊक होते कि मनस्वीच्या जोडीदाराचा स्वतःचा व्यवसाय आहे. त्याने त्याच्या कुटुंबाला उत्तम जीवन प्रदान केलेले आहे. परंतू घरातील खरी परिस्थिती फक्त मनस्वीला ठाऊक होती. कारण मुलं लहान असल्यामुळे त्यांना सध्या तरी फारसे काही कळत नव्हते. अशाही परिस्थितीत मनस्वीच्या जोडीदाराने आपल्या मित्रमंडळीत स्वतःला उत्तमरीतीने सामील करून घेतलेले होते. मनस्वीला मात्र घरातील खरी परिस्थिती लपवून जगणे कठीण जात होते. कारण दोन प्रकारच्या जगण्यामुळे तिच्या मनात निर्माण झालेला विरोधाभास तिच्यासाठीच जीवघेणा होता. कारण जीवनस्तर उंचावल्याशिवाय सामाजिक स्तर गाठणे सर्वस्वी अशक्य आहे. ह्या गोष्टीची तिला पुरेशी जाणीव होती. तसेच तिचे स्वातंत्र्य व तिचा स्वाभिमान तिच्यापासून लांब जात असल्याचा भासही तिला

क्षणोक्षणी होत होता. हेच कारण होते ज्यामुळे मनस्वी हळूहळू घराच्या चार भिंतींच्या आड सीमित होत चालली होती. कारण लोकांच्या निर्णयात्मक नजरांची तिला अक्षरशा भीती वाटू लागली होती. तिच्या अनपेक्षित वागण्यामुळे कित्येकांचे तिच्या विषयी गैरसमज देखील होत असत. परंतु लोकांच्या भीतीचे दडपण तिच्या मनावर इतके जास्त होते. कि कोणी आपल्या बद्दल आपल्या मागे काय विचार करत असावे. ह्या गोष्टीची तिला अजिबात पर्वा उरलेली नव्हती. अशाप्रकारे परिस्थितीमुळे मनस्वीची पुरती कोंडी झालेली होती. मनस्वी घरातील एकूण एक काम स्वहस्ते करत असे. तिने कधीही सुविधाजनक जीवनाची स्वप्रातही कल्पना केलेली नव्हती. तिच्या आवडी निवडी काळाच्या ओघात एक एक करून पुरल्या जात होत्या. त्याचबरोबर मनस्वीचा जोडीदार व मनस्वी ह्यांच्या नात्यात कोणत्याही प्रकारची पारदर्शकता व भावनिक स्निग्धता देखील नव्हती. मनस्वीचा जोडीदार तिला लहान मुलांप्रमाणे वागनुक देत असे. त्याचप्रमाणे त्याने कुटुंबप्रमुख म्हणून घेतलेला एखादा निर्णय चुकीचा ठरला. किंवा त्याचे दुष्परिणाम दिसून आल्यास त्या निर्णयाची जबाबदारी तो स्वत:च्या खांद्यांवरून अगदी सोयीस्करपणे झिडकारून देत असे. तसेच त्यावरून मनस्वीला वारंवार 'तूच तर मला करण्यास सांगितले होते' असे बोलून तिच्या मनावर दडपण आणण्याचा प्रयत्न करत असे. मनस्वीला अशाप्रकारे अप्रत्यक्षपणे छळून तो तिची सीमित मानसिकता घडविण्यास निघाला होता. त्याशिवाय त्याचा त्याच्या मोठ्या बहिणीच्या कुटूम्बावर अतिशय जीव होता. तो एकप्रकारे त्यांचे शब्द झेलण्यासाठी वेडापिसा होत असे. त्याकरीता मनस्वीशी वाद करावा लागला तरी त्याला ते मान्य होते. ते देखील त्याच्या सहज उपलब्द्ध होण्याच्या स्वभावाचा पुरेपूर फायदा उचलत असत. आपल्या सोयी व सुविधेसाठी त्याच्या व्यक्तीगत वेळेचीही पर्वा करत नसत. मनस्वीला जेव्हा ह्या गोष्टी खटकू लागल्या. तेव्हा ती जोडीदाराला त्याच्या वेळेचा अपव्यय करण्यास मनाई करत असे. कारण त्यापेक्षा त्याने आपली आर्थिक परिस्थिती स्थिर करण्यावर अधिक भर द्यावा. असे तिला वाटत होते. परंतु मनस्वीचा जोडीदार मात्र मुद्दाम मनस्वीच्या बोलण्याचा गैरसमज करून घेवून. तू माझ्या बहिणीला माझ्यापासून तोडायला निघालीस. असे म्हणून तिच्या शुद्ध हेतूवर शंका घेत असे. तिला आपल्या वर्चस्वाखाली ठेवण्याकरीता त्याने कधीही तिचे म्हणणे शांततेने ऐकूण व समजून घेतले नाही. त्याचप्रमाणे घरातील तिच्या प्रामाणिक योगदानाला आपल्या कर्तुत्वाच्या बेजोड साथीने कृतकृत्यही केले नाही. मनस्वीने मात्र गोष्टी तिच्या हाताबाहेर जावू लागल्यावर स्वत:ला बाहेरच्या जगापासून अक्षरशा दूर केले. तिच्याविषयी गैरसमज पसरत असूनही त्यावर तिने सर्वस्वी चूप राहणे निवडले. कारण ह्यासर्व भानगडीत तिचे तिच्या मुलांकडे दुर्लक्ष होवू नये असे तिला वाटत होते. त्यामुळे

मनस्वीने स्वत:चे व्यक्तीगत सामाजिक वर्तूळही कधीही निर्माण केले नाही. ती चिकाटीने घरातच टिकून राहिली. ज्यामुळे तिचा जोडीदार बाहेरच्या जगात तिच्याविषयी त्याला वाटेल ते पसरवून स्वत:ची उत्तम प्रतिमा निर्माण करण्यात यशस्वी झाला. मनस्वीला मात्र त्याच्या ह्यासर्व तिच्या विरोधातील कारवायांचा थांगपत्ताही नव्हता. एकप्रकारे मनस्वी तिच्या जोडीदाराद्वारे जो काही मानसिक त्रास सहन करत होती. त्याचे वर्णन शब्दात करणे त्यावेळी तिच्या करिता देखील अशक्य होते. कारण वरवर बघता इतरांना त्यांच्या सहजीवनात सर्वकाही शांत व सुरळीतपणे सुरू असल्याचे भासत होते. परंतू त्यावरून मनस्वीच्या मनात उठलेल्या वादळाचा अंदाज बांधणे मात्र कठीण होते. कदाचित हाच तिचा मानसिक त्रास असावा. मनस्वीला तिच्या आयुष्यात घडत असलेल्या एकाहून अनेक गोष्टींमुळे आता मात्र पाया खालची जमीन सरकल्याचा आभास होवू लागला होता. कारण घरातील खर्चांचा वाढता आलेख. मुलांची आजारपणं तसेच कारच्या उरलेल्या रकमेची चिंता आणि घरात अनिश्चीतपणे येणारे उत्पन्न. ह्या गोष्टी मनस्वीच्या दैनंदिन जीवनातील आनंदावर पाणी फेरत होत्या. सोन्यासारखी मुले डोळ्यासमोर मोठी होत असतांना अनुभवायचे सुख. त्यांच्याच वाढत्या खर्चांच्या डोंगरामुळे त्रस्त होवून त्यांचाच रागद्वेष करण्यात परिवर्तीत झाले होते. खरेतर कोणत्याही आई वडिलांसाठी अत्यंत दुर्दैवीपणाचेच लक्षण असले पाहिजे. परंतू घराच्या चार भिंतींच्या आड घडत असलेल्या ह्या मनाविरुद्ध घटना सहन करण्यापलीकडे मनस्वीच्या हाती काहीही नव्हते. त्यावेळी मनस्वीने स्वत: घराबाहेर पडून पैसा कमाविण्यासाठी हात पाय हलवावे. असा काही जणांनी तिला सल्लाही दिला. परंतू मनस्वीला ते करणे शक्य होत नव्हते. कारण मुलांची व घराची आपल्या मागे गैरसोय होवू नये. तिच्यासाठी मुख्य कारण अजूनही हेच होते. मनस्वीचा जोडीदार काहीतरी तात्पुरती उपाययोजना करून आलेल्या वेळा पुढे ढकलून नेत होता. मात्र त्यामुळे त्यांना जगण्यातील आनंद काही घेता येत नव्हता. परंतू ह्याच कठीण परिस्थितीला आपले भावनिक कारण बनवून आपल्या जोडीदाराने कायमचे त्यामधून निर्धाराने बाहेर पडण्याचा स्वत:शी दृढनिश्चय करावा. असे मनस्वीला सारखे वाटत होते. त्याच्या त्या निर्धारासाठी ती अजूनही काहीही सहन करण्यास तयार होती. परंतू जोपर्यंत एक कुटूंबप्रमुख ह्या नात्याने त्याला आपल्यावरच्या जबाबदाऱ्यांची पुरेपूर जाणीव होत नाही. तसेच त्या दृष्टीने तो एकाग्रतेने आपल्या वेळेची स्वत:हून गुंतवणूक करत नाही. तोपर्यंत मनस्वीला काहीही झाले तरी कमाविण्याच्या दृष्टीकोनातून सर्वकाही वाऱ्यावर सोडून घराबाहेर पडण्याची अजिबात इच्छा नव्हती. कारण आयुष्यात ही परिस्थिती सर्वस्वी जोडीदाराच्या दिरंगाईमुळेच उद्भवली होती. जर त्याने संसार सुरू करतांनाच विचारपूर्वक पावले उचलली असती. तर केवळ चार जणांचे हे कुटूंब तो सर्वतोपरी नक्कीच सुखी ठेवू शकला असता. ह्यावेळी त्याने पहिल्यांदा

मनस्वीपाशी तिचे मंगळसूत्र गहाण टाकण्याविषयी चर्चा केली. मनस्वीनेही तिची इच्छा नसतांना त्यासाठी आपला होकार दर्शविला. कारण तिच्यापाशी अन्य कोणताही पर्याय नव्हता. मनस्वीच्या जोडीदाराने मनस्वीचा भावनिक दृष्टीकोनातून जराही विचार न करता तिचे मंगळसूत्र गहाण टाकले. तसेच पैस्यांची तडजोड केली. मनस्वीला त्याक्षणी त्या गोष्टीचे गांभीर्य तितकसे कळले नाही. उलट आपला जोडीदार आपल्यासाठी किती सहन करतोय आणि आपण केवळ घरात बसून आरामात जगतोय. हे अशी दोषपूर्ण भावना उगाचच पुन्हा स्वत:साठी तिच्या मनात उत्पन्न झाली. तेव्हा मंगळसूत्र जोडीदाराच्या स्वाधीन करून आपण उत्तमच केले. अशाप्रकारे तिने आपल्या घेतलेल्या निर्णयाचे मनातून समर्थनच केले. कारण मनस्वी वैतागलेली असतांना कितीही संतापत असली. तरी तिचे मन शांत झाल्यावर मात्र तिच्या हृदयात जोडीदारासाठी पुन्हा दयाभाव जागृत होत असे. अशारितीने मनस्वी आपल्याच मनातील दोन विपरीत टोकाच्या भावना नियमितपणे अनुभवत असल्यामुळे तिच्या डोक्यात कायमच विचारांचे काहूर माजलेले राहत होते. जेतिला शांततेने जगण्यास मज्जाव करत होते. असेच आयुष्यातून दिवसामागून दिवस सरत राहिले. मनस्वीला काय चांगले काय वाईट हे कळत नव्हते. परंतु तिचे मन मात्र कायम जोडीदाराच्या हिताचा त्याच्या आरोग्याचा व त्याच्या प्रगतीचाच निरंतर विचार करत होते. त्याचबरोबर परिस्थितीच्या दबावात येवून त्याच्या पुरुषार्थात भरच पडत जावी. अशी तिची मनापासून इच्छा होती. कारण तिला त्याच्यात त्याच्या शिक्षणापासून ते कोणत्याही शारीरिक अपंगत्वापर्यंत अशी काहीही कमतरता दिसत नव्हती. म्हणूनच केवळ त्याला कुटुम्बाचा आर्थिक भार उचलणे शक्य होत नाही. म्हणून आपण स्वत: घराबाहेर पडून पैसा कमाविण्यासाठी छोटी मोठी कामे करण्याच्या अतातायी निर्णयापर्यंत पोहोचणे. मनस्वीच्या मनाला पटत नव्हते. असे करणे तिच्यासाठी जोडीदाराच्या पुरुषार्थावर अविश्वास दाखविण्यासारखे होते. त्यापेक्षा घर व मुले उत्तमरीतीने सांभाळणेही महत्वाचे आहे. असा तिच्या मनाचा तिला दिशानिर्देश मिळत होता. कारण मुलांच्या वाढत्या वयात आईचा प्रेमळ सहवास त्यांची स्वस्थ मानसिकता घडविण्यास फायदेशीर ठरत असतो. मात्र त्यासाठी सर्वप्रथम आईचे मानसिक व शारीरिक दृष्ट्या स्वस्थ असणे महत्वाचे असते. मनस्वी ह्या दोन्ही मापदंडांच्या चौकटीत सामावली जात नव्हती. कारण ती ह्या दोन्ही स्तरावर स्वस्थ व समाधानी नव्हती. परंतु आता तिला अत्यंत प्रकर्षने हे कळून चुकलेले होते कि ह्या जगात पैस्याव्यतिरिक्त अन्य कशाचेही महत्व कवडीमोल आहे. तसेच अपंगत्व केवळ माणसाच्या शरीरातच नाहीतर. त्याच्या वैचारिक पातळीत व वर्षोनुवर्ष घडत गेलेल्या त्याच्या मानसिकतेतही असू शकते. जे त्याला जीवनातील कोणत्याही भावनिक कारणांमधून प्रोत्साहन व ठिणगी घेण्यापासून

वंचित ठेवत असते. हे एक कटुसत्य जीवनाने तिच्यासमोर आणलेले होते.

जीवनात थांबून किंवा थकून चालत नाही. तेव्हा काहीही करून हा प्रवास सुरू ठेवावाच लागतो. त्याचप्रमाणे जीवनात येणाऱ्या अनुभवांना गाठीशी बांधून प्रत्येक अनुभवागणिक आणखी आणखी परिपक्व होत जावे लागते. मनस्वीच्या व्यक्तीमत्वातही आता अशाप्रकारचे उल्लेखनीय बदल दिसू लागले होते. परंतू तिला तिच्या जोडीदारावर डोळे झाकून विश्वास ठेवण्यापलीकडे अन्य कोणताही पर्याय नव्हता. त्याने आपल्या व्यक्तीगत जीवनाचा कधीही मनस्वीजवळ पूर्णपणे उलगडा केलेला नव्हता. त्यामुळे मनस्वी अंधाऱ्या वाटेवर कसाबसा मागोवा घेत घेत जीवनाच्या जोडीदाराची अत्यंत निष्ठेने सोबत करत जीवनात पुढे चालली होती. कारण तिच्या मनातील जोडीदारावरचा विश्वास अजूनही कायम होता. अशातच एकेदिवशी एक सभ्य गृहस्थ एका व्यवसायासंबंधीत माहिती देण्याकरीता मनस्वीच्या घरी आले. त्यांच्या म्हणण्यानुसार त्या व्यवसायात प्रगतीचा उच्चांक गाठायचा असेल. तर पती पत्नी दोघांचेही त्यात योगदान व एकमेकांना सहकार्य करणे अनिवार्य होते. त्या व्यवसायाकरीता भांडवलाची नाहीतर पतीपत्नी दोघांनीही नियमितपणे आपल्या वेळेची गुंतवणूक करण्याची आवश्यकता होती. ते ऐकून मनस्वीच्या आशेला पुन्हा पालवी फुटण्यास सुरुवात झाली. घराच्या आरामस्थितीच्या क्षेत्रात राहून तसेच घर व आपल्या लहान लहान मुलांना आपल्या सहवासाची उब देवून हातपाय हलविता येत असतील. तर मनस्वीला ते हवेच होते. त्यामुळे पती पत्नी दोघांनीही आपसात विचारविनिमय करून तो व्यवसाय करण्याकरीता त्या गृहस्थांना ताबडतोब होकार दिला. त्याचप्रमाणे मनस्वीच्या नावानेच त्यांनी त्या व्यवसायाची नोंदणी सुद्धा केली. आपल्या जोडीदाराने आपल्याला महत्व दिल्याचा आनंद मनस्वीकरीता त्या व्यवसायात पदार्पण करण्यापेक्षा अधिक होता. अशाप्रकारे मनस्वीच्या आयुष्यात आणखी एका अध्यायाची सुरवात झाली. व्यवसायासंबंधीत काही महत्वपूर्ण गोष्टी त्या गृहस्थांनी मनस्वी व तिच्या जोडीदारास समजावून सांगितल्या. जीवनातील हा अनुभव मनस्वीसाठी अभूतपूर्व होता. कारण आपणही मिळकतीसाठी काम करणार हा विचारच तिला आतून सुख प्रदान करणारा होता. मनस्वीने घरात तिच्या दैनंदिन कामाव्यतिरिक्त मुलांना आपला संपूर्ण वेळ देणे फक्त इतकेच तिच्या वेळेचे नियोजन केलेले होते. त्यामुळे तिचे मनही ह्याच दोन गोष्टींमध्ये अधिक गुंतलेले होते. परंतू आता मात्र तिला तिच्या जीवनात आलेला नवीन व्यवसाय वाढविण्याकरीता तिच्या जोडीदाराबरोबर सुरवातीला त्यासंबंधीत ट्रेनिंग व मिटिंग करण्याकरीता देखील वेळ काढावा लागत होता. परंतू मनस्वीचा प्रामाणिक व शिस्तप्रिय स्वभाव मात्र तिथेही पुरेपूर उपयोगी पडला. मनस्वीला अडचण फक्त एकाच गोष्टीची जात होती. ती म्हणजे वर्षोनवर्षे घराच्या चार

भिंतींच्या आतच तिचे कार्यक्षेत्र असल्यामुळे त्या बाहेरच्या विश्वात पदार्पण करण्यास तिचा आत्मविश्वास तोकडा पडत होता. कारण तिने कधीही त्या दृष्टीकोनातून स्वत:कडे पाहिलेले नव्हते. घरात दिवस दिवसभर विखुरलेल्या केसात व घरच्या कपड्यांमध्ये वावरणारी मनस्वी. आता अचानक एवढ्या मोठ्या बदलाला सामोरे जाणार होती. तिच्या जवळ मोजून दोन बाहेर घालण्यायोग्य ड्रेस होते. कारण ती कित्येक दिवस घरातून बाहेर पडत नसल्याने त्यांची तिला तितकीसी गरजच भासत नव्हती.

त्यामुळे सुरवातीला वेशभूषा केशरचना तसेच विविध पैलूंवर इतरांबरोबर स्वत:ची तुलना केल्याने ती स्वत:मध्ये काहीही उत्तम बघू शकत नव्हती. त्याचबरोबर हे सर्व आपण का करतोय हे तिला स्पष्टपणे ठाऊक नसल्यामुळे लवकरच त्यामधून तिचा रस देखील कमी होवू लागला होता. परंतू तरीही तिने आपल्या जोडीदाराला साथ देणे बंद केले नाही.

 त्या व्यवसायाची एक विशेषता होती. ती म्हणजे त्यात एक शिक्षण प्रणाली होती. जी व्यवसायात नव्याने पाऊल ठेवणाऱ्या व्यक्तीस शिष्टाचार व व्यवसाय करण्यात कौशल्यनिपुण होण्याचे प्रशिक्षण देत होती. त्या क्षेत्रात संघर्ष करून यशस्वी झालेल्या लोकांचा प्रवास नियमितपणे टेपद्वारे ऐकून व त्यामधून प्रेरणा घेत घेत इतर लोकही पराकाष्ठा करत पुढे जात असत. त्याचबरोबर प्रेरणादायी सेमीनारांमध्ये उपस्थित राहून. तसेच त्या प्रणालीने प्रदान केलेल्या सेल्फहेल्फ पुस्तकांचे पठन करून लोकांची व्यक्तीमत्वे सकारात्मकरीत्या परिवर्तीत होतांना दिसत होती. हे सर्व बघून मनस्वीलाही हळूहळू करून त्या क्षेत्रात आपणही यशस्वी होवू शकतो. ह्याविषयी खात्री पटत चालली होती. तेव्हा त्यानंतर तिनेही आपल्या दिनचर्येतील काही वेळ ह्या सर्व घडामोडींमध्ये मोठ्या निष्ठेने गुंतविण्यास सुरवात केली. कारण तिला मनोमन आपल्या सामाजिक प्रतिष्ठेची पर्वा होती. त्याकरीता आपण यशस्वी होण्यावाचून अन्य कोणताही पर्याय नाही. हे सुद्धा तिला ठाऊक होते. अशाप्रकारे मनस्वीने स्वत:वर काम करणे सुरू केल्याने तिच्या व्यक्तीमत्वात हळूवारपणे बदल येण्यास सुरवात झाली. अगोदर ती आपला सायंकाळचा वेळ पूर्णपणे टीव्हीवरच्या मालिका बघण्यात घालवत असे. परंतू शिक्षणप्रणालीचा भाग बनल्यानंतर मात्र सर्वप्रथम तिला आपल्या वेळेचे महत्व कळले. तसेच तिने आपल्या राहणीमानात सुद्धा बदल आणण्यास सुरवात केली. आपल्या आत्मविश्वासात भर घालण्याकरीता जे काही करता येईल. ते सर्व ती करू लागली. त्यानंतर तिच्यात आलेला बदल हा लक्षवेधी होता. कारण त्यापूर्वी शेजारपाजारचे लोक तिच्या अवस्थेवर हसत असल्याचे तिच्या लक्षात आले होते. अशाप्रकारे मनस्वीला आपल्या अस्तित्वाचे व जगण्याचेही महत्व हळूहळू समजत गेले. हा संघर्ष केवळ स्वत:चा स्वत:शीच आहे. हे तिला आता उत्तमरीतीने कळून चुकलेले होते.

मनस्वीने कोणत्याही परिस्थितीत आपला प्रामाणीकपणा सोडलेला नव्हता. त्याचेच हे दूरगामी परिणाम होते. त्यानंतर मनस्वीने गाडी शिकण्याचा स्वत:शी निर्धार केला. कारचेही प्रशिक्षणही तिने घेतले होते. परंतू कमी आत्मविश्वासामुळेच त्यात तिला यश आले नाही. तेव्हा केवळ दुचाकी चालविण्यात ती तरबेज झाली. गाडी चालविता येवू लागल्याने तिची आत्मप्रतिमा आणखीच उंचावली होती. आता ती स्वत:हून व्यवसायाशी संबंधीत प्रक्रियांमध्ये एकट्यानेही सहभागी होवू लागली. जेव्हा तिला हे कळले कि पत्नीच्या पतीला केलेल्या जराशा सहकार्याने होमटीम मजबूत होते. पती पत्नीत मैत्रीपूर्ण नाते निर्माण होते. ते एकमेकांसोबत राहून एकाच

ध्येयावर काम करू शकतात. त्याशिवाय आई वडीलांच्या आपसातील स्वस्थ नात्यामुळे घरातील वातावरण देखील मुलांच्या सर्वांगीण विकासासाठी पोषक होवू शकते. तेव्हा तिच्या आनंदाला पारावार उरला नाही. त्यामुळेच जेव्हा तिला विचारण्यात आले कि आपण हा व्यवसाय का करत आहात. तेव्हा तिने सर्वस्वी आपल्या पतीच्या यशस्वी होण्याकडे दिशानिर्देश केला. अशाप्रकारे ती अत्यंत मनोभावे आपले शत प्रतिशत योगदान पतीला सहकार्य करण्यात देत राहिली. कारण पतीने आपला आंतरिक आवाज ओळखून तरी जीवनात स्वत:च्या प्रगतीची कास धरावी. असे तिला प्रकर्षने वाटत होते. तिच्या त्या निष्ठेचा मात्र भराभर तिचाच व्यक्तीमत्व विकास होवू लागल्याने तिलाच मोठा फायदा झाला.

आपल्या जोडीदाराला आपल्यामुळे कोणत्याही प्रकारे कमीपणा वाटू नये. आपण त्याच्या प्रगतीच्या मार्गातील अडथळा बनू नये. केवळ ह्याच विचारांचे भक्कम पाठबळ तिने नव्याने शिकलेल्या प्रत्येक गोष्टींच्या मागे होते. त्यामुळे मनस्वी जोडीदाराच्या प्रत्येक कृतीकडे विशेष लक्ष ठेवत असे. परंतू हे करण्यातच तिने आपले संपूर्ण आयुष्य वेचले. आपले वेगळे व्यक्तीगत आयुष्य देखील असावे ह्या गोष्टीला तिने कधीही प्रादान्य दिले नाही. किंवा आपल्यातही काही कौशल्य दडलेली असतील. ह्यावर तिने कदापि दृष्टीकटाक्ष टाकला नाही. कारण तिने स्वत:मध्ये आणलेला सकारात्मक बदलही तिच्यात तिच्या जोडीदाराच्याच प्रगतीच्या आशा जागृत करत होता. आपल्या जोडीदारानेही तेवढ्याच पोटतिडकीने ह्या व्यवसायात यशाच्या पायऱ्या चढाव्यात व जीवनात प्रगतीचे टप्पे गाठावेत असे मनस्वीला अंतर्मनातून वाटत होते. परंतू मनस्वीचा जोडीदार मात्र अत्यंत सामान्य गतीने जीवनात पुढे चालला होता. एकंदरीत त्याला त्याच एकसारख्या परिस्थितीत इतरांकडून सहानुभूती मिळवत खितपत पडून राहणे कदाचित आवडत असावे. जगासमोर एक खोटी आत्मप्रतिमा घेवून जगणे हा जणूकाही त्याच्या स्वभावाचा अविभाज्य भागच असावा. एक टुमदार छोटेशे कुटुंब केवळ त्याने एक साधी नोकरी करून घरात स्थिर मिळकत आणल्याने सुख समाधानाने

राहू शकले असते. ते आजीवन त्याच्या व्यवसायच करण्याच्या केवळ पोरकट हट्टामुळे लहान लहान आनंददायी क्षणांपासून वंचित राहिले होते. कारण त्यांच्या आठवणींच्या टप्प्यात दूर दूर पर्यंत कोणत्याही सुखद अनुभवांचा ठेवा नव्हता. तर घरात पती पत्नीतील वाद, मुलांची आजारपणं, आर्थिक चणचण आणि अशाच अनेक समस्यांचे केवळ क्लेशच होते. मनस्वीची दोनही मुलं जन्मजातच कौशल्यांनी समृद्ध असूनही घरातील कमकुवत आर्थिक परिस्थितीमुळे त्यांना आई वडीलांकडून फक्त धारेवर धरले जात होते. इतरांची उदाहरणे देवून त्यांच्या आत्मविश्वासाला निष्ठूरपणे ठेचले जात होते. परंतू त्यांना प्रोत्साहित करण्याकरीता त्यांच्याकडून कधीही त्यांची मनं राखली गेली नाहीत. त्यांना आवड म्हणून किंवा शिकण्याच्या दृष्टीकोनातून पाहिजे असलेल्या गोष्टी कधीही वेळेत मिळू शकल्या नाहीत. अशाप्रकारे मुलं आपली मनं मारून जगत असल्यामुळे. तसेच त्यांच्यावर मनातील घालमेल मनातच ठेवून बाहेरच्या जगाशी जुळवून घेण्याचा दबाव असल्यामुळे. त्यांच्या मानसिक स्वास्थ्यावरही दुष्परिणाम होवू लागले होते. मनस्वीच्या मुलीत गायन व वादना संबंधीत कौशल्य जन्मासोबतच आलेले होते. हे ती थोडी मोठी झाल्यानंतर निदर्शनात येवूनही मनस्वी व तिच्या जोडीदाराने त्याकडे सहज दुर्लक्ष केले. कारण तिला क्याशिओ घेवून देण्याची सुद्धा त्यांची क्षमता व मुळात इच्छाही नव्हती. अशाप्रकारे मनस्वीला आयुष्य एकप्रकारे साचलेल्या पाण्याप्रमाणे वाटू लागले होते. ज्यात कधीकधी मुलांच्या शाळेतील प्रगतीमुळे तर कधी इतर कोणत्या कारणामुळे आनंदाचे तरंग उठत असत. परंतू ते जास्त काळ टिकून मात्र राहत नव्हते. कारण त्यासाठी मनस्वीला तिच्या जोडीदाराचे व्यक्तीगत स्तरावर तसेच सामाजिक स्तरावर पुढे येणे फार महत्वाचे वाटत होते.

मनस्वी आता व्यवसायासम्बंधीत घडामोडींमध्ये स्वेच्छेने सामील होत नव्हती. कारण तिला आतापर्यंत केलेल्या मेहनतीचे कोणतेही उत्तम परिणाम अजून पर्यंत दिसून आलेले नव्हते. त्याशिवाय ती त्या सर्व कामांच्या व्यापात मुलांनाही पुरेसा वेळ देवू शकत नव्हती. मुख्य म्हणजे घरातील आर्थिक परिस्थिती स्थिर नसल्यामुळे व्यवसायात मनस्वीच्या जोडीदाराचे प्रोत्साहन जास्त काळ टिकून राहत नसे. परिणामस्वरूपी मनस्वीचा उत्साह कितीही जास्त असला तरी तिच्यावर पुन्हा पुन्हा जोडीदाराच्या स्तरावर येवून आपले मन मारण्याची वेळ येत असे. ज्यामुळे निर्माण होत असलेल्या विरोधाभासाला मनस्वी सुद्धा आता पूर्णपणे कंटाळलेली होती. कारण स्वतःवर काम करून मनस्वीने काहीप्रमाणात आत्मविश्वास जरी मिळविला असला तरी सर्वस्वी एकटीने व्यवसाय करणे तिला शक्य नव्हते. मनस्वीचा मुलगा आता अभियांत्रिकीचे शिक्षण घेत होता.

तर मुलगी इयत्ता दहावीला होती. तेव्हा मुलीच्या बोर्ड परीक्षेत मेरीट येण्याच्या निर्णयाचे

निमित्त साधून त्या काळात मनस्वीने हिम्मत करून अखेरीस स्वत:ला पुन्हा एकदा पूर्णपणे घराकडे वळविले. त्याचप्रमाणे आपल्या मुलीस तिने तिच्या ठरविलेल्या ध्येयापर्यंत पोहोचण्यासाठी भक्कम पाठीम्बा देण्याचे ठरविले. मनस्वी आयुष्यात कष्ट करण्यास घाबरत नव्हती. परंतू आयुष्यात पुढे जाण्यासाठी असलेल्या आपसातील चढाओढी व शर्यती ह्यांची तिला अत्यंत भीती वाटत होती. कारण त्यामुळे आपल्याच मनात स्वत:विषयी येणारा कमीपणा हा तिच्याकरिता जास्त असहनीय होता.

त्यामुळे तिला जगापुढे स्वत:ला सिद्ध करण्यापेक्षा आपल्याच व्यक्तीमत्वात खरेपणाने जगणे जास्त आवडत होते. मनस्वीच्या जोडीदारानेही 'मी एकटा व्यवसाय करू शकतो. तू माझ्या बरोबर नाही आलीस तरी चालेल' असे म्हणून मनस्वीच्या निर्णयाचे सहजरीत्या समर्थन केले. अशाप्रकारे मनस्वी एकदाची त्या व्यवसायातून कायमची बाहेर पडली. तसेच तिने आपले पूर्ण लक्ष आपल्या मुलीवर केंद्रित केले. त्यानंतर तिचा तो निर्णय तिने त्या गृहस्थांना देखील सांगितला. परंतू तिचे त्या निर्णयाला पोहोचण्यामागचे खरे कारण फक्त तिला व तिच्या मुलांनाच ठाऊक होते. मनस्वीचा जोडीदार मात्र त्यानंतरही कायम त्या व्यवसायाशी जुळला राहिला. तसेच त्या माध्यमातून त्याचे काही मोजक्या ग्राहकांशी औपचारिक संबंध सुरू राहिले. परंतू त्या व्यवसायाद्वारे कोणतेही मोठे यश तो कधीही संपादन करू शकला नव्हता. कारण आपल्या जीवनसंगीनीच्या भावनिक स्पर्शाशिवाय आपल्या आयुष्याशी निगडीत कोणत्याही महत्वाच्या घडामोडी यशस्वीरीत्या पार पडू शकत नाहीत. ही साधी गोष्ट त्या अहंकारी माणसास कधीही कळली नाही. कारण ज्या व्यवसायाला शिखरावर नेवून ठेवण्याची त्या दोघांनी मिळून स्वप्न पाहिली होती. ज्या व्यवसायामुळे मुलांना त्यांच्या लहानपणी खूप काही सहन करावे लागले होते. ज्या व्यवसायाने त्यांच्या निरागस मनास आई वडिलांच्या यशस्वी होण्याची खात्री दिली होती. खास म्हणजे ज्यात सर्वांच्या आशा व बहुमूल्य वेळ विनाकारण खर्ची पडला होता. त्याचबरोबर नातेवाईक व ओळखीच्या लोकांमध्ये ते हसण्याचा विषय बनले होते. त्या व्यवसायातून मनस्वीने अशाप्रकारे माघार का घेतली? तसेच त्यामधून आपण कोणतेही मोठे ध्येय का गाठू शकलो नाही? अशा एकाही प्रश्नाने मनस्वीच्या जोडीदाराला मात्र कधीही विचलीत केले नाही. ही अत्यंत आश्चर्यचकीत करणारी गोष्ट होती. मनस्वीच्या मुलीने बोर्डाच्या परीक्षेत मनासारखे यश पदरात पाडण्याचा निर्णय तर घेतला. परंतू त्यासाठी कोणत्याही शिकवण्या लावण्यास मात्र तिने स्पष्टपणे नकार दिलेला होता.

त्यापेक्षा तिने आपल्या पद्धतीने शाळेच्या तासांनंतर स्वत:च अभ्यास करण्याचे निर्धारित केले. त्यामुळे तिला घरी तिच्या आईचा जास्तीत जास्त सहवास लाभू लागला. तिला प्रसन्न चित्त राहण्यास हे कारण पुरेसे होते. परंतू घरातील विपरीत वातावरणात,

कोणत्याही शिकवणी शिवाय, तसेच ती दमा ह्या आजाराच्या गंभीर विळख्यात असतांना एवढे मोठे धाडस करणेही तिच्यासाठी सोपी गोष्ट नव्हती. तरीही तिच्या निर्धारापुढे ती ठाम होती व त्याकरीता पराकाष्ठाही करत होती. मनस्वीला सुद्धा आपल्या मुलीस स्वत:च्या ध्येयासाठी इतके प्रामाणिक होतांना व कठोर परिश्रम घेत असल्याचे बघतांना फारच अभिमान वाटत होता. त्यामुळे तीने मुलीवर पूर्णपणे विश्वास ठेवला. मनस्वीची मुलगीही आपल्या आईच्या विश्वासाला सर्वथा जागली. कारण अखेरीस तिने ठरविलेले यश मोठ्या कष्टाने व प्रामाणिकपणे संपादन करून दाखविले. त्याचबरोबर घराण्यात पहिली मेरीट असल्याचा सम्मानही पटकावला. मनस्वीसाठी तो क्षण अत्यंत भाग्यशाली होता. जिच्या आजवर कोणत्याही इच्छा पूर्ण झालेल्या नव्हत्या. त्या मुलीने आज मनस्वीचे इतके मोठे स्वप्न पूर्ण केलेले होते. ज्यामुळे सामाजिक पातळीवर कुटुम्बाची मान अभिमानाने उंचावली गेली होती. त्या सुखाने मनस्वीला जे आत्मबल लाभले. त्यापुढे तिला आकाशही ठेंगणे वाटू लागले. त्यानंतर मनस्वीच्या मुलीने तिच्या आजवरच्या खडतर आयुष्याची प्रेरक कहाणी एका लहानश्या पुस्तकाच्या माध्यमातून जगासमोर आणली. त्याचप्रमाणे अत्यंत कमी वयात ती एक प्रभावी विचारांची लेखिका म्हणूनही प्रसिद्ध झाली. पुढे ती मनस्वीलाही उत्तमरीतीने समजून घेवू लागली. त्यामुळे त्या दोघींमध्ये मैत्रीपूर्ण बंध देखील निर्माण झाले. मनस्वीच्या मनात आणखी एका गोष्टीचाही आनंद होता. त्यामागचे कारण शहरात आपले स्वत:चे घर असणे ही तिच्यासाठी मोठी गोष्ट होती. परंतू ते घर मात्र तिच्या जोडीदाराने स्वबळावर घेतलेले नव्हते. तर आई वडीलांनी त्याच्या नावे सोडलेले जुने घर विकून. त्याएवजी एक तयार बांधकाम असलेले पुनर्विक्री मोठे घर त्याने खरेदी केले होते. कारण त्याच्या दोन्ही व्यवसायातून कधीही घरात तेवढी ठोस रक्कम आलेलीच नव्हती. तसेच कधी त्याने तशाप्रकारची योजना आखून त्या दृष्टीकोनातून बचतही केलेली नव्हती. एकंदरीत त्याने आपल्या कुटूंबासाठी भविष्याच्यादृष्टीने कोणतेही आर्थिक नियोजन केलेले नव्हते. मनस्वीला पत्नी ह्या नात्याने त्याच्या आर्थिक परिस्थिती विषयी जराही थांगपत्ता नव्हता. कारण त्या दोघा पतीपत्नी मध्ये त्या विषयावर कोणतीही चर्चा केली जात नसे. परंतू जोडीदाराच्या आकस्मिकपणे बदलणाऱ्या हावभावावरून तिला काहीप्रमाणात का होईना आता अंदाजा लावता येत होता. त्यानंतर मनस्वीच्या जोडीदाराने काही कारणास्तव त्याच्या वडीलांनी घेवून दिलेला शेतीचा तुकडाही विकण्याचे धाडस केले. आपला व्यवसाय मोठा झाल्यावर ह्यापेक्षा मोठी शेती आपण घेवू. असा विश्वास त्यावेळी त्याने मनस्वीला दिला. त्याच्या काही जवळच्या मित्रांनीही वडिलोपार्जित मालमत्ता अशाप्रकारे विकणे योग्य नाही. असा सल्ला त्याला दिला. परंतू त्यावर त्याच्या विचारांचा पूर्णपणे विरोधाभास दिसून आला.

आई वडीलांनी दिलेले धन हे जीवनात वेळ पडल्यास विकण्यासाठीच असते असे त्याचे म्हणणे होते. परंतू त्यामधून त्याच्या हातात आलेल्या रोख रकमेचे त्याने नेमके काय केले. हे देखील फक्त त्याचे त्यालाच ठाऊक होते. तरीही त्याच्या आर्थिक अडचणी आजीवन त्याचा पाठपुरावा करतच राहिल्या. ह्यावरून असे निदर्शनात येते कि मनस्वीच्या जोडीदाराला लाचारीच्या जगण्यातून कधी बाहेर पडायचेच नव्हते. परंतू जेव्हाही त्याच्या वर अटीतटीच्या वेळा आल्या. तेव्हा मनस्वीच्या जोडीदारापुढे एकच मार्ग असायचा. तो म्हणजे मनस्वीचे मंगळसूत्र गहाण टाकून पैसा उभा करणे. परंतू ह्या सर्व गोष्टी सातत्याने घडत असतांना. आता मात्र मनस्वी हळूहळू करून जोडीदारावरचा आपला विश्वास गमावू लागली होती. त्याचबरोबर त्याने आयुष्यात कोणताही पुरुषार्थ न गाजविल्याने त्याची कमजोर बाजू मनस्वीला कळून चुकली होती. कारण त्याचा निर्थक पुरुषी अहंकारच त्याच्या व्यक्तीमत्वाला खऱ्या अर्थाने लागलेला गंज होता. जो त्याला पावलोपावली कमकुवत ठरवत होता. परंतू तरीही तो अप्रत्यक्षपणे मनस्वीला वेळोवेळी तिची जागा दाखवून देवून मनातल्या मनात समाधानी होत असे. कारण तिच्यावरची आपली पकड त्याला सैल होवू द्यायची नव्हती. त्यामुळे आता मात्र मनस्वीच्या मनातील त्याची जागा व सम्मान दोन्ही हलले होते. अशाप्रकारे ह्याच सर्व घडामोडींमध्ये आयुष्याचा सोन्यासारखा काळ कसा भराभर निघून गेला. हे मनस्वीला कळलेच नाही. परंतू तिचे जीवन जगणे मात्र राहूनच गेले. तिच्या कोणत्याही आवडीनिवडी पूर्ण होवू शकल्या नाहीत. ती कोठेही फिरली नाही. तिने काहीही पाहिले नाही. फक्त घराच्या चार भिंतींच्या आड स्वतःहून अडकून पडली. त्याचप्रमाणे जीवनाच्या सुखद अनुभवांपासून ती कायमची दुरावली गेली. तरीही मनस्वीच्या मनातील घुसमट तिचे एवढे मोठे दुःख कधीही जगासमोर येवू शकले नाही.
कारण ते सांगण्याकरीता मनस्वीने बाहेरच्या जगातील कोणाही व्यक्तीची निवड किंवा धाडसही कधी केलेले नव्हते. कारण तिच्या आईने दिलेली मूल्य तिला तसे करण्यापासून कायम थांबवत आली होती. तसेच बाहेरच्या जगात व नात्यांच्या विश्वात मनस्वीच्या जोडीदाराने आपली एक उत्तम प्रतिमा बनविलेली होती. त्यामुळे अर्थातच मनस्वीच्या व्यक्तिमत्वावरच प्रश्नचिन्ह उठणे हे ठरलेले होते. कारण मनस्वीच्या माघारी तिचा जोडीदार तिच्या विरोधात नातेसंबंधांमध्ये तसेच मित्रमंडळींमध्ये जी काही वक्तव्य मांडत होता. ती असत्य का असेनात. परंतू मनस्वीची तिच्या नकळतपणे ओळख बनवत चालले होते. कारण तेच नातलग जेव्हा कधी मनस्वीच्या घरी येत असत. तेव्हा त्यांना मनस्वीच्या जोडीदाराने केलेले औपचारिक स्वागत त्यांची मनं जिंकण्यास पुरेसे असायचे. परंतू त्यावर मनस्वीचा कमी बोलण्याचा व सतत आपल्या कामात गुंतून राहण्याचा स्वभाव अर्थातच त्यांना खटकत होता. त्यामुळे त्यांच्या

मनस्वीप्रती पूर्वीच बनलेल्या मतांना आणखीच पुष्टी मिळत असे.

अशाप्रकारे मनस्वीच्या वर्तणुकीचे अत्यंत वरवर अवलोकन करून, ते मात्र कधीही मनस्वीच्या मनातील वेदनांना हात घालू शकत नसत. तसेच तिच्यासाठी आणखीच गैरसमज व नाराजी मनात घेवून आल्या पावली निघून जात असत. परंतू मनस्वीचे तसे वागणे हा तिचा नाईलाज होता.

त्यामागचे कारण एकतर तिचे अंतर्मुखी असणे. दुसरे म्हणजे ज्यांचे विश्व केवळ स्वत:च्याच अवतीभवती फिरत असते. अशा स्वार्थी लोकांपुढे तिला आपल्या मनातील घालमेल लपवून अशाप्रकारे वरवर वागता येत नव्हते. ज्यामुळे अर्थातच नाते संबंधातील लोकांचे मनस्वीच्या घरी येणेजाणे हळूहळू कमी कमी होत गेले. मनस्वीच्या वागण्याचा नातेसंबंधांवर होत असलेल्या ह्या विपरीत परिणामांचा सर्वात जास्त त्रास मनस्वीच्या जोडीदारालाच झाला. त्यामुळे तो नेहमी जगाच्या बाजूने उभा राहून मनस्वी व आपल्याच दोन मुलांवर तक्रारयुक्त बोट उचलत असे. तसेच आता तुम्ही कसे एकटे पडलात. तुमच्याकडे आता कोणीही येणार नाही असे अतिशय कोरड्या व तीक्ष्ण शब्दात त्यांना तो हिणवत असे. परंतू कधीही त्याने हे कसेही असले तरी हे माझे कुटूंब आहे. असे म्हणून कुटूंबप्रमुख ह्या नात्याने आपुलकीने त्यांचे प्रतिनिधीत्व केले नाही. मनस्वी मात्र सर्वांपासून असंलग्न होवून स्वत:वर लक्षकेंद्रित करू लागली. कारण तिला कोणाशीही केवळ औपाचारीकतेपुरते जुळून राहणे मान्य नव्हते. तिच्यासाठी कोणत्याही नात्यात आपली भावनिक सखोलता असणे सर्वाधिक महत्वाचे होते. म्हणूनच त्यासाठी तिने लोकांची नाराजीही स्वखुशीने पत्करली. परंतू मनस्वीच्या व्यक्तीमत्वाची पूर्णपणे ओळख असूनही तिच्या जोडीदाराने मात्र तिला अशाप्रकारे एकटे पाडून एकप्रकारे तिची केवीलवाणी कोंडीच केलेली होती. त्याचप्रमाणे त्याने कधीही तिच्याकडे मनापासून विशेष लक्ष सुद्धा दिले नाही. घरी ती दिवसभर काय करते व कसे कपडे घालते. ह्याच्याशी त्याचे काहीही घेणे देणे नसायचे. कारण त्याला पत्नी म्हणून फक्त एक असे माणूस पाहिजे होते. जिने केवळ त्याच्या तालावर नाचावे व त्याने जसे ठेवले तसे त्याच्या आज्ञेत राहावे. परंतू मनस्वीनेही आयुष्यभर त्याच्याशी निष्ठावंत राहून व काहीही झाले तरी प्रामाणिकपणे त्याची साथ निभावून आत्मसम्मानाने एकटीनेच त्याला तोडीसतोड शह दिला. ती कधीही जीवनात तिच्या भाग्याला आलेल्या एकटेपणाला घाबरली नाही. मनस्वीपुढे आता तिच्या जोडीदाराचे व आयुष्याचेही संपूर्ण चित्र स्पष्ट झाले होते. कारण तिच्या जोडीदाराने मी असा आहे आणि कायम असाच राहणार. असे स्पष्ट शब्दात तिला निक्षून सांगितले होते. त्यामुळे मनस्वीला तिच्या परिस्थितीची व जोडीदाराचीही आता लाज वाटू लागली होती. परंतू तिची अवस्था इकडे आड व तिकडे विहीर अशी झालेली होती. कारण हा मानसिक

त्रास तिचे जगणे असह्य करणारा होता. त्याशिवाय ती आपल्या आयुष्यात काही क्लिष्ट शारीरिक व्याधिंचाही सामना करत होती. ज्याविषयी पूर्ण कल्पना असूनही मनस्वीचा जोडीदार तिची विशेष भावनिक काळजी घेत नव्हता. मनस्वी घरातील सर्व कामे झाल्यानंतर फावल्या वेळेत सर्वांचे कपडे इस्त्री करत असे.

परंतू अगोदरच तिची शारीरिक अवस्था गर्भाशयात फ्याब्रोईड झाले असल्याकारणाने दर महिन्याच्या अतिशय रक्तस्त्रावामुळे क्षीण झालेली होती. परिणामस्वरूपी तिच्या वयाच्या तुलनेत तिचे वजन देखील कमी असल्याने. तिला आपल्या शारीरिक बांध्यावरूनही स्वत:मध्ये विश्वास जाणवत नसे. हे कारण तिचा आत्मविश्वास कमी करण्यास सर्वात महत्वपूर्ण होते. त्याशिवाय शारीरिक अशक्ततेमुळे व कपड्यांना इस्त्री मारण्याच्या कामामुळे मनस्वीला स्पोंडीलीसीसचा देखील भयंकर त्रास होवू लागला होता. त्यामुळे त्यानंतर मनस्वीच्या जोडीदाराने अखेरीस कपडे इस्त्रीसाठी बाहेर देण्यास सुरवात केली. अशाप्रकारे मनस्वी आयुष्याचा काही काळ शारीरिक व मानसिक अशा दोन्ही त्रासात कसेबसे जीवन जगत होती. कारण तेव्हा तिला स्वत:चे मूल्य व आत्मप्रेमाचे महत्व अजिबात कळालेले नव्हते. परंतू तिचा हा खडतर जीवनप्रवास केवळ तिच्या मुलांनीच पाहिलेला होता. त्यामुळे मनस्वी व तिची दोन मुले कायम एकमेकांशी मनाने जुळून राहिलीत. बाहेरच्या जगासमोर मात्र कोणतीही गोष्ट सिद्ध करण्यासाठी आपल्यापाशी ठोस पुरावे पाहिजे असतात. परंतू अशाप्रकारच्या आपल्या अबोल वेदनांचे एकूण एक पुरावे सिद्ध करणे मनस्वीसाठीही फारच अशक्य गोष्ट होती कारण तिने जोडीदाराच्या कोणत्याही कृत्यास शंकेच्या नजरेने कधीही पाहिले नव्हते. त्यामुळे त्याच्या विरोधात पुरावे एकत्र करून वेळ आल्यावर त्याला धडा शिकवण्याचे विचार तिच्या मनात क्वचितही कधी आले नव्हते. तरीही तिला कधीकधी फक्त आपले मन मोकळे करण्यासाठी एखाद्या सहानुभूतीपूर्ण व समजदार व्यक्तीची आवश्यकता वाटत होती. जेणेकरून तिच्या मनावरचे वर्षो न वर्षांचे दडपण कमी होण्यास मदत मिळाली असती. परंतू दुर्दैवाने पैस्याच्या स्वरूपात मदत करण्याव्यतीरीक्त कोणाच्या मनातील दु:ख आंतरिक कळवळ्याने फक्त ऐकून घेणे. ही माणुसकीपूर्ण मदत करण्याची मात्र कोणीही तयारी दाखवत नाही. तेवढा वेळ आपल्याला देण्यास कोणाजवळही नसतो. ह्या गोष्टीची मनस्वीला आता पुरेशी जाणीव झाली होती. त्यानंतर तिने ते प्रयत्नही करणे बंद केलेत. त्यापेक्षा आपल्या समस्यांच्या मुळावर लक्ष केंद्रित करणे तिला जास्त योग्य वाटू लागले. कारण तिच्या जोडीदाराने भवीतव्याच्या दृष्टीने कोणतीही आर्थिक सोय करून ठेवलेली नव्हती. तो फक्त आयुष्यात आलेल्या वेळा कशाबशा काढून पार करण्यावर विश्वास करत होता. परंतू त्याच्या त्या प्रवृत्तीमुळे त्याच्याशी जुळलेल्या तिघांचे जीवन अनुभव किती बिघडत

चालले आहेत. त्याची त्याला अजिबात पर्वा नव्हती.

त्यामुळे मनस्वीच्या आत्मसम्मानाला आता त्याचे वागणे भारी पडू लागले होते. कारण तिचा जीवनप्रवास तर निरंतर सुरू होता. परंतू त्या दरम्यान झालेली तिच्या भावनांची कोंडी मनाची दुर्दशा तसेच तिने जीवनाला कुतूहलपूर्ण नजरेने बघण्याची घालवलेली आपली निरागस वृत्ती ह्या गोष्टींनी तिच्या मनाला तीव्र वेदना होत होत्या. ज्यांचे वर्णन करण्यास शब्द सुद्धा अपुरे पडतात. जीवनाचे विविध पैलू अनुभवल्यावर मनस्वी आता मनाने बऱ्यापैकी खंबीर झालेली होती. त्यामुळे अशाप्रकारचे मिंधेपणाचे जगणे तिला नकोसे वाटू लागले होते. तिचा आत्मा आतल्या आत तळमळत होता. कारण जीवनाच्या जोडीदाराने तिच्या आयुष्यात केलेली उलथा पालथ तिला सखोल विचार करण्यास भाग पाडत होती. तो कायम भविष्याविषयी मोठ मोठ्या बाता मारत होता. परंतू वर्तमानात मात्र आशेने त्याच्याकडे बघणाऱ्या कुटूम्बास देण्यासाठी त्याच्या पाशी काहीही नसायचे.

त्याच्या आर्थिक परिस्थितीचा आलेख क्षणात उंच जावून दुसऱ्या क्षणी खाली कोसळत असे. जो घरातील सदस्यांच्या मानसिकतेवर विपरीत परिणाम करत होता. त्यामुळे जीवनाच्या जोडीदाराच्या प्रगतीची निरपेक्षपणे आजीवन प्रबळ इच्छा घेवून जगणे मनस्वीला सर्वदृष्टीकोनातून फारच महागात पडले होते. बाहेरचे जग तसेच तिचे बहिण भाऊ ह्यांच्या मनात तिच्याबद्दल अनेक गैरसमज निर्माण झाले होते. कारण आपली बाजू ती कधी कोणापुढेही स्पष्टपणे ठेवू शकलेली नव्हती. त्याचप्रमाणे आता तिचे आयुष्य बोटांवर मोजण्याइतक्या माणसांमध्ये अत्यंत सीमित झालेले होते. कारण ज्यांनी तिचा खडतर प्रवास पाहिला. अशी फक्त तिची दोन मुलेच तिच्याबरोबर होती. परंतू ह्या एकटेपणाचा तिला स्वतःला शोधण्यात मोठा फायदाच झाला. कारण सुदैवाने एकेदिवशी अचानकपणे तिला आपणही काही करू शकतो. ह्या गोष्टीची अखेरीस जाणीव झाली. तेव्हा तिने आपल्या मुलांबरोबर चर्चा केली आणि त्यांच्याकडे योग्य मार्गदर्शनासाठी निवेदन केले. त्यामधून मनस्वी करीता लिखाणाचा मार्ग समोर आला. मनस्वीनेही त्या मार्गावर चालण्याची पूर्ण तयारी दाखविली. घरातील कामे आपल्या मूळ स्वभावानुसार प्रामाणिकपणे करून. तिने रिकाम्या वेळेत वेगवेगळया विषयांवर जमतील तसे लेख लिहिण्यास सुरुवात केली. तिच्या मनात वर्षोनुवर्षे साचलेल्या वेदना लिखाणाच्या माध्यमातून अशारितीने बाहेर पडण्यास सुरवात झाली. अशाप्रकारे पन्नास लेख तिने तयार केले. त्यानंतर तिच्या मुलांनी तिच्या नावाने एक ब्लॉग साईट सुरू केली. मनस्वीला घरातील कामांव्यतीरीक्त स्वतःला व्यस्त ठेवण्यास एक असे काम मिळाले होते. ज्यामुळे ती आपल्या विचारांना घेवून बहुसंख्य लोकांपर्यंत पोहोचण्याची दाट शक्यता होती. त्यामुळे मनस्वीने हाती घेतलेले ते काम म्हणजे एकप्रकारे तिच्याच

आत्मसम्मानाचा एक लांबच्या पल्ल्याचा प्रवास होता.

कारण तिने अशा झाडाचे संगोपन केलेले होते. ज्याला निश्चितच एकेदिवशी फळ फुलं लागणार होती. त्याचप्रमाणे त्या फळांना चाखणारे मनस्वीला तिच्या नंतरही आपल्या आठवणीत तिला जिवंत ठेवण्याची खात्रीशीरपणे शक्यता होती. परंतू कोणत्याही हाती घेतलेल्या कार्याचा प्रवास हा आपल्या अपेक्षेप्रमाणे सदैव सुरळीत सुरू राहत नाही. काही ना काही अडथळे त्यात नक्कीच येत असतात. मनस्वीलाही त्याचा सामना करावा लागला.

मनस्वीच्या जोडीदाराने आपला पुरुषी अहंकार आयुष्यभर कुरवाळला होता. आपल्या कारकिर्दीत कोणतेही उचित स्थान किंवा पद न गाठताही त्याचा अहंकार कदापि कमी झालेला नव्हता. मनस्वीला व तिच्या तारुण्यात पदार्पण केलेल्या मुलांनाही आता घरातील आर्थिक परिस्थितीबद्दल अनेक प्रश्न पडू लागले होते. परंतू मनस्वीचा जोडीदार कधीही त्यांच्या मनात उद्भवणाऱ्या प्रश्नांची समाधानकारक उत्तरे देण्यास. एक जबाबदार कुटूंबप्रमुख म्हणून सुज्ञपणाने त्यांना घेवून बसत नव्हता. कित्येकदा महत्त्वाच्या गोष्टींवर चर्चा करण्याचा आग्रह धरूनही मनस्वीच्या जोडीदाराने मनस्वीच्या विनंतीस झिडकारून लावले. तर कधी तिचे वैतागून बोलणे आपल्या कानावर पडू नये. म्हणून त्याने ती बोलत असतांना टीव्हीचा आवाज वाढवून व पंख्याची गती वाढवून तिला बोलण्यापासून परावृत्त करण्याचा सुद्धा प्रयत्न केला. अशाप्रकारे मनस्वीला त्याच्या व्यक्तीगत जीवनापासून व आर्थिक नियोजनापासून त्याने जाणीवपूर्वक लांबच ठेवले. त्याचे व्यक्तीगत जीवन कुटूम्बियांसाठी जणूकाही एक कधीही न सुटलेलं कोडं झालेलं होतं. त्याचप्रमाणे त्याचा कुटूम्बियांशी वागण्यातील रुखेसुखेपणा हा दिवसेंदिवस वाढतच चालला होता. आपल्या दबावपूर्ण वागण्याने घरच्यांची कोंडी करणे हा त्याचा आवडता छंद झालेला होता. सर्व सामंजस्यपूर्ण वर्तनाच्या अपेक्षा मात्र त्याने कायम मनस्वीकडूनच ठेवल्या. मनस्वीच्या त्याच्यावरच्या नाराजीला तो तिरस्काराचे नाव देवून स्वत:ला बिचारा सिद्ध करू लागला होता. त्याचप्रमाणे तेच चित्र तो जगासमोरही ठेवू पाहत होता. मनस्वीच्या लिखाणा विषयी देखील त्याचे चांगले मत नव्हते. ज्या मोठमोठ्या गोष्टी तू लिहीतेस सर्वप्रथम तशी वागण्याचा स्वत: प्रयत्न कर. असे तो उपहासात्मक पद्धतीने मनस्वीला म्हणत होता. परंतू मनस्वीने त्याच्या बोलण्याकडे विशेष लक्ष दिले नाही. तसेच आपले कार्य नियमितपणे सुरू ठेवले. कारण जोडीदाराचे वर्तन पुरुषी मानसिकतेने ग्रासित आहे. हे तिला उत्तमरीतीने ठाऊक होते. त्यानंतर मनस्वीच्या ब्लॉग साईटवर जाहिराती सुद्धा लागल्या. त्याचप्रमाणे तिच्या लिखाणातही दिवसेंदिवस बऱ्यापैकी सखोलता येत गेली. मनस्वी नियमितपणे मनापासून त्यासाठी परिश्रमही घेत राहिली. परंतू तशातच मनस्वीचे हृदय पूर्णता

कोलमडून टाकणारी एक घटना तिच्या आयुष्यात दुर्दैवाने घडली. तिचा जोडीदार एका परक्या स्त्रीच्या संपर्कात असल्याचे तिच्या ध्यानात आले. आयुष्यात कितीतरी उतार चढाव पाहिल्यानंतरही पुरून उरलेली मनस्वी. आता मात्र मनाने पूर्णपणे खचली होती. तेव्हा तिने अप्रत्यक्षपणे त्या विषयावर जोडीदाराला बोलणे सुरू केले. तर कधी त्याला भावनिक आधार देत त्याचे मन मोकळे करण्याचा देखील तिने संयमाने प्रयत्न केला. परंतू तिच्या जोडीदारावर तिने केलेल्या कोणत्याही प्रयत्नांचा तिळमात्रही परिणाम होत नव्हता.

त्याचे नियमितपणे त्या स्त्रीच्या घरी जी स्वत:चे राहते घर सोडून एकटी राहत होती जाणे सुरूच होते. घरातील सर्व गोष्टी व मनस्वीच्या विरोधातील सर्वकाही त्या परक्या स्त्रीला तो दररोज फोनद्वारे कळवत होता. त्याचप्रमाणे तिच्या घरातील हवंनको ते बघत होता. ह्या सर्व गोष्टी करण्यात त्याने मागील कितीतरी महिने वाया घालविले असतील. परंतू ह्याचा मनस्वीला जराही अंदाजा नव्हता. त्या दरम्यान मात्र त्याचे मनस्वी व मुली सोबतचेही संबंध अतिशय विकोपाला गेले होते. जेव्हा ही गोष्ट मनस्वीला कळली. तेव्हा अचानकपणे तिच्या पाया खालून जमीन सरकल्याचा तिला आभास झाला. आता काय करावे हे तिला कळत नव्हते. घरातील ह्या बिघडलेल्या वातावरणाचा तिच्या मुलीच्या मनावरही विपरीत परिणाम होवू लागला होता. तिने मागील काही महिन्यांपासून कॉलेजात जाणे सुद्धा बंद केले होते. त्यावेळी मनस्वीचा मुलगा हा अन्य शहरात नोकरी करत होता. त्याचीही मनस्थिती ह्या सर्व गोष्टींमुळे विचलीत झालेली होती. अखेरीस नाईलाजास्तव मनस्वीने आपल्या जोडीदाराचे हे लाजिरवाणे प्रकरण उघडकीस आणण्याचा बेत आखला. त्याकरीता तिला सतर्कतेने काही पुरावे गोळा करावे लागले. तिच्यापाशी असलेले जोडीदाराच्या विरोधातील पुरावे इतके ठोस होते. कि त्या संबंधीत बैठकीत मनस्वीच्या जोडीदाराला केलेल्या चुकीसाठी सर्वांसमक्ष माफी मागावी लागली. तसेच ह्यापुढे त्या स्त्रीच्या संपर्कात येणार नाही. असे तिच्या पती व मुलासमोर कबुल करावे लागले. त्याने मनस्वीचीही माफी मागितली. परंतू तो केवळ वरवरचा शिष्टाचार होता. मनस्वीचा जोडीदार व ती स्त्री ह्या दोघांनाही सर्वां समोर कडक शब्दात समजावल्यानंतर त्या प्रकरणावर कायमचा पडदा टाकण्यात आला. परंतू त्या गोष्टींचे मनस्वी व तिच्या मुलांवर मात्र फारच नकारात्मक पडसाद उमटले. त्याचबरोबर मनस्वी व तिचा जोडीदार ह्यांच्यातील आधीच विकोपाला गेलेल्या नात्याला कायमचा विश्वासघाताचा तडाही गेला. मनस्वीला त्यामधून सावरायला बराच कालावधी लागला. कारण तिच्यासाठी तो एक भयानक मानसिक आघात होता. अशाप्रकारे मनस्वीने सुरू केलेले ब्लॉग साईटचे काम जरा मागे पडले. कारण मधल्या काळात तिचा उत्साह पूर्णपणे मावळला होता. परंतू त्यानंतर तिने पुन्हा एकदा जोर

पकडला. दुसर्‍यांदा तिची ब्लॉग साईट उघडण्यात आली. त्या साईटला तिने तिच्या आईचे नाव दिले. त्याचबरोबर तिला त्या कामात दोन्ही मुलांची भक्कम साथ सुद्धा लाभली. मनस्वीने स्वतःशी ठरविले होते. कि ती आपल्या वयाच्या पन्नाशी पर्यंत आपल्या सर्व आवडी निवडी पूर्ण करून. जीवनाचे सर्व अनुभव आपल्या झोळीत गोळा करू शकेल. त्यानंतरचे आयुष्य मात्र आपल्या आंतरिक शोधात अत्यंत शांतेत तिला घालवायचे होते. परंतू सृष्टीने तिच्यासाठी तिच्याही अपरोक्ष जावून एक अनोखी योजना आखलेली होती. अशाप्रकारे मनस्वी फक्त त्या योजनेतील एक निरागस पात्र होते. मनस्वीला केवळ इतरांसाठी पडद्यामागची भूमिका निभवत निभवत इतरांवर विसंबून आयुष्य व्यतीत करायचे होते. परंतू सृष्टीला मात्र ते मान्य नव्हते. म्हणूनच तिला जीवनात एका अशा अहंकारी जोडीदाराची साथ लाभली. ज्याच्यामुळे तिच्यातील स्वाभिमान जागृत होवू शकला. ती तिच्यात दडलेल्या कौशल्यांना बाहेर काढू शकली. त्यामुळे तिचा जीवनप्रवास सीमित राहिलेला नाही. तिच्या कामाच्या माध्यमातून ती अनेक लोकांपर्यंत पोहोचू शकली. ह्यावरून तिला जे प्रतिष्ठापूर्ण व समृद्धीपूर्ण जीवन अनुभवायचे होते. त्यासाठी कदाचित देव तिलाच अशाप्रकारे तयार करत असावा असे प्रतीत होत होते. तिच्या जोडीदाराचा मात्र त्याच्या विचारांनी त्याच्या कर्मांनी तसेच त्याच्या अहंकाराने अपभ्रंश केला. तो एक माणूस म्हणून सर्व दृष्टीकोनातून अपयशी ठरला. त्याने आपल्या खोट्या आत्मप्रतीमेच्या बळावर आपल्या आसपास एक सुवीधाजन्य जग तर निर्माण केले होते. परंतू त्या जगाला मात्र त्याचे खरे स्वरूपच ठाऊक नव्हते. त्यांच्या समर्थनाने ह्याला आपले जगणे कितीही सोपे झाल्यासारखे वाटत असले. तरी तो आपल्या जन्म घेण्याच्या उद्देशापासून मात्र कायमचा परावृत्त झालेला होता. परंतू दुर्दैवाने ह्याची त्याला तिळमात्रही जाणीव नव्हती. कारण त्या माणसांच्या गर्दीत त्याचा एकही असा खरा मित्र नव्हता. जो त्याला निरपेक्षपणे योग्य मार्ग दाखवेल. मनस्वीच्या जोडीदाराने घरात आजीवन सर्व गोष्टींवर आपले वर्चस्व जमवून ठेवले होते. परंतू आपल्या खर्‍या प्रेमाने विश्वासाने तसेच स्वतःच्या प्रगतीने कधीही आपल्या माणसांची मनं जिंकली नाहीत. त्यामुळे घरातील तीन प्रामाणिक दयाळू व त्याच्यावर खरे प्रेम करणारी माणसे त्याच्या जवळ जावू शकली नाहीत. कारण त्याने आपल्या आसपास मीपणाची व आपल्या रहस्यमय आयुष्याची एक कठीण भिंत उभी करून ठेवली होती. ज्याच्या आत तो आपल्या असुरक्षेच्या गर्तेत असलेल्या आत्म्यास जपत होता. त्याचे असे करणेच मनस्वी व त्याच्या नात्यामध्ये आतापर्यंत कधीही भरून न निघणारा दुरावा निर्माण करत राहिले. ह्यापुढे मात्र तो जास्त काळ आपली पकड कोणावरही जमवून ठेवू शकणार नव्हता. कारण मनस्वी व तिची मुले ह्यांच्या सारखी त्याच्या विश्वातील खरी माणसे त्याच्या

पासून कायमची मनाने लांब गेलेली होती. हे तिचेही त्याचे खरे मित्र बनण्यास स्वखुशीने तयार होते. परंतू त्याला ह्या तिघांची आपल्या जीवनातील किंमतच कधी कळली नव्हती. तो मित्रमंडळींच्या सहवासात रमत राहिला. मोठ्या बहिणींना पत्नी व मुले माझा कसा छळ करतात. हे बिचारा बनून सांगत राहिला. घरात एकटा राहत व बाहेरही एकट्यानेच वावरत राहिला. आपल्या अंगावरच्या जबाबदाऱ्या व कर्तव्यांना सहज झिडकारत राहिला. आपला वेळ सुद्धा विनाकारण वाया घालवित राहिला. घरात कोणी त्यावर हरकत घेतल्यास मला जे वाटेल ते करीन अशी बेजबाबदार उत्तरे तो देत होता. त्याने संपूर्ण आयुष्यात घरात कोणाचीही मनं जोपासली नाहीत. जेव्हाही आर्थिकदृष्ट्या परिस्थिती त्याच्या हाता बाहेर गेली. तेव्हा त्याने आपल्याच मुलाबाळांना धारेवर धरले. परंतू कधीही घरात महत्वपूर्ण गोष्टींवर चर्चा करून समस्यांवर कायमचा तोडगा काढला नाही. त्यामुळे त्याचे कुटूंब कायम दोषपूर्ण भावनेने जगत राहिले. ज्याचा त्यांच्या मानसिकतेवरही अतिशय दुष्परिणाम झाला. तसेच ते आपल्या त्या वेदनेशी कायम झुंझत राहिले. त्यामुळे नात्यांची दयनीय अवस्था इतकी हाताबाहेर गेली होती. कि छोट्या मोठ्या प्रयत्नांनी परिस्थितीत काहीही परिवर्तन येण्याची मुळात अजिबात शक्यता नव्हती. मनस्वीच्या जोडीदाराने मुलांच्या विवाहासाठी किंवा इतरही कोणत्या दृष्टीकोनातून संपत्तीही साठविली नव्हती. त्या विषयावर कोणत्याही प्रकारची चर्चा देखील तो घरात करत नव्हता. त्याच्या ह्या प्रवृत्तीमुळे मनस्वी व मुलांची नियमितपणे भावनिक कोंडी होत होती. कारण त्यामुळे त्यांच्या मनात उठणारी वादळं आतल्या आताच घोंगावत राहत असत. मनस्वीच्या जोडीदाराच्या यंत्रासम औपचारिक वागण्यामुळे त्यांना बाहेर पडण्यास वावच मिळत नव्हता. एकंदरीत मनात वादळ उठले असतांना तरीही वरवर सर्वकाही शांत व सुरळीत आहे. असा भ्रम निर्माण करण्याचा अप्रत्यक्षपणे तो त्यांच्यावर दबाव निर्माण करत असे. परंतू कधी त्या विषयावरून वादविवाद झालेच. तर तुम्हाला माझी ताकद माहीत नाही. मी आजही माझ्या सोबत दहा माणसे उभी करू शकतो. आजपर्यंत नाही कमविला पैसा. परंतू आता नक्की कमवून दाखविणार असे अहंकाराच्या स्वरात आपल्याच मुलांसमोर बोलून दाखवित असे. अशाप्रकारे तो आजीवन आपली कारकीर्द व आर्थिक चणचण ह्या समस्यांमध्येच गुरफटला राहिला. कुटूंबासोबत वेळ घालविण्यात काय आनंद असतो. तरुण मुलांचा मित्र बनण्यात काय आनंद असतो. असे रोजच्या जगण्यातील समाधान व सुख त्याने कधी मिळविलेच नाही. त्यामुळे तो स्वतःच्याच घरात जिव्हाळ्याचे बंध कधीही निर्माण करू शकला नाही. तरीही त्याचा अहंकार तिळमात्रही कमी झालेला नव्हता. त्यामुळे त्यासाठीही तो कुटूंबालाच जबाबदार धरत राहिला. अशा परिस्थितीत मनस्वी व तिची मुले ह्या तीन भावनिक लोकांची काय अवस्था होत असावी. ही खरोखरच विचार

करण्यासारखी गोष्ट होती. ते तिघेही एकमेकांना आधार देत इथवर पोहोचले होते. ह्या पुढचा प्रवास मात्र त्यांच्याकरीता अत्यंत कठीण होता. कारण बाहेरच्या जगाला त्यांची खरी परिस्थिती ठाऊक नव्हती.

मनस्वीने कधीही आपल्या व्यक्तिगत जीवनातील गोष्टी इतरांना सांगण्यात आपला वेळ वाया घालविला नव्हता. ती घरातच टिकून राहून परिस्थितीत सुधारणा होण्याची विश्वासाने वाट बघत राहिली. परंतु दुर्दैवाने तिच्या आयुष्यात तो दिवस आजतागायत उगवला नव्हता. आता मात्र परिश्रम व स्वत:वरचा विश्वास फक्त ह्या दोन गोष्टींच्या बळावर मनस्वीला आपल्या दोन मुलांसह पुढचे अंतर काबीज करायचे होते.

मनस्वीला जीवनाने यथायोग्य धडा शिकविलेला होता. अन्यथा ती आपल्या विशेष व्यक्तीमत्वाला कधीही पारखू शकली नसती. तिला लोकांनी नावे ठेवली. तिच्याबद्दल मतं बनविण्यात आली. तिच्यावर लोक हसले. तिच्याविषयी अनेक गैरसमज झाले. एकंदरीत मनस्वी हे पात्र जगापासून कायम अनभिज्ञ असूनही सर्वांच्या चर्चेचा विषय राहिले. मनस्वीने मात्र त्याचे दु:खही एकदाचे पचविले. परंतु ज्याच्या विश्वासावर तिने आपला उभा जन्म समर्पित केला होता. त्या जोडीदाराने कधीही तिची खरी बाजू जगासमोर ठामपणे मांडली नाही. तो तिच्या पाठीशी व तिच्या बरोबरीने कधीही उभा राहिला नाही. किंबहुना तोही जगासोबत तिचा विरोधक बनला. त्याने तिच्या विरोधात कट कारस्थाने केलीत. तिच्याशी विश्वासघात केला. त्याच्या अशा वागण्याची मनस्वीने कधी स्वप्नात सुद्धा कल्पना केलेली नव्हती. त्यामुळे मनस्वी करीता हे सर्वात मोठे दु:ख होते. कारण मधल्या आयुष्यात तिने केवळ जोडीदारावरच आपले पूर्णपणे लक्षकेंद्रित केले होते. त्याला आयुष्यात प्रगती करण्यास वारंवार उत्तेजित केले. त्याचा अहंकार सहन केला. तसेच त्याच्या जे नाही ते दाखविण्याच्या व जे नाही ते बनण्याच्या स्वभावाला अप्रत्यक्षपणे साथही दिली. हे सर्व करण्यात ती इतकी व्यस्त होती कि आयुष्य वाळूच्या कणांप्रमाणे तिच्या हातून कधी निसटून गेले. हे सुद्धा तिला कळले नव्हते. परंतु जेव्हा तिचे डोळे उघडले. तेव्हा मात्र फार उशीर झालेला होता. कारण ज्याच्या करीता ती एवढ्या एकाग्रतेने झटत होती. तोच तिच्यापासून दूर गेलेला होता. ज्याची कमकुवत बाजू कधीही जगासमोर येवू नये. म्हणून वेळोवेळी मनस्वीने स्वखुशीने विषाचा प्याला प्राशन केला. तसेच फक्त त्याने निरंतर तेवत राहावे म्हणून स्वत:ला पूर्णता त्याचे सुरक्षा कवच बनविले. त्या दिव्याने मात्र त्याच्यामुळे तिच्या पोळलेल्या हातांची कधीही पर्वा केली नव्हती. तिच्या इच्छांचा त्याने कधीही मान राखला नव्हता. मनस्वीच्या साध्या सरळ विचारांना त्याने संतापाचे रागाचे नाव देवून तिला जगासमोर खलनायक घोषित केले होते. परंतु तिच्या त्या रागाच्या मागचे प्रेम व दूरदृष्टी तो समजू शकला नव्हता. ह्यावरून त्याचे भावनिक जग किती कोरडे होते व

त्याची वैचारिक पातळी किती सीमित होती हे उघडपणे निदर्शनात येते. मनस्वी मात्र आपल्या आशावादी विचारांच्या सोबतीने दगडालाही कधी ना कधी पाझर फुटेल. म्हणून निरंतर प्रयत्नशील राहिली. आता तिने पन्नाशीत पदार्पण केलेले होते. ह्या तीरावरून जेव्हा तीने मागे वळून पाहिले. तेव्हा तिला ती आता पर्यंत केवळ एकट्यानेच प्रवास करत आल्याचे तिच्या लक्षात आले. आपला जोडीदार आपल्या बरोबर आहे. हा फक्त तिच्या मनाचा भ्रम होता. कारण जीवनप्रवासात त्याने कधीही तिच्यात भावनिक गुंतवणूक केलेली नव्हती. आपली सुख दुःख तिच्या बरोबर वाटली नव्हती. तिला पुरेसा व उत्तम वेळ दिलेला नव्हता. तिला कधी आवडीने कोणती भेटवस्तू दिली नव्हती. तिला कधी ट्रीपवर नेले नव्हते. तिची दागिन्यांची आवड सुद्धा पुरविली नव्हती. एकंदरीत तिच्या बरोबरच्या नात्यात त्याने मनापासून आवडच दाखविली नव्हती. त्यामुळे दिव्यातील तेलच जर संपले असेल. तर वात कितीही तेलाने ओलीचिंब असली तरी ती जास्त काळ तग धरून राहू शकत नाही. मनस्वीच्या हृदयाच्या सर्वात जवळ असलेल्या ह्या नात्याचेही असेच काहीसे झाले होते. मनस्वीच्या लग्नातील मंगळसुत्राला वारंवार गहाण टाकून त्यातील पावित्र्याला तिच्या जोडीदाराने इतके अपमानित केले होते. कि मनस्वीने कधीही गळ्यात मंगळसूत्र न घालण्याचा स्वतःशी निर्धार केला. कारण त्याने केवळ त्या दागीन्याचाच अपमान केला नव्हता. तर त्याच्याशी जुळलेल्या तिच्या भक्तीपूर्ण भावनांनाही निष्ठुरपणे चिरडून टाकले होते. त्याशिवाय घरी असतांना गळ्यात काहीही नसले तरी चालेल. परंतु बाहेर जातांना मात्र काहीतरी काळे घालणे आवश्यक आहे. असे बोलून त्याने तिचे मनही दुखविले. मनस्वी त्याच्या बरोबर गरिबीत दिवस काढू शकली असती. परंतु तिला सर्वकाही खरे व पारदर्शक पाहिजे होते. जेणेकरून दोघांच्याही एकमताने व संमतीने त्यांच्या संसाराला झळाळी आली असती. एकाने पडद्यामागची भूमिका निष्ठेने निभावली म्हणून दुसऱ्याची सर्वतोपरी प्रगती झाली असती. इतरांनी दोघांचीही नावे एकमेकांसोबत आदराने घेतली असती. परंतु मनस्वीच्या जोडीदाराने आपल्या आयुष्यात तिला तो सम्मान कधीच दिला नव्हता. तिच्याकडून मात्र त्या सम्मानाची नेहमी अपेक्षा केली. आता मनस्वीने तिच्या जोडीदाराबरोबर बाहेर पडणे जवळ जवळ सोडलेले होते. कित्येक दिवसात कोणत्या समारंभात त्या दोघांना एकत्र कोणीही पाहिलेले नव्हते. त्यामुळे इतरांनीही त्यांच्या नात्याची त्यांच्या पाठीमागे थट्टामस्करी केलेली होती. एकंदरीत आयुष्यात त्यांचे एकत्र येणे सर्वदृष्टीकोनातून अपयशी ठरलेले होते. अशाप्रकारे ज्या व्यक्तीला व नात्याला मनस्वीने आपल्या हृदयात स्थान दिले होते. तेच तिच्या वेदनादायी जीवनाचे खरे कारण ठरले.

आपल्या मनात कोणाच्या सर्वतोपरी हिताचा विचार ठेवून. आजन्म त्याच्याकरीता

निरपेक्षपणे पडद्यामागची भूमिका निभावत राहण्याचा निर्णय घेणे. हे एक मोठे धाडसी पाउल असते. मात्र ते धाडस मनस्वीने करून दाखविले. ह्याचा अर्थ ती धाडसी होती. कारण त्यासाठी आपल्यात पराकोटीचा संयम असावा लागतो. खासकरून तेव्हा जेव्हा लोक पाठीशी उभे राहणाऱ्यालाच कोणताही मागचा पुढचा विचार न करता गैरसमजांच्या खाईत कायमचे ढकलून देतात. त्याचप्रमाणे तो स्वत:ची बाजू मजबूत असून सुद्धा ती राखण्यासाठी काहीही स्पष्टीकरण देवू शकत नाही. अतिरेक तर तेव्हा जास्त होतो. जेव्हा ज्याच्या हितासाठी आपण आयुष्यात इतका मोठा त्याग करण्यास तयार होतो. त्यालाच आपल्या असण्या नसण्याची पर्वा नसते. तो स्वत:च जगाच्या गर्दीत संमिलीत होवून आपल्याला एकटे पाडण्यास निघतो. जोडीदाराला मोलाची साथ देत असतांना मनस्वीनेही स्वत:ची व जगाची देखील पर्वा केलेली नव्हती. त्याचबरोबर ती आयुष्यभर त्याच्या प्रगतीची डोळ्यात तेल टाकून वाट बघत राहिली. कारण तिचे मन हार मानण्यास तयारच नव्हते. परंतू दुर्दैवाने मनस्वीची उर्जा तिच्या जोडीदाराच्या ऊर्जेशी कधीही एकरूप होवू शकली नव्हती. म्हणूनच कदाचित तिच्या जोडीदारास आयुष्यात आपले गंतव्याला पोहोचणे. मनस्वीकरीता का आवश्यक आहे हे कळू शकले नाही. तो आपल्या निवृत्तीच्या वयातही दिशाहीन काबाडकष्ट करण्यात गुंतलेला होता. कुटुंबाला देण्याकरीता त्याच्यापाशी अजूनही अजिबात वेळ नव्हता. त्याची आर्थिक परिस्थिती खाईत कोसळलेली होती. त्याने कुटूम्बाचे पालनपोषण कसेबसे करण्याव्यतिरीक्त आयुष्यात काहीही मोठे करून दाखविलेले नव्हते. कोणत्याही शुभ प्रसंगी किंवा सणासुदीला आपल्या माणसांच्या आनंदापेक्षा त्याला त्या प्रसंगाशी निगडीत शिष्टाचार पाळणे जास्त आवडत होते. कारण आनंद साजरा करण्यासाठी करावयाची पूर्वतयारी तो कधीही करून ठेवत नव्हता. त्यामुळे आतापर्यंत घरातील कित्येक आनंदाचे प्रसंग दु:खात परिवर्तीत होवून उध्वस्त झाले होते. मनस्वीला त्याने तिच्या वाढदिवसानिमित्त किंवा लग्नाच्या वाढदिवसा निमित्त आजवर कोणतीही भेटवस्तू दिलेली नव्हती. तिच्या आशा व अपेक्षा पूर्ण होत नसल्याने कितीतरी वेळा त्या खास दिवसावर मन दु:खी होवून तिच्या डोळ्यात पाणी आलेले होते. परंतू तरीही मनस्वीच्या जोडीदाराने तिच्याकडे पूर्णपणे दुर्लक्ष करून घरातील निर्जीव फोटोंना हार घालून निरसपणे त्या दिवसाची सांगता केलेली होती. तसेच त्यावर त्याच्या अतिशय थंड प्रतिक्रिया देखील होत्या. किंबहुना लाडक्या मुलीसही त्याने कधी दिलखुलासपणे व मनापासून काहीही दिले नव्हते. अशाप्रकारे मनस्वीने आपले आयुष्य व आपल्या आशा एका गारठलेल्या हृदयाच्या माणसावर लावून स्वत:चे कधीही भरून न निघणारे नुकसान करून घेतलेले होते. तिला आपल्या संसाराची खरी परिस्थिती जाणून घ्यायची होती. जेणेकरून परिस्थितीत सुधार आणण्याच्या दृष्टीने ते दोघेही एकत्र प्रयत्न करू

शकले असते. ज्यामुळे त्यांच्यात ऋणानुबंध निर्माण झाले असते. तसेच मनस्वीलाही जोडीदाराबरोबरच्या नात्यातील सखोलतेमुळे अन्य काही नाही. परंतू जगण्याचे समाधान नक्कीच मिळाले असते. आता मात्र जोडीदाराला ह्या वयातही निरुद्देश काबाडकष्ट करत बघतांना आपण आयुष्यात पैसा कमाविण्यासाठी काहीही केले नाही. केवळ ह्या गोष्टीचे मनस्वीच्या मनावर दडपण येते. आजच्या जगात मनस्वी सारख्या स्त्रियांना मुर्खात काढले जाते. कारण त्यांनी जोडीदारावर दोषारोपण करण्यात आयुष्य व्यर्थ घालविले. परंतू वेळ हातात असतांनाच स्वत: मात्र योग्य पाऊल उचलले नाही. असे नाही कि आज कोणाला नात्यांची पर्वाच उरलेली नाही. परंतू आपले व्यक्तीगत आयुष्य आपला स्वार्थ आत्मप्रेम प्रतिष्ठा ह्या गोष्टींचा मोह प्रत्येकालाच होतो. अशावेळी केवळ एका व्यक्तीच्या मागे इतका मोठा त्याग करण्याचे विचारही कोणाच्या मनात येत नसतात. त्यापेक्षा प्रत्येकजण स्वत:च्या प्रगतीवर लक्षकेंद्रीत करून आयुष्यात पुढे जाण्यास तत्पर असतो. कोणी कोणास स्वत:ला सिद्ध करण्याकरीता पुरेसा वेळ सुद्धा देत नाही. सरळ त्याच्या विषयी मत बनवून त्याच्या वर मात केली जाते. कदाचित म्हणूनच मनस्वीच्या त्यागाला शंकेच्या नजरेने पाहिले गेले असावे. आपल्या जोडीदारावर सर्वस्वी विसंबून जगणे व त्याच्यातील क्षमता व शक्यतांना उजागर करण्यासाठी घर तसेच आपल्या भूमिकेला काहीही तक्रार न करता चिकाटीने धरून राहणे. खरे तर हे जोडीदारावर असलेल्या मनस्वीच्या प्रबळ विश्वासाचे प्रतिक होते. परंतू विश्वास ह्या शब्दाचा विश्वव्यापक सखोल अर्थ समजून घेण्याची मनस्वीच्या जोडीदाराची मुळी पात्रताच नव्हती. त्यामुळेच घरात जोडीदाराच्या स्वरूपात आयुष्यभर मोलाची साथ देणारी. खरीखुरी मैत्रीण असतांना सुद्धा निर्दयीपणे तिचे मन तोडून. स्वार्थी जगात आपले अस्तित्व शोधत मनस्वीचा जोडीदार आजीवन वनवन भटकत राहिला. खरेतर ह्या प्रामाणिक स्त्रीच्या निरपेक्ष डोळ्यांमध्येच त्याला जीवनाचे खरे सार गवसले असते. कारण स्त्रियांच्या अंतकरणात देण्याची भावना गच्च भरलेली असते. त्यांच्यात समर्पण करण्याची आतुरता असते. त्या स्वखुशीने प्रवाहाचा स्त्रोत बनण्यास उत्सुक असतात. परंतू अहंकारी पुरुषास हे मौल्यवान दान विनम्रतेने आपल्या पदरात पाडून घ्यायचे नसते. त्यावर ते आपला मालकी हक्क दाखवत असतात. जोरजबरदस्तीने ओरबाडून घेण्याचा प्रयत्न देखील करत असतात. कारण त्यांच्यातील मीपणा स्त्रियांमधील इतक्या उच्च स्तरीय मोठेपणास मान्य करण्यास तयारच होत नाही. परंतू इतिहास स्वत: ह्या गोष्टीची ग्वाही देतो. कि एका यशस्वी पुरुषाच्या किंवा एका यशस्वी स्त्रीच्या पाठीमागे देखील जोडीदाराचे योगदान व त्याची पडद्यामागची भूमिका किती महत्वाची असते. मनस्वीनेही स्वखुशीने पडद्यामागचे आयुष्य स्वीकारले होते. परंतू तिच्या त्यागातून काहीही निष्पन्न होवू शकले नाही. कारण तिने चुकीच्या

माणसाची निवड करून त्याच्यावर विश्वास टाकला होता. तिची ही चूकच तिला महागात पडली. जेव्हा आपली पडद्यामागची भूमिका सार्थक होऊन त्यामधून आपल्या जोडीदाराला आयुष्यात काही करून दाखविण्याचे प्रोत्साहन मिळते. तेव्हाच दोघांमधील नाते श्रेष्ठत्वाला पोहोचते. परंतू मनस्वीच्या आयुष्यात सर्वकाही विपरीतच घडले. म्हणून काही तिने आयुष्यभर जोडीदाराला दिलेल्या मोलाच्या साथीची. त्याच्या मागे निष्ठापूर्वक निभावलेल्या पडद्यामागच्या भूमिकेची. आयुष्यभर त्याच्या प्रगतीच्या वाटेकडे डोळे लावून बसण्याची. किंमत कमी होत नाही. कारण मनस्वी वंदनीय स्त्रीत्वाच्या गुणविशेशांनी संपन्न होती. तिचे मन दयाळू होते. परंतू तिच्यातील चांगुलपणाची पारख करण्यास कोणापाशीही सवड नव्हती. म्हणूनच तिला गैरसमजांच्या जाळ्यात अडकवून तिच्यावर भिन्न भिन्न तक्रारी व आरोपांची पोती रिक्त करणे. हे वरवर विचार करणाऱ्यांसाठी फारच सोपे कार्य ठरले. परंतू मनस्वी ह्या जगात जिवंत असूनही अचानकपणे सर्वांच्या आयुष्यातून गायब का झाली. ह्या गोष्टीचे मात्र कोणासही आश्चर्य वाटले नाही. प्रेमाची माणसे व नातेवाईक केवळ दुरून दुरून तिच्याविषयी ठोकताळे लावत राहिले. तसेच ते आपल्या आयुष्यात इतके व्यस्त होते. कि ह्या सर्व गोष्टींवर विचार करण्यासाठी त्यांच्यापाशी कधीही वेळ नव्हता. कधीकधी तर त्यांनी मनस्वीच्या काळजीपोटी नाही. तर मनात काही अपेक्षा ठेवून तिच्याशी संपर्क करण्याचा प्रयत्न केलेला होता. परंतू तिच्या वागण्यात इतक्या पातळीचा बदल आलेला असतांना. निरपेक्ष भावनेने तिच्याशी मनपूर्वक भेटण्याची स्वत:हून कोणीही तयारी दाखविली नव्हती. मनस्वीमध्ये आलेला बदल हा तिच्या मानसिक आरोग्यासंबंधीत चिंतेचा विषय असू शकतो. तिला आपल्या भावनिक आधाराची व मदतीची आवश्यकता राहू शकते. किंवा मदत मागण्यास ती असमर्थ असू शकते. असे मात्र कोणासही वाटले नव्हते. निदान माणुसकीच्या नात्याने तरी कदाचित मनस्वी मानसिक खिन्नतेतून जात तर नसावी. ही खात्रीही कोणास करून घ्यावीशी वाटली नव्हती. त्याचप्रमाणे कोणाच्याही मदतीचा हात अशा विचारांनी प्रेरित होऊन मनस्वीपर्यंत पोहोचला नव्हता. त्यामुळे नात्यांचे जग आता केवळ औपचारीकतेपुरते तसेच भौतिक श्रीमंती व समाजातील आपल्या स्थानावर टिकून असल्याचे मनस्वीच्या लक्षात आले होते. हा झाला बाहेरच्या जगाचा दृष्टीकोन. परंतू जर मनस्वीच्या जोडीदारास आपल्या आयुष्यातील तिच्या अस्तित्वाचे महत्व कळले असते. तर त्याने तिच्या त्यागाला आपल्या प्रगतीचे भावनिक सबळ कारण नक्कीच बनविले असते. तेव्हा मनस्वीच्या त्यागाला जगाचेही समर्थन मिळाले असते. परंतू आता मात्र तिला पतीच्या जीवावर आरामात जीवन जगायचे होते. असे समजून तिने केलेल्या प्रत्येक कृत्यावर प्रश्नचिन्ह ठेवले जाते. ज्यांचा सामना एकटीने करत असतांना मनस्वीचे मानसिक

स्वास्थ्य देखील क्षतिग्रस्त झाले. ज्यामधून तिच्या आयुष्याला तिच्याही नकळतपणे एक वेगळेच वळण लागले. त्यामुळे मनस्वीची कहाणी ही तिच्या असंख्य अबोल वेदनांचा संचय होता. ज्यांचा उलगडा जगासमोर होणे खरेच आवश्यक होते. कारण मनस्वी घराच्या चार भिंतीत स्वत:हून कैद का झाली? तिने सर्वांशी संपर्क का तोडला? ह्या प्रश्नांची खरी उत्तरे तिथेच सापडू शकतात. ह्याच प्रामाणिक उद्देशाने मनस्वी हे पात्र लिखाणाच्या माध्यमातून सविस्तर मांडण्यात आलेले आहे. कारण एका प्रामाणिक स्त्रीचा त्याग असाच अहंकाराच्या कठोर पाषाणाखाली चिरडला जावू नये. त्यामागचे निर्मळ सत्यही जगासमोर उघडकीस यावे व त्याचा सम्मानही व्हावा इतकीच त्यामागे लेखिकेची सदिच्छा आहे.

ओजस्वीचा
जीवनाप्रती दृष्टीकोण

ओजस्वी तुज लाभली तेजस्वी आभा
घालण्या गवसणी नभा

जीवनास तुझ्या मिळाला दृष्टीकोण
आता सामान्य जगणे तुझ्यासाठी झाले गौण

तू पांग फेड आपल्या स्त्रीजन्माचे
हो स्पंदन आई आजींच्या मूक वेदनांचे

तुझ्या पाठी आई आजींच्या आशीर्वादाचे पाठबळ
स्त्रियांच्या आयुष्यात आणण्यास क्रांती
तुझी इच्छाशक्ती होवू दे प्रबळ

ओजस्वी ही आजच्या युगातील एकवीस वर्षीय नवयुवती आहे. ती नुकतीच पदवीधर झालेली आहे. त्याचप्रमाणे त्यापुढील उच्च शिक्षणासाठी आता तिची धडाडीने वाटचाल देखील सुरू आहे. परंतू ओजस्वीची फक्त इतकीच ओळख नाही. तर तिचे आतापर्यंतचे जीवनच तिच्यासाठी सखोल मतितार्थ ठरलेले आहे. त्यामुळे ती आपल्या वयाच्या तुलनेत विचारांनी इतरांपेक्षा जास्त परिपक्क आहे. ती पराकोटीची मानसिक रीत्या स्थिर आहे. तिचे आपल्या जीवनाप्रती उद्देश्य अगदी स्पष्ट आहे. ती इतरांच्या वेदना त्यांच्या स्थानावर राहून अनुभवू शकते. म्हणूनच ती कित्येकांना आपला आधारस्तंभ असल्याप्रमाणे वाटते. ती तिच्या आतापर्यंतच्या जीवनात ज्या ज्या गोष्टींना मुकली त्या सर्व गोष्टी तिला आपल्या माध्यमातून इतरांना प्रदान कराव्याशया वाटतात. परंतू ती तिच्या वयाला साजेशे असे काहीही करण्याचे मात्र अजिबात धाडस करत नाही. त्यासाठी तीने स्वत:च्या मनावर नियंत्रण ठेवण्यास स्वत:ला कडक शिस्त लावलेली आहे. कारण तिने आपल्या आईला तुझे अश्रू व्यर्थ जावू देणार नाही. असा शब्द दिलेला आहे. स्वत:ला सिद्ध केल्याशिवाय आयुष्यात थांबणार नाही. असा स्वत:शी प्रण घेतलेला आहे. एकप्रकारे तिला इतक्या कमी वयातच अर्थपूर्ण जीवनाचे महत्व अत्यंत सखोल कळलेले आहे. ह्यावरून हे लक्षात येते. परंतू प्रश्न हा आहे कि ओजस्वीचा स्वभाव मुळातच असा होता का? अथवा काही कारणाने तिचे व्यक्तीमत्व अशाप्रकारे परिवर्तीत तर झाले नाही? हे जाणून घेण्यासाठी सर्वप्रथम आपण तिच्या भूतकाळावर नजर टाकणे आवश्यक आहे. तेव्हाच आपल्याला तिच्या तसे असण्यामागाची कारणे उत्तमरीतीने समजून घेता येतील. चला तर मग ओजस्वीचा आतापर्यन्तचा जीवनप्रवास माहित करून घेवूया. ओजस्वीने आपल्या स्त्रीत्वाच्या गुणविशेषांनी व सकारात्मकतेने समृद्ध पायगुणांनी आपल्या आई वडीलांच्या आयुष्यात पदार्पण केले. तेव्हा तिच्या येण्याने त्यांच्या जीवनात अनेक उत्तम बदल येण्यास सुरवातही झाली. परंतू त्या गोष्टींची जाणीव होण्याइतपत त्यांच्यात मात्र शहाणपण नव्हते. कारण ओजस्वीचे आई वडील दोघेही असुरक्षित मानसिकतेचे शिकार होते. जीवनप्रवासात ओढवलेल्या परिस्थितीच्या तडाख्याने त्यांना अक्षरशा पिंजून टाकले होते. त्यामुळे त्यांचे विचार जीवनातील समस्यांवरच अधिक टिकून राहत असत. ओजस्वीची आई गृहिणी असून ती सर्वस्वी विसंबून जीवन जगत होती. तर तिच्या वडीलांचा अर्थार्जनाचा स्त्रोत हा कमकुवत होता. त्यामुळे आर्थिक विवंचना हा कायमच त्यांच्या जगण्याचा अविभाज्य भाग राहिलेला होता. त्याशिवाय ओजस्वीचे वडील हे पुरुषी मानसिकतेचे असल्यामुळे तिची आई नेहमीच मानसिक तणावात राहत असे. ओजस्वीचा एक तिच्यापेक्षा सहा वर्षांनी मोठा भाऊ देखील आहे. ज्याने अर्थातच ओजस्वीपेक्षा आपल्या आई वडीलांना अधिक जाणले होते.

ह्या सर्व वातावरणात ओजस्वीचे लहानपण पुढे चालले होते. ओजस्वी लहानपणी अतिशय सुंदर चुणचुणीत बोलकी तसेच मनमिळाऊ देखील होती. त्यामुळे ती कोणाचेही मन अगदी सहज जिंकून घेत असे. कारण तेव्हा ती आयुष्याने अगदी ओतप्रोत भरलेली होती. परंतू तेव्हापासूनच तिला दमा ह्या आजाराने गंभीररीत्या आपल्या विळख्यात घेतलेले होते. त्यामुळे तिचे त्या अतिशय कोवळ्या वयात वारंवार आजारी पडणे. त्यासाठी तिच्यावर बेसुमार औषधांचा मारा होणे. तसेच गरज पडल्यास दोन दोन दिवस तिला दवाखान्यातच ठेवावे लागणे. हा तिच्या आई वडिलांसाठी नित्याचा व मोठा चिंतेचा विषय झाला होता. त्याचप्रमाणे ओजस्वीसाठीही आजारपणातून वारंवार जाणे एखाद्या वाईट स्वप्राप्रमाणे वेदनादायी होते. कारण तिची रोगप्रतिकारक क्षमता कमकुवत असल्यामुळे महिन्यातून कमीत कमी दोनदा तरी तिच्यावर ती वेळ येत असे. ओजस्वीच्या जीवनासाठी तिच्या आईने अनेकदा देवाचा धावा देखील केलेला होता. इतकी तिची अवस्था गंभीर होत असे. अशाप्रकारे तेवढ्या लहान वयातील ते कठीण आजारपण व औषधांचे नियमितपणे सेवन ह्यामुळे ओजस्वीच्या शरीरिक वाढीवर देखील विपरीत परिणाम दिसू लागले होते. कारण तिच्या शरीरातील अशक्तपणा पूर्णपणे कधीही निघत नव्हता. त्यामुळे वयानुसार सामान्यपणे तिची शारीरिक वाढ होत नव्हती. परंतू तेव्हापासूनच तिची बुद्धीमत्ता मात्र विलक्षण होती. तिचे इवलेशे बालरूप देवाच्या अस्तित्वाने व्यापलेले होते. तिचे हृदय इतके करुणामयी होते कि एखादे दु:खी गाणे किंवा दारात माधुकरीसाठी आलेल्या व्यक्तीचा वेदनायुक्त आवाज ऐकून तिला देखील रडू कोसळत असे. तसेच तिला पडणाऱ्या कुतूहलपूर्ण प्रश्नांमधून तिचा निरागसपणा झळकत असे. ती कोणावर रागावली असल्यास त्या व्यक्तीच्या मिळतील त्या वस्तू जमिनीवर फेकून देवून त्या कौतुकास्पद प्रतिक्रियेतून ती आपला राग दर्शवीत असे. ती शाळेत वर्गखोलीत एका ठिकाणी जास्त वेळ बसत नसल्यामुळे तिच्याविषयी शिक्षक सुद्धा तक्रारी करत असत. शाळेतून घरी आल्यावर मात्र ती सर्वप्रथम स्वत:हून आपला गृहपाठ पूर्ण करून नंतरच बाहेर जावून खेळत असे. आपल्या बाललीलांनी तिने शेजाऱ्यांच्या मनातही स्थान मिळविले होते. एकंदरीत तिचे अस्तित्व हे घरादारास चैतन्य प्रदान करणारे होते.

अशी ही चैतन्यमुर्ती ओजस्वी आपल्या आईची सहाजिकच अतिशय लाडकी होती. कधीकधी तर हे विलक्षण स्वरूप देवाने आपल्या पदरात टाकले. ह्यावरच तिचा विश्वास बसेनासा होत असे. परंतू जसजशी ओजस्वी मोठी होवू लागली. तसा तिच्या आईच्या असुरक्षित मनाने अनेक गोष्टींवरून तिच्यासाठी धसका घेतला. त्यामुळे ओजस्वीच्या आजाराने आता ती पुरती विचलीत होवू लागली होती. कारण आजारपणामुळे ओजस्वी इतर मुलांच्या तुलनेत अशक्त दिसत असे. आपली मुलगी सुदृढ दिसावी

म्हणून तीची आई ओजस्वीला बळजबरीने खाऊ पिऊ घालत असे. परंतु काही केल्या ओजस्वीच्या स्वास्थ्यात तिच्या आईच्या मनाचे समाधान होण्याइतपत बदल येत नव्हता. त्याचा संताप सुद्धा कधीकधी ती ओजस्वीवरच काढत असे. तिच्याशी अबोला देखील धरत असे. खरेतर ओजस्वीची आई आपल्या व्यक्तीगत आयुष्यात अनेक कारणांनी नाखूष होती. त्याचेच प्रतिबिंब तिने ओजस्वीबरोबर केलेल्या प्रत्येक वर्तनातून तसेच रागवन्यातून झळकत होते. तिला ओजस्वीच्या वडीलांकडून कधीही भावनिक आधार मिळत नसल्यामुळे. ती मनाने कितीही मृदू असली तरी बाहेर मात्र आपले कठोर रूपच दाखवीत असे. आपल्या आईच्या वागण्यातील ह्या कठोरपणा मागचे कारण मात्र ओजस्वीला कळत नव्हते. त्यामुळे तिला त्याचा खूप मानसिक त्रास होत होता. परंतु तिने कधीही आपल्या मनात आईसाठी गैरसमजांची पाळमूळ रुजू दिली नाहीत. उलट मोठी होता होता ओजस्वीनेच आईच्या मानसिक अस्वास्थ्याच्या तळाशी जावून. तिच्या अशा वर्तनामागची कारणे जाणून घेण्याचा आपल्या परीने जणूकाही ध्यासच घेतला.

घरातील वातावरण ओजस्वीच्या मानसिक स्वास्थ्यासाठी तितकेसे पोषक नव्हते. कारण तिच्या आई वडीलांमधील संबंध हे मैत्रीपूर्ण नव्हते. तिची आई एकप्रकारे मानसिक दबावात जीवन जगत होती. केवळ अपेक्षा जबाबदाऱ्या व असमाधानकारक आयुष्य तिच्या भाग्याला आल्यामुळे ती कायम स्वत:ला घरातील कामात व्यस्त ठेवण्याचा प्रयत्न करत असे. जेणेकरून अतिविचारांनी तिचे मानसिक स्वास्थ्य बिघडू नये. तरीही बऱ्याचदा तिच्या बिथरलेल्या भावना मुलांवर वाईट पद्धतीने व्यक्त होत असत. अशाप्रकारे घरातील इतर समस्यांमुळे व आईच्या अनाहूत धाकामुळे दोन्ही मुलं नेहमीच दडपणाखाली वावरत असत. खास करून तिची मुलांचा गृहपाठ करून घेतांनाची मानसिक स्थिती. ही मुलांच्या कोवळ्या मनावर आयुष्यभराकरीता दुष्परिणाम करणारी राहत असे. त्यामुळे एकप्रकारे मुलांच्या मनात आईकरीता आदरयुक्त भीती दडलेली होती. कारण त्यांच्यात कधीही मनमोकळे संवाद होत नव्हते. तरीही आई व मुलांमध्ये तितका दुरावा कधीही आला नाही. कारण आई वरवर कशीही वागत असली. तरी तिच्या मनातील ओलाव्याची मुलांना पूर्ण जाणीव होती. त्यामुळे ओजस्वी तर शाळेतून येताच आईच्या कुशीत शिरून त्यानंतर ती लगेच गाढ निद्रेच्या स्वाधीन होत असे. ओजस्वीच्या लहानपणी तिची एक लकी नावाची मैत्रीण सुद्धा होती. ती ओजस्वीपेक्षा लहान असूनही दोघींचेही आपसात उत्तम जुळत होते. ओजस्वी सात आठ वर्षाची असतांना अशीच एकदा शेजारच्या मुलांबरोबर खेळता खेळता घरा जवळच्याच संगीत क्लास मध्ये जावून बसली. ही गोष्ट तिच्या आईला माहित नव्हती. इतर मुलांसोबत जेव्हा ती गाऊ लागली. तेव्हा शिक्षिकेला ओजस्वी

मधील छुप्या संगीत कौशल्याची प्रकर्षाने जाणीव झाली. त्याकरीता तिने ओजस्वीला प्रोत्साहनही दिले. घरी येवून ओजस्वीने ती गोष्ट आनंदाने आपल्या आईला ऐकविली. आपल्या मुलीचे कौतुक ऐकून आईलाही खूप आनंद झाला. अशाप्रकारे तेथून पुढे ओजस्वीचा संगीत प्रवास सुरू झाला. त्यानंतर तिला मोठ्या संगीत शाळेत टाकण्यात आले. तसेच शालेय शिक्षणाबरोबर तिचे संगीत शिक्षणही सुरू झाले. तेथून तिने तीन वर्ष सातत्याने क्लासिकल संगीताचे प्रशिक्षण घेतले. ओजस्वीला जन्मताच संगीत कलेचे वरदान लाभलेले होते. ही गोष्ट नंतर तिच्या आई वडीलांना कळून सुद्धा त्यांनी त्यावर विशेष लक्षकेंद्रित केल्याचे दिसत नाही. कारण तिच्या त्या कलेत तिने पारंगत होण्याच्या प्रवासात कोणत्याही प्रकारे अडथळा निर्माण होवू नये. ह्यासाठी त्यांनी कधीही पोटतिडकीने प्रयत्न केले नाहीत. तसेच घरातून तिला त्याकरीता त्यांच्याकडून विशेष प्रोत्साहनही दिले गेले नाही. त्यानंतर ओजस्वीचे शिक्षणाच्या प्रवासातील इयत्ता दहावीचे वर्ष आले. त्यामुळे तिच्या संगीत प्रशिक्षणात अखेरीस एकप्रकारे खंडच पडला. परंतू तोपर्यंत तिचे त्या स्तरापर्यंतचे प्रशिक्षण मात्र उत्तमरीतीने पार पडलेले होते. ओजस्वीच्या लहानपणीच्या आजाराने तिचा आतापर्यंत पिच्छा पुरविला होता. परिणामस्वरूपी शाळेत असतांना ती कायम स्पोर्ट्स ह्या विषयापासून लांबच राहत असे. कारण शारीरीकरीत्या थकविणाऱ्या खेळांमुळे तिच्या आजाराला आणखीच बढावा मिळत होता. परंतू खेळांच्या वार्षिक स्पर्धांमध्ये इतर मुलांचे पारितोषिकांनी गच्च भरलेले हात बघून मात्र ती हताश होत असे. अशाप्रकारे ह्या ना त्या कारणाने सर्वच गोष्टीत इतरांपेक्षा मागे पडल्यामुळे तिने स्वतःचा आत्मविश्वास तर गमावला होताच.

त्यासोबत लहानपणापासून तिची आजारासंबंधीत औषधेही सातत्याने सुरू होती. त्यामुळे आतामात्र तिच्या शरीरावर ह्या दोन्ही गोष्टींचे गंभीर दुष्परिणाम उघड उघड दिसू लागले होते. ज्याचे गांभीर्य कळण्याइतपत ओजस्वी मोठी सुद्धा होती. कारण ति शरीराने तिच्या वयाच्या इतर मुलींच्या तुलनेत जरा क्षीण दिसू लागली होती. तिला अक्षरशा वर्गात सर्वांसमोर स्वतःचे वजन जाणून घेण्याचीही भीती वाटत असे. कारण त्यावरून तिचे वर्गमित्र तिला हसत असत. तिच्यावर मत बनवत असत. त्याचप्रमाणे त्या वयातील मुलांच्या मनावर परिणाम करणारी आणखी एक समस्या म्हणजे चेहऱ्यावर येणाऱ्या तारुण्यपिटीका. ओजस्वी त्या समस्येनेही ग्रसित होती. ज्यामुळे ओजस्वीच्या मनात तेवढ्या कमी वयात पराकोटीचा सोशल फोबिया निर्माण झाला. ज्याची मुख्य लक्षणे म्हणजे तिचे तळहात कायम ओलसर व थंडगार राहत असत.

त्याचबरोबर तिला कोणाच्याही डोळ्यात डोळे घालून बघणे व दोन शब्दही बोलणे कष्टप्रद वाटत असे. तिच्यातील त्या भीतीमुळे तिला उत्तम गाता येत असूनही ती कधीही शाळेतील तत्सम कार्यक्रमात स्वतःहून पुढाकार घेत नसे. कारण आपल्यावर

कोणाचीही नजर पडू नये. ह्याच दृष्टीकोनातून ती कायम प्रयत्नशील राहत असे. तरीही तिच्यातील कौशल्ये लपून राहिली नाहीत. शाळेतील काही चांगल्या शिक्षकांच्या प्रोत्साहनाने त्यांना बाहेर पडण्यास वाव मिळाला. ज्यात ओजस्वीने व्यक्तीगत पातळीवर बराच नावलौकिकही मिळवला. एकदा शाळेतील गायनाच्या स्पर्धेत ती शिक्षकांच्या प्रोत्साहनाने अशीच स्टेजवर जावून गाईली. तिचे सादरीकरण उत्तम झाले. परंतू त्यानंतर स्टेजवरून खाली उतरल्यावर मात्र तिची अवस्था अत्यंत वाईट झाली. ओजस्वीला आता स्वत:च्या वारंवार होत असलेल्या अशा हतबल अवस्थेवर अनेक प्रश्न पडू लागलेले होते. कारण मितभाषी स्वभावाची वर्गातील इतर मुलं सुद्धा उत्तमरीतीने स्वत:ला शाळेतील सर्व घडामोडींमध्ये सामावून घेत असत. परंतू ओजस्वीच्या मनातील भीतीने मात्र अक्षरशा तिच्या कार्यशिलतेवरच मात केलेली होती. तेव्हा तिने स्वत:हूनच स्वत:च्या गंभीर मानसिक स्थितीचे सखोल निदान इन्टरनेटच्या माध्यमातून शोधण्यास सुरवात केली. ज्यामधून तिला psychology ह्या विषयासंबंधी माहिती मिळाली. तेव्हा पासूनच तिचा त्यात रसही निर्माण झाला. कारण आपल्या मानसिक वेदनांवर काही ना काही उपाय त्यात मिळणार अशी तिला मनातून खात्री वाटू लागली होती. घरात ओजस्वीची आई सुद्धा तिच्या वारंवार आजारी पाडण्यावरून व तिच्या शारीरिक बांध्यावरून तिला ओरडत असे. कारण तिच्या मनात एकप्रकारे ही भीती होती. कि आपल्या मुलीवरही आपल्या प्रमाणे लवकरच लोक हसु लागतील. लोकांच्या हसण्याच्या आतल्या आत होणाऱ्या वेदना ओजस्वीच्या आईनेही आयुष्यात स्वत: अनुभवलेल्या होत्या. आईच्या बोलण्यावर ओजस्वी देखील नेहमी गंभीर विचार करत असे. ज्यामुळे ओजस्वीच्या मनातही स्वत:साठी तिरस्कार निर्माण झाला. तसेच ती सुद्धा आयुष्यात काही काळासाठी असुरक्षित मानसिकतेची शिकार झाली. त्यानंतर तिला स्वत:मध्ये काहीही उत्तम बघता येत नव्हते. तिला मनातल्या मनात कुढत राहण्याची एकप्रकारे सवयच लागली. असेच एकदा ओजस्वी शाळेकडून आयोजित साहस क्याम्पला पहिल्यांदाच एका रात्र भराकरीता मोठ्या उत्साहाने गेलेली होती. अगोदरच ती आपल्या जीवनात सोशल फोबियाशी झुंजत होती. त्यातल्या त्यात साहस क्याम्पमधील activity मध्ये भाग घेण्यासाठी शाळेने विशेष प्रकारचे बूट आणण्यास विद्यार्थ्यांना सांगितले होते. परंतू ओजस्वीपाशी ते नसल्याने ति तिचे नेहमीचे साधे बूट घालूनच activity करण्यासाठी पुढे सरसावली. मात्र साध्या बुटांमुळे तिला ते करणे शक्य होत नव्हते. तरीही आपली ती अवस्था तिला शिक्षिकेला सांगताही येत नव्हती. तसेच तिला खाली उतरणेही शक्य होत नव्हते. अशारितीने ओजस्वी अडचणीत असतांना शिक्षिका मात्र तिला वाईट साईट बोलून तिच्यावर दबाव आणण्याचा प्रयत्न करत होती. ती तिला तेथून खाली उतरण्यासही मदत तर करत नव्हती. उलट आपल्या

अजबाबदार वर्तनातून ओजस्वीचे मानसिक खच्चीकरण करण्याचा तिचा हेतू होता. शेवटी क्याम्पमधीलच एका दयाळू व्यक्तीने ओजस्वीला अगदी मायेने खाली उतरण्यास मदत केली. ओजस्वीसाठी तो क्षण इतका अपमानास्पद होता कि त्या आठवणींनी ती अजूनही विचलीत होते. अशाप्रकारे मनात विविध गोष्टींमुळे ओढाताण असतांनाच ओजस्वीने इयत्ता दहावीचे सुद्धा स्वत:वर दडपण घेतले. कारण अगोदरच तिचे गणित ह्या विषयावर अजिबात प्रभुत्व नव्हते. तरीही तिने शिकवणी शिक्षकाच्या अरेरावी वागण्याला कंटाळून आपल्या शिकवण्या पूर्णपणे बंद करण्याचा स्वत:हून निर्णय घेतला. त्याचबरोबर बोर्डाच्या परीक्षेत मेरीट येण्याचा स्वत:शी दृढ निश्चय सुद्धा केला. त्यावरच ती थांबली नाहीतर तिने विषयशिक्षकांच्या मार्गदर्शनाने स्वभरवशावर जोरदार अभ्यास करण्यास सुरवात देखील केली. तिच्या त्या धाडसावर शाळेतील शिक्षकांनी मात्र पूर्णपणे अविश्वास दाखविला. कारण प्रिलीयम्समध्ये ओजस्वीला गणितात समाधानकारक गुण पडले नव्हते. परंतू का कोणास ठाऊक ह्यावेळी तिच्या आईने मात्र तिच्यावर पूर्ण विश्वास दाखविला. कारण घरात ह्यापूर्वी कोणालाही तिने ओजस्वी प्रमाणे आयुष्यात काहीतरी करून दाखविण्याचा स्वत:शी प्राण घेतांना पाहिलेले नव्हते. ज्याकरीता ओजस्वीची आई कायमच आसुसलेली होती. त्यामुळे आपल्या मुलीचे हे धाडस पाहून अभिमानाने तिनेही तिला भक्कम पाठींबा देण्यास सुरवात केली. त्यासाठी तिने ओजस्वीच्या आरोग्याची काळजी घेण्यापासून ते तिला स्वत:च्या हाताने जेवण भरवून देण्याची जबाबदारीही उचलली. ओजस्वी काहीही झाले तरी मनातून खचून जावू नये. ह्याकरीता तिची आई जाणीवपूर्वक प्रयत्नशील राहिली. त्याचप्रमाणे ओजस्वीचे मन मोकळे होत राहावे. ह्यासाठी तिच्याशी नियमितपणे उत्पादनक्षम संवाद साधत राहिली. ओजस्वीने सुद्धा बोर्ड परीक्षेसाठी लागलेल्या सुट्ट्यांमध्ये गणिताचा पोटतिडकीने सराव केला. त्या एका विषयामुळे आपण आपल्या ध्येयापासून दूर जावू नये. म्हणून तिने शाळेच्या दहा दिवसाच्या ट्रीपला जाणे सुद्धा स्वत:हून नाकारले. त्याशिवाय त्या दरम्यान तिला घरातील तणावपूर्ण वातावरण व तिचे आजारपण ह्या गोष्टींचाही खूप त्रास सहन करावा लागला. परंतू तिने कदापि हार मानली नाही. ती नेटाने आपल्या ध्येयाच्या दिशेने सरसावत राहिली. अशाप्रकारे अखेरीस तिची शेवटची परीक्षा अगदी मनाप्रमाणे पार पडली. त्यामुळे गुणवत्ता यादीत आपले नाव नक्की झळकणार ह्याविषयी ओजस्वी अगदी निश्चिंत होती. तरीही निकालाच्या दिवसापावेतो तिच्या मनात शंकांचे काहूर माजलेलेच होते. परीक्षेच्या निकालाच्या दिवशी मात्र तिच्या आलेल्या निकालाचीच खऱ्या अर्थाने परीक्षा झाली. कारण बोर्डाने जाहीर केलेल्या निकालात ती अतिशय उत्तम गुणांनी उत्तीर्ण तर झालेली होती. परंतू मेरीट आलेली नव्हती.

शाळेने जाहीर केलेल्या निकालात मात्र तिचे नाव मेरीट आलेल्या विद्यार्थ्यांच्या यादीत आलेले होते. कारण निकाल जाहीर करतांना त्यावर्षी शाळेने असे पाच विषय निवडले ज्यात विद्यार्थ्यांना सर्वाधिक गुण पडले होते. अशाप्रकारे इयत्ता दहावीत मेरीट येण्याविषयी घेतलेला प्रण ओजस्वीने पूर्ण करून दाखविला.

ओजस्वीला तिच्या शारीरिक स्वास्थ्यामुळे आयुष्यात आतापर्यंत अनेक कटू अनुभवांना सामोरे जाण्याची वेळ आली होती. कारण स्वतःला बोलके समजणारे जवळचेच लोक कधीकधी अत्यंत अविचाराने ओजस्वीच्या तोंडावरच तिला नावे ठेवत असत. परिणामस्वरूपी ओजस्वीला कोणत्याही कौटुंबिक कार्यक्रमात सामील होण्याच्या भीतीने अक्षरशा कापरे भरत असे. कारण तिचा आत्मविश्वास क्षतिग्रस्त झालेला होता. त्याशिवाय जीवनाच्या सुरुवातीलाच तिच्या शारीरिक आरोग्याने व घरात आई वडीलांच्या बिघडलेल्या संबंधांनी तिला नकारात्मक अनुभवही दिले होते. तेव्हा तिने आपल्या त्या कोवळ्या वयातील नाजूक भावनांना त्यामधून समजलेले सार जसे जमेल तसे शब्दात लिहिण्यास सुरुवात केली. अशाप्रकारे तिने कोणाच्या शारीरिक दुर्बलतेवरून कोणाच्या स्वभावावरून तर कोणाच्या कमी बोलण्यावरून आपल्या आसपासच्या समाजातील टीका करणाऱ्यांसाठी किंवा मत बनविणाऱ्यासाठी जागरूकता पसरविण्या संदर्भात एक पुस्तक लिहीले. ज्यामुळे वयाच्या पंधराव्या वर्षी ती एक प्रभावशाली विचारांची लेखिका बनली. ओजस्वीची इतक्या कमी वयात वाढलेली कीर्ती पाहून तिच्या आईचे हृदय गर्वाने अगदी गदगद झाले. तसेच पुस्तकातून आपल्या मुलीने केलेला तिला झालेल्या आत्मप्रेमाच्या जाणीवेचा उल्लेख तिच्या विचारातही सकारात्मकरीत्या परिवर्तन आणण्यास कारणीभूत ठरला. अशारितीने आई व मुलीत मैत्रीचे बंध देखील विकसित होवू लागले. कारण तारुण्यात पदार्पण करणाऱ्या आपल्या मुलांबरोबर मैत्री करूनच त्यांचे मन जिंकता येवू शकते. ही गोष्ट तिला उत्तमरीतीने कळली. त्यानंतर ओजस्वीने स्वतःला पूर्णपणे स्वीकारले. स्वतःच्याच तिरस्कारपूर्ण विचारांमधून ती हळूहळू करून बाहेरही आली. कारण स्वतःवर निरपेक्ष प्रेम करणे तिला एकदाचे शक्य झाले. त्यानंतर तिच्या शारीरिक दुर्बलतेवर हसणाऱ्याकडे तिने अक्षरशा दुर्लक्ष करण्यास सुरुवात केली. तिच्या तब्येतीविषयक समस्या मात्र अजूनही कमी झालेल्या नव्हत्या. ज्यामुळे कित्येक सुखद क्षणांचा ती पुरेपूर आनंद सुद्धा घेवू शकत नसे. कारण हवामानात बदल आल्यामुळे होणाऱ्या साध्या सर्दी पडस्यानेही ती गंभीररीत्या आजारी पडत असे. त्यानंतर तिला श्वास घेण्यास त्रास होवू लागला कि ती पूर्ण रात्र एकटीने जागून काढत असे. तेव्हाही सतत संगीत ऐकत राहिल्याने तिला रात्र काढणे शक्य होत असे. कारण तेव्हा तिच्यापाशी न्याब्यूलायजरची सुद्धा सोय नव्हती. डॉक्टरांनी वारंवार सांगून सुद्धा तिच्या

वडीलांना त्या गोष्टीचे गांभीर्य कळत नव्हते.

ओजस्वी मात्र आपली अवस्था वडीलांना समजावूनही सांगू शकत नव्हती. कधी कधी तर तिला आपण उद्याची सकाळ पाहू शकू किंवा नाही ह्याची देखील शाश्वती वाटत नसे. कारण पहाटेच्या सुमारास तिचा त्रास दुपटीने वाढत असे. तेव्हा तिला आता काय करावे हे सुचत नसल्याने ती कडक गरम पाणी पिऊन त्या अवस्थेतून लवकर बाहेर येण्याचा प्रयत्न करत असे. अशाप्रकारे तब्येतीच्या भीतीमुळे ती अनेकदा मानसिक खिन्नतेच्या अवस्थेतून गेलेली होती. तसेच आपल्याच मूल्यांच्या आधाराने ती त्यातून पुन्हा बाहेरही पडली होती. परंतू आता मात्र तिने कायमचा जीवनाच्या दिशेने झेप घेण्याचा स्वत:शी निर्णय घेतला होता. पुन्हा कधीही मागे वळून न बघण्यासाठी. तिने स्वत:मध्ये आणलेल्या ह्या सकारात्मक परिवर्तनाने तिच्यासाठीच जगणे काही प्रमाणात तरी सोपे झाले होते. ओजस्वीच्या इयत्ता अकरावी बारावीच्या काळात संपूर्ण जगात कोरोना ह्या महामारीचे थैमान माजले होते. ज्यामुळे जगाचे रहाटगाडगे अक्षरशा थांबून गेले होते. अर्थातच शिक्षण क्षेत्रावरही त्याचे विपरीत परिणाम झाले. कारण परीक्षा तोंडावर असतांना अचानकपणे शाळा कॉलेज बंद करण्याचे सरकारचे आदेश जाहीर झाले. त्यामुळे दहावी व बारावीतील बोर्डाच्या विद्यार्थ्यांच्या चिंता अधिकच वाढल्या होत्या. कारण त्यांनी मेहनतीने लिहिलेले पेपर शिक्षकांच्या बेजबाबदारपणामुळे गहाळ होत होते. ते पुन्हा पुन्हा त्यांना लीहावे लागत होते. शाळा व कॉलेज पूर्णपणे ओस पडले होते. कारण वर्ग online घेतले जात होते. परंतू ओजस्वीला तिच्या अतिचिंता करण्याच्या स्वभावामुळे त्या काळातही खूप मानसिक त्रास झाला. कारण online वर्गात उपस्थित राहण्याच्या भीतीने ती फोनवर आलेली लिंक पाहूनच घाबरून जात असे. तरीही त्या काळात तिने स्वत:मध्येच एकाग्र राहून धैर्याने सर्व गोष्टींचा सामना केला. कारण तेव्हा तिच्या आयुष्यात कोणीही अगदी जवळचे मित्र सुद्धा नव्हते. त्यासाठीही तिचा सोशल फोबिया कारणीभूत होता. परंतू तरीही तिने कधीही स्वत:वर लक्षकेंद्रीत करणे अजिबात सोडले नाही. ती आतून कितीही खचलेली असली तरी संपूर्ण धीर एकवटून आलेली वेळ पार पाडत असे. ओजस्वीच्या व्यक्तीमत्वातील ही खास विशेषता त्या कठीण समयी अधिक स्पष्ट झाली होती. सुदैवाने ओजस्वीच्या घरातील एकाही सदस्याला तेव्हा कोरोना झाला नाही. परंतू त्यांच्या शेजारी राहत असलेल्या एका कुटूम्बातील मात्र एक मुलगी वगळता इतर सर्व जण कोरोनामुळे मृत्यूमुखी पडले. अशा हृदय विदारक घटनांमुळे प्रत्येकाच्या मनाची अवस्था तेव्हा विचलीत झालेली होती. कारण दररोज कोणाच्या ना कोणाच्या मृत्यूसंबंधीत बातमी कानावर पडणे हे नित्याचे झालेले होते. त्याच कारणाने तेव्हा बारावीची बोर्ड परीक्षा ही on line घेतली गेली. म्हणजे बोर्डाचे पेपर विद्यार्थ्यांकडून घरूनच सोडविले गेले.

अशारितीने ओजस्वीची एकदाची परीक्षा पार पडली. त्यानंतरही घराबाहेर पडणे अशक्य असल्याने घरातच राहण्यावाचून लोकांना अन्य कोणताही पर्याय उरला नव्हता. त्या काळात मात्र लोक आपल्याच माणसांपासून मनाने किती दुरावलेले आहेत. हे प्रत्ययास येत होते. कारण बातम्यांमधून नियमितपणे घरगुती विकोपास गेलेले नवरा बायकोमधील तंटे मारहाण तसेच त्यापलीकडचेही गुन्हे ऐकावयास मिळत होते. अशाप्रकारे तेव्हा गुन्हेगारीचे प्रमाणही खूप वाढले होते. त्याच काळात ओजस्वीनेही तिच्या आई वडीलांच्या संबंधातील दुरावा अधिक प्रमाणात अनुभवला. कारण तेव्हा तिने दोघांचेही अत्यंत बारकाईने निरीक्षण केले होते.

ओजस्वीच्या लक्षात आले कि तिचे आई वडील त्यांच्यातील समस्या सोडविण्याकरीता कधीही एकमेकांशी गंभीर संवाद साधत नव्हते. तिच्या आईच्या मनात सतत घालमेल सुरू राहत असे. ती कधीही मनाने स्थिर दिसत नव्हती. वडील तिची भावनिकरीत्या कोणत्याही प्रकारे काळजी घेत नव्हते. घरात कधीही पूर्णपणे काहीही ठीक होत नव्हते. कारण समस्यांच्या मुळावर आई वडीलांकडून शहाणपणाने बोलणे टाळले जात होते. तेव्हा ओजस्वीने psychology ह्या विषयाच्या माध्यमातून घरातील सर्व गोष्टींवर आपला दृष्टीकोन टाकण्यास सुरवात केली. कारण ती त्या विषयाची विद्यार्थिनी होती. त्यानंतर मात्र ती त्या संदर्भात बऱ्याच गोष्टींची उकल आपल्याच डोक्यात करू शकली. मात्र घरातील वातावरण बदलविणे तिच्या हातात नव्हते. कारण तिचे वय तसेच घरात तिचे सर्वांत लहान असणे परिस्थितीवर भावनिकरीत्या प्रतिक्रिया दाखविण्यास तिला थांबवीत होते. तरीही वडीलांच्या कोरड्या वागण्यामुळे आईची झालेली वाईट अवस्था ती पूर्णपणे समजू शकली होती. त्यामुळे ओजस्वीच्या मनात तिच्या आईसाठी करुणा जागृत झाली. ओजस्वीने आपल्या आई सोबत वारंवार संवाद साधून तिला तिच्याबरोबर घडत असलेल्या गोष्टींमागची कारणे समजावून सांगितली. त्यामुळे ती आपल्या आईच्या सुख दुःखाची वाटेकरी होवू शकली. ओजस्वीला उत्तमरीतीने ठाऊक होते कि आपल्या आईचे निदान स्वतःच्या भावना सांभाळण्या इतपत तरी स्वावलंबी होणे आवश्यक आहे. त्यासाठी ओजस्वी आपल्या परीने कसोसीने प्रयत्नही करत राहिली. ओजस्वीच्या सहवासात तिची आई थोड्याफार प्रमाणात का होईना आनंदी राहू लागली. कारण आपल्या मनातील वेदना आपली मुलगी समजू शकली. ह्यासाठी ती देवाची फारच कृतज्ञ होती. जणूकाही मुलीच्या रूपात तिला आपल्या आईचीच सोबत पुन्हा एकदा लाभली होती. अशारितीने त्या दोघींचे नाते उत्तम सहवासाने सखोल होत गेले. तसेच ओजस्वीच्या आईचा जीवनाकडे बघण्याचा दृष्टीकोनही हळूहळू बदलू लागला. ओजस्वीच्या बारावीच्या बोर्ड परीक्षेचा निकालही जाहीर झाला. त्यातही तिने पुन्हा एकदा मेरीट पटकावले. तसेच आपल्या कीर्तीत आणखीच भर

घातली. आता मात्र लॉकडाऊन मुळे थांबलेले जग पुन्हा एकदा हळूहळू पूर्ववत होवू लागले होते. त्यामुळे शाळा कॉलेज सुद्धा पूर्वीप्रमाणे सुरु झाले. परंतू बरेच दिवस घरी राहिल्यामुळे व घरातील वातावरणामुळेही ओजस्वीचा स्वत:वरचा आत्मविश्वास हा डळमळीत झालेला होता. तिच्या मनात कोणत्याही गोष्टी स्वत:हून एकटीने करण्याची अक्षरशा भीती भरली होती. तरीही तिने तिच्या पदवीच्या पहिल्या वर्षालाच गोल्डमेडल पटकावून पदवीधर होण्याचा स्वत:शी दृढ निश्चय केला. त्या दृष्टीकोनातून तिची घोडदौडही सुरू झाली होती. परंतू तिला पहिल्याच वर्षी तिचा आवडता संगीत विषय सोडावा लागला. त्यामागे कॉलेजचेच काही अधोरेखित नियम कारणीभूत होते. परंतू त्याविषयीची खंत तिच्या मनात घर करून राहिली. त्याशिवाय तिला तिच्या आजारपणामुळेही कायमच खूप त्रास होत असे. त्यामुळे कॉलेजच्या माध्यमातून आयोजित सोशल कॅम्पला जाणे तिला कधीही शक्य होत नव्हते. अशाप्रकारे ती अभ्यासात हुशार असूनही क्रियाशील रीत्या शिक्षकांच्या नजरेखाली येवू शकली नाही. घरातील तणावपूर्ण वातावरणासोबतच तिला असलेला तीव्र सोशल फोबिया हा देखील तिच्या कमी आत्मविश्वासामागचे एक मुख्य कारण होतेच. तरीही तिने हिम्मत करून कॉलेजात स्वत: एकटे स्कूटीने जाण्यास सुरवात केली. त्याचबरोबर तिचा अभ्यासाचा आलेखही कधीही कोणत्याही कारणाने खाली आला नाही. तसेच तिच्या विनम्र व कोणास निरपेक्षपणे मदत करण्याच्या स्वभावामुळे तिला काही मैत्रिणी सुद्धा बनविता आल्या. पाहता पाहता अशाप्रकारे दोन वर्ष तिने उत्तमरीतीने पार केलीत. ओजस्वी तिसऱ्या वर्षाला असतांना मात्र तिच्या घरी एक अघटीत घटना घडली. तिच्या आई वडीलांमधील संबंध आधीच अनेक कारणांवरून बिघडलेले होते. असे असतांना वडीलांचे पाऊल चुकीच्या मार्गावर पडले असल्याचे अचानकपणे घरात उघडकीस आले. जे अर्थातच तिच्या आई करीता तिचे हृदयभंग करणारे तीव्र दु:ख होते. ओजस्वीच्या आईच्या तशा अवस्थेत ओजस्वी तिच्या बरोबर एकटीच होती. कारण तिचा भाऊ नोकरी निमित्ताने अन्य शहरात राहत होता. तिच्या आईची मानसिक स्थिती दिवसेंदिवस दयनीय होत चालली होती. ओजस्वी मात्र आपल्या आईला लहान मुलांप्रमाणे सांभाळत होती. परंतू त्यामुळे तिचे स्वत:चेच मानसिक स्वास्थ्य पणास लागले होते. कारण तिच्या वयाला व कोवळ्या मनाला हा अतिशय गुंतागुंतीचा प्रकार सांभाळणे फारच कठीण जात होते. शेवटी तिने आपल्या आईला त्यांचे जवळचे संबंध असलेल्या एका घरा जवळच्याच काकूंकडे नेले. तसेच त्या दोघींनी मिळून वडीलांचा सर्व वृत्तांत त्यांना समजावून सांगितला. ज्यामुळे ओजस्वीच्या मनावरचा ताण जरातरी हलका झाला. घरात ओजस्वीच्या वडीलांना तिची आई अप्रत्यक्षपणे खरे खोटे ऐकवीत असे. त्यामुळे घरातील वातावरण सुद्धा पराकोटीचे बिघडलेले होते. अखेरीस

नाईलाजास्तव ओजस्वी व तिच्या आईने त्यासंबंधात मिळतील ते पुरावे गोळा करण्यास सुरवात केली. कारण पुराव्याशिवाय ते प्रकरण यशस्वीरीत्या हाताळणे कठीण होते. त्यानंतर काही निवडक मानवाईक लोकांच्या कानावर गोष्टी टाकून घरीच एका बैठकीचे आयोजन केले गेले. ज्यात त्या हृदय हेलावून टाकणाऱ्या गोष्टीचा शेवटी सोक्ष मोक्ष लावण्यात आला. बैठकीच्या अंती ओजस्वीनेही वडिलांविषयीचे आपले मत निडर होवून सर्वांसमक्ष परखडपणे मांडले. मात्र तत्पश्चात तिला रडू आवरले नाही. कारण घडलेल्या लाजीरवाण्या प्रकारामुळे सर्वांनाच मानसिक अस्वास्थ्याचा सामना करावा लागला होता. ज्यामधून भूतकाळातील जुन्या क्लेशकारक घटनांनाही पुन्हा एकदा उजाळा मिळाला होता. त्यानंतर मात्र फक्त ओजस्वीच्या आईच्याच नाही. तर ओजस्वीच्या सुद्धा वडिलांसोबतच्या नात्यामधील विश्वासाला कायमचा तडा गेला. कारण विश्वासघाताचे फलित ह्यापेक्षा वेगळे आणखी काय असू शकते. घडलेल्या प्रकाराच्या मनावर झालेल्या आघातामुळे त्या दरम्यान ओजस्वी सातत्याने तीन चार महिने कॉलेजात जावू शकली नव्हती. त्या दरम्यान ती घरी सर्वस्वी एकटी पडली होती. कधीकधी तिला त्या एकटेपणाचा खूपच त्रास होत होता. तिच्या मनावर आलेले दडपण वाटण्यास तिचे कोणी समवयीन मित्रही तेव्हा तिच्या आयुष्यात नव्हते. कारण तिच्या स्वभावाप्रमाणे ती कोणत्याही स्वार्थी भावनेने कोणाशीही विनाकारण संपर्कात राहत नसे. तरीही तो काळ ओजस्वीने अत्यंत धाडसाने पार केला. परंतू आतून मात्र ती पूर्णपणे खचलेली होती. खरेतर ती मागील काही महिन्यांपासून तीव्र मानसिक खिन्नतेच्या अवस्थेतून जात होती. तिचे तिच्या दिनचर्येवरही लक्ष नव्हते. तिचे खाणे पिणे अतिशय कमी झालेले होते. ती दिवस दिवस भर उदास राहू लागली होती. त्याचप्रमाणे ती तेव्हा काहीही उत्पादनक्षम करत नव्हती. अखेरीस तिची ती अवस्था तिच्या आईला बघवली नाही. तेव्हा सर्वांच्या संमतीने तिला थेरपी लावून देण्याचा निर्णय घेण्यात आला. थेरपीच्या सुरवातीच्या दिवसात ओजस्वीची मानसिक अवस्था इतकी बिकट होती. कि थेरपीस्टच्या म्हणण्यानुसार तिला जर तिथे आणण्यास आणखी थोडा जरी उशीर झाला असता. तर त्यासाठी तिला औषधांची गरज पडली असती. परंतू सुदैवाने तिला एक उत्तम थेरपीस्ट लाभली. जिने आपल्या बुद्धीमत्तेचा कस लावून ओजस्वीला नुसते मानसिक खिन्नतेतूनच बाहेर काढले नाही. तर त्याशिवाय तिला तिच्या मेंटल हेल्थ क्लिनिक मध्ये इंटर्नशिप करण्याची संधी सुद्धा दिली. ओजस्वीनेही आपल्या मेहनतीने व प्रामाणिकपणाने थेरपीस्टचे मन जिंकले. त्यानंतर अक्षरशा क्लिनिकची चाबी ओजस्वीच्या सुपूर्द करून तर थेरपीस्टने तिच्या वरच्या आपल्या विश्वासाचे प्रमाणच दिले. ओजस्वी जर फक्त स्वत:पुरता विचार करून आपल्या आईच्या संकटसमयी तिच्या सोबत उभी राहिली नसती. तर ती स्वत:ला

आयुष्यात कधीही माफ करू शकली नसती. कारण तसे करणे तिच्या स्वभावाच्या विपरीत झाले असते. परंतू तिच्या स्वभावातील निस्वार्थभाव व त्या अनुषंगाने तिने आईला संकटसमयी केलेली मदत तिच्यासाठीही अशाप्रकारे फायदेशीरच ठरली.

ओजस्वीच्या विचारांना आता काही प्रमाणात चालना मिळाली होती. कारण घराव्यतिरिक्त आता ती दिवसातील काही तास क्लिनिक मध्येही देवू लागली होती. त्याचबरोबर तिथे येणाऱ्या पेशंटचे थेरपी सेशन्स बघून ती आपल्या ज्ञानातही भर घालू लागली होती. त्या दरम्यान तिची तिसऱ्या वर्षाची शेवटची परीक्षा आली. ओजस्वीही आपल्या स्वभावाप्रमाणे पूर्ण तयारीनिशी परीक्षेला सामोरे गेली. तरीही तिच्या सोशल फोबियामुळे तिला एका पेपरच्या वेळी दुर्दैवाने panic attack चा जीवघेणा अनुभव आला. पेपरचा कालावधी दुपारचा होता. त्याशिवाय वातावरणात उष्णतेसोबत आर्द्रताही होती. असे हवामान एका दमा असलेल्या पेशंटकरीता अर्थातच धोकादायक असते. त्याशिवाय इतर गोष्टींचा मानसिक तणावही तिच्यावर होता. ज्यामुळे काही क्षणांसाठी ओजस्वीची अवस्था अत्यंत वाईट झाली होती. परंतू शिक्षकांच्या प्रसंगावधानाने व दयाभावाने ओजस्वीला वेळेत मदत मिळाली. ज्यामुळे ती कसाबसा आपला पेपर सोडवू शकली. अशाप्रकारे ओजस्वीचे पदवीधर होण्याचे शेवटचे वर्ष सुद्धा संपले. काही महिन्यांनंतर निकालाची प्रक्रियाही पार पडली. ओजस्वी त्यात उत्तम गुण संपादन करून पदवीधर तर झाली. परंतू तिच्या त्या प्रवासात तिला आलेल्या अनेक अडचणींमुळे तिचे गोल्डमेडल मिळविण्याचे स्वप्न मात्र पूर्ण होवू शकले नाही. त्याची खंत ओजस्वीच्या मनाच्या कोपऱ्यात कोठेतरी कायमची राहून गेली. त्यानंतर मात्र स्वतःला सर्व बाबतीत स्थिर करण्यासाठी तिने पुढचे एक वर्ष शिक्षणातून स्थगिती घेण्याचा निर्णय घेतला. परंतू स्थगिती घेण्याचा तिचा तो निर्णय व्यर्थ वाया गेला नाही. कारण क्लिनिक मध्ये तिला काही पेशंट्टुला स्वतंत्रपणे हाताळण्याची सुवर्ण संधी मिळाली. थेरपीस्टचे वेळोवेळी तिला मिळालेले मार्गदर्शन व तिच्या हृदयातील करुणेची अनमोल पुंजी एकत्र आल्याने काही पेशंट करीता ती अक्षरशा देवदूत होवू शकली. कारण त्यांना तिने पूर्णपणे बरे करून दाखविले. अशारितीने ओजस्वीने अत्यंत कमी वयात स्वकर्तुत्वाने स्वतःला प्रतिष्ठा प्राप्त करून दिली.

ओजस्वीला लहानपणापासून काहीतरी गमावल्यानंतर जे काही अनमोल मिळत गेले. ते एकप्रकारे तिच्यासाठी आयुष्याचे सार होते. ज्यात सर्वप्रथम तिच्या स्वतःच्या आरोग्यानेच तिला खऱ्या अर्थाने श्वासांचे महत्व समजावून सांगितले होते. त्यानंतर तिच्या जीवनप्रवासात फार कमी कालावधी साठी आलेले तिचे संगीत शिक्षक. ज्यांनी तिला संगीताच्या ज्ञानाबरोबर जीवनमुल्यांचे बहुमुल्य धन सुद्धा दिले. तसेच ओजस्वीच्या आयुष्यात आलेल्या शाळेतील हिंदी विषयाच्या शिक्षिका. ज्यांनी तिला

त्यावेळी वेळोवेळी मोलाचे मार्गदर्शन करून आजही तिच्या हृदयात आपले स्थान जसेच्या तसे जोपासले आहे. त्यानंतर कॉलेजच्या तिसऱ्या वर्षात काही महिन्यांसाठी तिच्या संपर्कात आलेल्या psychology ह्या विषयाच्या प्रोफेसर. ज्यांनी तिच्यातील प्रामाणिकपणे परिश्रम घेणारे व्यक्तीमत्व ओळखले. त्याचप्रमाणे त्याला प्रोत्साहनही दिले. त्यानंतर ओजस्वी मानसिक खिन्नतेतून जात असतांना तिच्या आयुष्यात थेरपीस्ट म्हणून आलेले सकारात्मक वळण. ज्यांनी तिच्यातील क्षमता शक्यता व हृदयातील दयाभावास मोकळेपणाने बाहेर येण्यास पोषक वातावरण दिले. अशाप्रकारे ओजस्वीच्या आतापर्यंतच्या आयुष्यात आलेली ही निवडक व्यक्तीमत्वे म्हणजे जणूकाही मैलाचे दगडच आहेत. ज्यांनी तिच्या आयुष्यात काही ना काही महत्वाची भूमिका निभावून तिला तिच्या प्रभावी व्यक्तीमत्वात येण्यास मदत केली. ज्यामुळे आज आपल्यासमोर ओजस्वीची स्वतःची अशी स्वतंत्र ओळख आहे. कारण पुस्तकाच्या माध्यमातून आपले प्रभावशाली विचार मांडून व आपल्या हृदयातील करुणेने इतरांच्या दुःखावर हळूवारपणे फुंकर घालून ती कित्येकांचा आधारस्तंभ बनलेली आहे. परंतु स्वतःच्या मनातील वेदना मात्र ती तिच्या जीवनातील काही निवडक माणसांजवळच मोकळेपणाने व्यक्त करते. जे तिच्यावर अतुलनीय प्रेम करतात. त्यासोबत तिला तिच्या अस्सल व्यक्तीमत्वात पसंत करतात. अशाप्रकारे आज ओजस्वीचा जीवनाप्रती दृष्टीकोन आणखी सखोल झालेला आहे. कारण तिला स्वतःच्या मानसिक आरोग्याविषयी psychology ह्या विषया अंतर्गत सडेतोड उत्तर मिळाले आहे. तिच्या आयुष्याच्या वळणांवर तिला आलेले चांगले वाईट अनुभव व तिला सुदैवाने भेटलेली प्रभावी व्यक्तीमत्वे तिला कणखर बनविण्यास कारणीभूत ठरलेली आहेत. त्यामुळे आता तिलाही खऱ्या अर्थाने इतरांची मनं जाणून घेण्यासाठीच मानसोपचारतज्ञ व्हायचे आहे. कारण मन मोकळे न होणे हे आज कित्येकांच्या जीवनातील दुःखाचे मुख्य कारण झालेले आहे. जे ती स्वानुभवातून समजू शकली. त्याचप्रमाणे तिच्या आईच्या वेदनांनी तर ओजस्वीचे आयुष्यच व्यापून टाकलेले आहे. कारण तिचे जगापासून अनभिज्ञ होणे. तसेच स्वतःहून स्वतःला गैरसमजांच्या खाईत ढकलणे ओजस्वीने लहानपणापासून अगदी जवळून पाहिलेले होते. तिच्या रागावण्यामागची अपार माया व तिच्या हसण्यामागाच्या वेदना ओजस्वीने स्वतः अनुभवल्या होत्या. आपल्या आईला बघून ओजस्वीला सुखाची ग्वाही कधीही मिळाली नाही. तर तिचे मानसिक वेदनांनी तडपणे व त्या वेदनांना आपल्या जगण्याचाच एक भाग समजून आयुष्य कंठीत करत राहणे.. ओजस्वीच्या मनातही नात्यांप्रती अविश्वास निर्माण करत होते. तरीही जीवनाकडे सकारात्मकतेने बघण्यास तिला मात्र धाडस बांधत राहिले.

कारण ह्या जगातील आपले अस्तित्व हे केवळ स्वत:पुरते सीमित नसते. तर आपण प्रत्यक्ष अप्रत्यक्षपणे इतरांच्या जबाबदाऱ्यांनी कर्तव्यांनी आशांनी अपेक्षांनी बांधले गेलेलो असतो. हे आईच्या जीवन कहाणीतून ओजस्वीला शिकायला मिळाले. तेव्हा काहीही झाले तरी जगण्याकडे पाठ फिरवायची नसते. जीवनाप्रती हा दृष्टीकोन त्यामधून ओजस्वीने ग्रहण केला.

ओजस्वीच्या आईसारख्या कितीतरी स्त्रिया आज ह्या जगात काही ना काही कारणाने मानसिक त्रासांच्या शिकार झालेल्या आहेत. अशा वेदना ज्यांना त्या शब्दात व्यक्तही करू शकत नाहीत. परंतू त्या वेदना त्यांचे जगणे मात्र दुर्भर करत आहेत. ज्या मागे नात्यामधील विश्वासघात हे ही एक मुख्य कारण आहे. जे दुर्दैवाने ओजस्वीला घरातच अनुभवायला मिळाले. कारण जेव्हा आपल्या भावनांच्या संलग्नतेतून हृदयालगतचे नाते काहीही करून सुटण्याचा प्रयत्न करत असते. तेव्हा मनाला होणाऱ्या वेदना व हृदयाला बसणारा पीळ आपल्याला असह्य होत असतो. ओजस्वी करीता तिची आई ह्या मूकवेदनांचे साक्षात जिवंत उदाहरण होते. ज्यावर ओजस्वीने सखोल विचार केला. ज्यामुळे जीवनाप्रती तिचे उद्देश्य आणखीच बळकट झाले. कारण त्यानंतर शिक्षण घेणे हे तिच्यासाठी फक्त स्वत:ची कारकीर्द घडविण्याचा एक राजमार्ग राहिले नाही. तर तिच्या आईसारख्या अन्य स्त्रिया ज्या मदत मिळण्याची आशा घेवून जीवन जगत आहेत. ज्यांना आपल्या आंतरिक वेदना कायमच्या घालवून मानसिक शांततेच्या जगण्याला आपलेसे करायचे आहे. अशा स्त्रियांना जगण्याची उमेद देण्याचे सेवाकार्य करण्याची एक सुवर्ण संधी झालेले आहे. कारण ओजस्वीचे हृदय करुणामयी असल्यामुळे ती तिच्या आईच्या वेदनांशी अगदी एकरूप होत गेली. आपल्या शालेय जीवनापासूनच तिने आईच्या खडतर जीवनप्रवासावर अगदी बारकाईने लक्षकेंद्रीत केले होते. ज्यामुळे मायलेकीमध्ये जणूकाही मैत्रीपूर्ण नाते हळूहळू करून विकसित होवू लागले. त्या दोची आपसात संवाद साधून एकमेकींबद्दल मोकळेपणाने जाणून घेवू लागल्या. त्या संवादामधूनच ओजस्वीला तिच्या आईच्या लहानपणापासून ते आतापर्यंतच्या अनेक गोष्टी सविस्तर कळत गेल्या. ज्याचे तिच्या मनावरही एक मुलगी ह्या नात्याने गंभीर पडसाद उमटले. कारण ओजस्वीची आई लहानपणी जीवनाला अगदी कुतूहलपूर्ण नजरेने बघणारी होती. म्हणूनच आयुष्याने घेतलेल्या प्रत्येक वळणावर ती एक नवा अध्याय आवडीने शिकत गेली. त्यासोबत परीपक्वही होत गेली. परंतू त्या प्रवासात मात्र तिने आपला जीवनाप्रती असलेला विश्वास गमावला. कारण तिच्या आयुष्यात आलेल्या माणसांनी तिला स्वत:मध्येच पूर्णपणे कधीही उमलू दिले नाही. तर तिच्या मनात तिच्याच व्यक्तीमत्त्वावर अनेक गोष्टींवरून बोट ठेवून प्रश्नचिन्ह निर्माण केले. तसेच जेव्हा ती आतून घाबरली. तेव्हा तिला कोणीही भावनिक आधारही

दिला नाही. किंबहुना तिचे मन मोकळे करण्यासाठीही आपुलकीने कोणी पुढे आले नाही. तेव्हा ती इतकी कावरीबावरी झाली कि तिने स्वत:लाच घराच्या चार भिंतींमध्ये कायमचे कैद करून घेतले. त्यावेळी ओजस्वी अगदी लहान होती. तरीही तिच्या हे लक्षात येत होते कि इतर स्त्रियांप्रमाणे तिची आई सोसायटीतील स्त्रियांच्या समुहातही सामील होत नव्हती. तसेच संपूर्ण दिवस दिवस भर ती घरातील कामात स्वत:ला गुंतवून ठेवत होती. त्यावरून ओजस्वीच्या बालमनाला आईच्या अशाप्रकारच्या अस्वाभाविक वर्तनामागाचे कारण कळत नव्हते. परंतू तिच्या आईला मात्र लोकांमध्ये मिसळण्याची अक्षरशा भीती वाटत होती. कारण आपल्या व्यक्तीगत जगाशी संबंधीत खाजगी गोष्टी लोकांसमोर प्रकाशात येवू नयेत असे तिला वाटत होते. तरीही लोकांच्या मनाला मात्र शांतता मिळाली नाही. त्यांनी तिला गैरसमजांच्या जाळ्यात अडकवून तिच्या व्यक्तीमत्वाचे अक्षरशा विच्छेदनच केले. अशाप्रकारे जेव्हा सर्व मार्ग तिच्यासाठी संकुचित झाले. तेव्हा ओजस्वी व तिचा मोठा भाऊ ह्या दोघांच्या स्वरूपात एक पूर्णपणे नवा मार्गच देवाच्या कृपेने तिच्या आयुष्यात उघडला गेला. कारण त्यांनी तिला दयेच्या नजरेने पाहिले. तसेच आपल्या पद्धतीने तिला मदतीचा हात देण्यासही सुरवात केली. परंतू ओजस्वीची आई तिला आयुष्यात आलेल्या आजवरच्या कठोर अनुभवांनी इतकी होरपळली होती. कि सुरवातीला मुलांनी तिच्याकडे सरसावलेला मदतीचा हात तिने झिडकारला. त्यावर तिने पूर्णपणे अविश्वास दाखविला. परंतू अखेरीस त्यांच्या निर्मळ प्रेमाने तिच्या वरवर संतापाचा स्तर चढलेल्या मनाला जिंकले. अशाप्रकारे आपल्या मुलांच्या निरागस प्रयत्नांना मोठ्या कष्टाने का होईना परंतू शेवटी ओजस्वीच्या आईने प्रतिसाद दिला. कारण कोठेतरी तिचेही निरागस मन आपल्या माणसांच्या कोरड्या व्यवहारानेच तिच्या आत घाबरून दडून बसलेले होते. जे बाहेर डोकावून बघण्याचा सुद्धा धीर करत नव्हते. अशारितीने आईने आपल्यापेक्षा वयाने व अनुभवाने कितीतरी लहान असलेल्या आपल्या मुलांबरोबर मैत्री केली. तेव्हा मात्र त्या तिघांनाही खऱ्या अर्थाने एकमेकांचा भावनिक व मानसिक आधार मिळाला. मुलांनी आपल्या सहानुभूतीपूर्ण सहवासाने सर्वप्रथम आईला वर्षो न वर्षांच्या मानसिक खिन्नतेतून बाहेर येण्यास मदत केली. त्यानंतर तिला तिच्यातच दडलेल्या छुप्या क्षमतांचा अंदाजा करून दिला. ओजस्वीने तर आपल्या आईच्या आत्मविश्वास मिळविण्याच्या दिशेने टाकलेल्या प्रत्येक पावलाचे वेळोवेळी भरभरून कौतुक केले. आईच्या प्रगतीने तिच्या हृदयाला असा पाझर फुटत असे. जणूकाही आपल्या मुलीने केलेल्या प्रगतीने आईच्या हृदयाला फुटतो. खरेतर त्या तिघांना बघून आई आणि मुले सोबत सोबत मोठी होत असल्याचेच भासत होते. ओजस्वीच्या आईने स्वत:मध्ये एवढ्या मोठ्या परिवर्तनाची कधी स्वप्नातही कल्पनाही केलेली नव्हती. कारण आपल्या

माणसांच्या पाठीशी पडद्यामागची भूमिका आजीवन निभावत राहण्याच्या शुद्ध हेतूने. ओजस्वीच्या आईला स्वत:वरच नजर टाकण्यापासून परावृत्त केलेले होते. परंतू जेव्हा तिने स्वत:वर लक्षकेंद्रित करण्याचे धाडस दाखविले. तेव्हा मात्र तिला स्वत:मध्येच महासागराची अथांगता व आकाशाची भव्यता अनुभवास आली. कारण तिच्या एकटेपणाने तिला स्वत:च्या

इतके नजदीक आणले होते. कि कोणाच्या सांत्वनेची कोणाच्या सोबतीची कोणी समजून घेण्याची तसेच कोणी तिची कहाणी ऐकून घ्यावी अशी नडच तिच्यात उरली नव्हती. उलट ती स्वत:मध्येच परिपूर्ण आहे ह्या गोष्टीची तिला प्रकर्षने जाणीव झाली होती. परंतू त्याक्षणी ती अशा तीरावर उभी होती. जिथून ती आपल्याच माणसांच्या मनातील स्वार्थ क्षुल्लक प्रतिस्पर्धा गैरसमज व असुरक्षेची भावना ह्या गोष्टी त्यांच्यातीलच प्रेमावर मात करून त्यांना कसे निष्ठूर बनवितात. हे स्पष्टपणे बघू शकत होती. अशाप्रकारे ओजस्वीच्या आईला आयुष्यात सर्वसामान्यांप्रमाणे कोणतेही सुख लाभले नाही. परंतू तिच्या भाग्याला आलेल्या वेदनांनी मात्र तिला अशा आत्मज्ञानाची प्राप्ती करून दिली. ज्याने तिच्या आंतरिक समृद्धीत अतुलनीय भरच घातली. ओजस्वीही आता आपल्या आईच्या आंतरिक कणखरतेचा उंच उंच जाणारा आलेख स्पष्टपणे बघू शकत होती.

ओजस्वी आईच्या जीवनकहाणीने मनातून पुरती विचलीतही झाली होती. कारण तिने तिच्या आईला आयुष्यभर आपल्या इच्छा आकांक्षांकरीता स्वार्थत्याग करतांना स्वत: पाहिले होते. इतरांच्या स्वप्रांना तेवत ठेवण्याकरीता स्वत:ची किंमत कमी करतांना पाहिले होते. कित्येकदा आपले अश्रू लपवीतांना व जबरदस्तीने हसतांना पाहिले होते. कारण तिला आयुष्यात तिच्या जीवनाच्या जोडीदाराचीच पुरेपूर भावनिक साथ कधीही मिळाली नव्हती. तो इतका आत्ममुग्ध होता कि त्याचे जग केवळ त्याच्या अवती भोवतीच फिरत असे. त्याने तिला अगदी निष्ठूरपणे गृहीत धरलेले होते. आपल्या जीवनाच्या जोडीदाराला जगण्याचे समाधान देवून. त्याच्या हृदयात आपल्यासाठी आजीवन तेवत असलेल्या प्रेमाच्या दिव्याचा प्रकाश अनुभवण्याच्या स्वर्गीय सुखापासून त्याने स्वत:ला पूर्णपणे वंचित ठेवलेले होते. परंतू ओजस्वीच्या आईचे मात्र आपल्या जोडीदारावर मनापासून प्रेम होते. त्यामुळे त्यानेही आपल्यावर प्रेम करावे व आपल्याला आयुष्यात पहिले प्रादान्य द्यावे. ह्याकरीता ती अपेक्षापूर्ण मनाने जीवनभर वाट पाहत राहिली. परंतू जसजसे आयुष्य पुढे जात राहिले. तसतशा तिच्या आशा निराशेत परिवर्तीत होत गेल्या. कारण तोपर्यंत तीचे मन जोडीदाराच्या पुरुषी अहंकाराने अक्षरशा होरपळले गेले होते. त्याने तिची सर्व स्वप्र अवाजवी मागण्या म्हणून अक्षरशा चुरचूर केलेली होती. त्याने तिच्या माघारी तिच्या अतुल्य प्रेमाचा चारचौघात अपमान

देखील केलेला होता. अशाप्रकारे त्याने तिचा हात असाच बेपर्वा सोडून देवून आपल्या आयुष्यात सर्रासपणे जगाची निवड केलेली होती. त्यामुळे ओजस्वीची आई सर्वस्वी एकाकी पडली. ह्या एकटेपणाचा तिच्या मनावर जबरदस्त आघात झाला. परंतू तिच्यापाशी आयुष्यात आलेल्या ह्या एकटेपणास स्वीकारण्याशिवाय अन्य कोणताही पर्याय

नव्हता. तेव्हा तिने स्वत:बरोबर आपल्या दोन मुलांवरही पूर्णपणे लक्षकेंद्रित करण्याचे स्वत:शी ठरविले. त्याशिवाय घरातील पुरुषांचा अहंकारी भाव जो स्त्रियांच्या मानसिक अस्वास्थ्यास बढावा देणारा होता. तसेच स्त्रियांचे मानसिक वेदनांनी आजीवन विव्हळणे जे त्यांच्याच आत्मविश्वासावर घाला घालणारे होते. ह्या दोन्ही वाईट गोष्टींचा आपल्या दोन्ही मुलांवर प्रभाव पडू नये. म्हणून ओजस्वीची आई कुटूंब व तिची मुलं ह्यांच्यामध्ये आजीवन अखंडपणे उभी राहून आपल्या परीने खिंड लढवत राहिली. त्यासाठी तिने तिच्या विषयी पसरणारे सर्व गैरसमज मूकपणे पचविले. कारण ते दोघे केवळ तिची मुलेच नव्हती. तर तिच्या सुख दु:खाचे वाटेकरीही झालेले होते. ओजस्वीला आपल्या आईने आपल्यासाठी केलेल्या त्यागाची सर्वस्वी जाणीव होती. त्यामुळे ओजस्वीचा सहवास तर तिच्या आईच्या होरपळलेल्या मनासाठी जणूकाही आल्हाददायक व शांतता प्रदान करणारा शीतल चंदनाचा लेपच होता. त्याचप्रमाणे ओजस्वीच्या आईपाशी लोकांना तिच्याबद्दल पडलेल्या सर्व प्रश्नांची सडेतोड उत्तरे संग्रहित असूनही तिने नेहमी सर्वस्वी शांत राहणे निवडले. कारण स्वाभिमानाच्या जगण्याचे जे अनन्यसाधारण महत्व तिला कळले. त्यासाठी सर्वप्रथम आपण स्वत:च्याच व्यक्तीमत्वात सर्वतोपरी कणखर होणे किती आवश्यक आहे. हे तिला पुरते समजले होते. त्यानंतर ओजस्वीच्या आईने स्वत:मधील कौशल्यांचा शोध लावून त्यावर सातत्याने काम करण्यास सुरवात केली. त्याचबरोबर तिने काहीही करून स्वत:ला मानसिकरीत्या स्थिर करण्याचा विडा देखील उचलला. त्यासाठी तिने आपल्या बाह्यारूपापासून ते विचारांपर्यंत सर्व गोष्टीत परिवर्तन आणण्याची हिम्मतही दाखविली. ओजस्वी आपल्या आईला तिच्यातील अनेक उत्तम गोष्टी, तिचे प्रामाणिक व प्रभावी व्यक्तिमत्व तसेच तिचे सुंदर दिसणे ह्यांची वारंवार आठवण करून देत राहिली. कारण ओजस्वीच्या आईने आपला आत्मविश्वास गमावला असल्याने तिला स्वत:मध्ये काहीही चांगले पाहता येत नव्हते. अशाप्रकारे त्या प्रक्रियेत तिला तिच्या मुलांव्यातीरिक्त इतर कोणाचीही साथ मिळाली नाही. तरीही ती आर्थिक स्वरूपात आत्मनिर्भर नसल्यामुळे कोणतेही टोकाचे पाउल उचलून आपल्या मुलीसकट स्वत:ला एका सुरक्षित वातावरणात घेवून जावू शकली नाही. ही तिच्या मनातील बोचणारी खंत होती. कारण तिच्या जोडीदाराने तिच्याशी विश्वासघात करून थेट तिच्या

आत्मसम्मानालाच डिवचले होते. त्यामुळे त्याच्याबरोबर एका छताखाली राहणे तिच्याकरिता फार कठीण झाले होते. ओजस्वीनेही आपल्या आईच्या जीवाची अशारितीने होणारी तगमग स्वत: अनुभवली होती. त्यामुळे आईला त्या मानसिकतेतून कसेही करून बाहेर काढण्यात ओजस्वीचा मोलाचा वाटा होता. शिवाय तिचे मन लहानपणापासून अतिशय हळवे होते. त्यामुळे तिच्या मनात आईसाठी पराकोटीची दया तर निर्माण झालीच. शिवाय तिने सर्वप्रथम आपल्या आईला भावनिक आधार दिला. त्यासोबत तिच्याबरोबर घडलेल्या परिस्थितीला psychology च्या कोनातून बघण्याची दृष्टीही तिला प्रदान केली. सर्वात महत्वाचे म्हणजे त्यामधून धडा घेवून तिने आपल्या आयुष्याप्रती स्वत:शीच काही दृढ निश्चय सुद्धा घेतले. जसे ती आयुष्यात सर्वस्वी स्वावलंबी होणार. ती आयुष्यात कोणत्याही पुरूषाचा अहंकार सहन करणार नाही. तसेच ती आयुष्यात अशी कारकीर्द निवडणार. ज्यामुळे तिच्या आईप्रमाणे मानसिक त्रासाला सामोरे जाणाऱ्या अन्य स्त्रियांना ती आत्मिक व मानसिक बळ प्रदान करू शकेल. हा प्रगाढ दृष्टीकोन ठेवून तिने आपली कारकीर्द घडविण्याकरीता psychology ह्या विषयाला पहिले प्रादान्य दिले. जेव्हा कि ती संगीत ह्या विषयात उत्तम यश संपादन करू शकली असती. कारण ती तिची मनापासून आवड होती. अशारितीने ओजस्वीला स्वत:च्याच आयुष्यातील अनेक क्लिष्ट कारणांनी व तिच्या आईच्या वेदनांनी जीवनाप्रती एक नवा दृष्टीकोन प्रदान केला. ज्यामुळे तिच्या कारकिर्दीला एक अनोखे वळण लागले. तसेच ओजस्वी त्या वळणावर निर्धाराने चालू सुद्धा लागली.

ओजस्वी लहान असतांना फारच आजारी राहत असे. त्यासाठी तिच्या आईस तिला नाईलाजास्तव कडवट औषधे चारावी लागत असत. परंतू ओजस्वी मात्र आपल्या परीने औषधे न खाण्यासाठी आईला विरोध करत असे. ज्यामुळे तिची फारच चिडचीडही होत असे. शेवटी तिच्या आईलाच ओजस्वीला औषध पाजतांना प्रत्येक वेळी काही ना काही शक्कल लढवावी लागत असे. जेणेकरून ओजस्वीने आरामात औषधे खावीत आणि ती लवकरात लवकर आजारातून बरी व्हावी. ओजस्वीच्या घरी तिच्या मृत आजीचा म्हणजे वडीलांच्या आईचा एक फोटो लावलेला होता. तसेच त्याला नेहमी एक हार चढविलेला राहत असे. कधीकधी ओजस्वीची आई गंमतीने ओजस्वीला घाबरवीन्यासाठी औषध खावून घे नाही. तर आजी हार खाली पाडते असे म्हणत असे. एकदा असेच तिने तसे म्हंटल्यावर खरोखरच फोटोला घातलेला हार घरंगळून खाली पडला. अर्थातच तो फक्त एक योगायोग होता. ज्यामुळे लहानग्या ओजस्वीने मात्र घाबरून जावून निमुटपणे आईच्या प्रयत्नाना प्रतिसाद दिला. अशाप्रकारे लहान लहान कौतुकास्पद घटनांमधून ओजस्वीची आई ओजस्वीला

एकप्रकारे नकळतपणे तिच्या आजीच्या आठवणी सांगत असे. कारण ओजस्वीचा जन्म तिची आजी गेल्यानंतर तब्बल तीन वर्षांनंतर झालेला होता. त्यामुळे ओजस्वीने आपल्या आजीला डोळे भरून पाहिलेले नव्हते. तरीही आईच्या बोलण्यातून वारंवार आजीचा उल्लेख होत असल्याने ओजस्वीच्या मनात आजीविषयी आपुलकी निर्माण झाली होती. अशाप्रकारे ओजस्वी जसजशी मोठी होवू लागली तसतशी तिला तिच्या आईकडून आजीच्या जीवनाप्रती आणखवी सखोल माहिती मिळत गेली. त्याअनुसार ओजस्वीची आजी त्या काळातील एक आर्थिकरीत्या स्वावलंबी स्त्री होती. तिचे हृदय अतिशय करुणामयी होते. ती कुटूम्बाला घेवून चालणारी व एकसंध बांधून ठेवणारी होती. त्याचप्रमाणे ती जणूकाही अन्नपूर्णेचा अवतारच होती. कारण तिच्या दारात माधुकरीच्या अपेक्षेने आलेली व्यक्ती असो किंवा रात्री बेरात्री घरी आलेली पाहुणेमंडळी असो कधीही आल्या पावली तशीच परतत नसत. त्यांच्या पोटात अन्नाचा कण व त्यांचे मानसिक समाधान केल्याशिवाय ओजस्वीची आजी त्यांना जावू देत नसे. आजीला दोन मुलं व दोन मुली होत्या. त्यापैकी दोन मुलींचे विवाह झालेले होते. तसेच दोघींनाही दोन दोन मुले सुद्धा होती. परंतू अशा परिपक्व वयातही ओजस्वीची आजी मात्र जबरदस्त मानसिक आघाताचा सामना करत होती. त्यामुळे तिची मानसिक अवस्था ही स्थिर नव्हती. तिच्या त्या अवस्थेमागे तिच्या जोडीदाराने तिच्या बरोबर केलेला विश्वासघात हे क्लिष्ट कारण होते. ज्यामुळे मागील कित्येक वर्षांपासून तिचे स्वत:वर मुलांवर किंवा अन्य कशातही लक्ष नव्हते. ती जीवनाचा आनंद घेवू शकत नव्हती. तिच्या मानसिकतेत क्षणा क्षणाला बदल येत असत. कारण तिचा जोडीदार कित्येक दिवस घरी परतत नव्हता. त्याच्याविषयी अनेक नकारात्मक बातम्या ओजस्वीच्या आजीच्या कानावर बाहेरच्या लोकांकडूनही पडत असत. त्यामुळे ती चोवीस तास संतापलेल्या अवस्थेत राहत असे. परंतू तरीही तिला कधीही जोडीदाराप्रती व्यावहारिक विचार करता आला नाही. ती पराकोटीचा मानसिक त्रास सहन करत असूनही तिने जोडीदाराला घटस्फोट देण्याचा विचारही केला नाही. कारण तिच्या भावना त्याच्यात सखोल गुंतलेल्या होत्या. त्या काळात तिला आपल्या तरुण मुलांवर पूर्णपणे लक्ष केंद्रित करता आले असते. जेणेकरून ते सुद्धा तिच्या सुख दु:खाचे वाटेकरी होवू शकले असते. तसेच त्यांच्यात आपल्या आईला तिच्या वेदनांमधून बाहेर काढण्याचे साहस येवू शकले असते. परंतू तिने तसेही केले नाही. शेवटी एकेदिवशी तिच्या मनात साचलेल्या नकारात्मक भावनांचा स्फोट झाला. परिणामस्वरूपी उच्च रक्तदाबामुळे तिला एकदा नाहीतर दोनदा अर्धांगवायूचा तीव्र झटका आला. त्यात ती कायमची बिच्छान्यावर खिळली गेली. आजीच्या आयुष्यातील ह्या अतिशय दु;खद क्षणांचा आईच्या तोंडून झालेला उल्लेख ऐकून ओजस्वीचे कोमल हृदय वेदनेने

अक्षरशा तडपत होते. जणूकाही आजीला झालेला त्रास ती स्वत:च अनुभवत असावी. आजारपणात ओजस्वीच्या आजीचे बोलणे सुद्धा बंद झाले. तिची तशी अवस्था झालेली असतांना सुद्धा तिचा जोडीदार मात्र दुसऱ्या बाईबरोबर अन्य शहरात राहत असे. दर आठ दिवसांनी वेळ काढून ओजस्वीच्या आजीला भेटायला येत असे. अशारितीने आजारपणातील हतबल अवस्थेत सुद्धा ओजस्वीच्या आजीची जोडीदाराच्या वर्तणुकीमुळे मानसिक घुसमट होतच राहिली. अशाप्रकारे कसेबसे अंथरुणावरच दोन वर्ष काढल्यानंतर ओजस्वीच्या आजीचे अखेरीस निधन झाले. त्यानंतर तिच्या जोडीदाराने त्या दुसऱ्या बाईशी अखेरीस लग्न केले. ओजस्वीच्या आजीची ही कहाणी कोणाच्याही हृदयाला पीळ बसेल अशी आहे. परंतू एक सर्वदृष्टीकोनातून समर्थ असलेली स्त्री स्वत:ला अशा निष्ठूर माणसाच्या तावडीतून विभक्त का करू शकली नाही. आजीवन त्याने तिला दिलेला मानसिक त्रास तिने मुकाट्याने का सहन केला. हे मात्र एक मोठे प्रश्नचिन्ह आहे. जे ओजस्वीला मनातून विचलित करण्यास कारणीभूत ठरले. ओजस्वी जसजसी आजीच्या आयुष्याचा पुढचा टप्पा माहित करून घेत होती. तसतसे तिचे मन तिला सखोल विचार करण्यास भाग पाडत होते. कारण जे तिच्या आईबरोबर घडले तेच तिच्या आजीबरोबरही अनेक वर्ष घडले होते. जणूकाही ह्या कुटूम्बातील स्त्रियांना आपली किंमत करण्याचा धडा गिरवण्यासाठी ही इतिहासाची पुनरावृत्ती असावी. ओजस्वीच्या आजीने आपल्या आयुष्यात जोडीदाराने दिलेल्या विश्वासघाताचे विषासमान दु:ख तब्बल पंधरा ते सोळा वर्ष पचविले होते. त्यामुळे शेवटच्या क्षणांपर्यंत तिची अवस्था अत्यंत केवीलवाणी झालेली होती. आईच्या तोंडून आजीच्या अवस्थेचे वर्णन ऐकतांना का कोणास ठाऊक ओजस्वीला अक्षरशा आजीच्या आत्म्याशी अतिशय जवळीक जाणवू लागली. तशी ती तिचे दु:ख स्वत:चे समजू लागली. कारण ओजस्वी ही सर्वसाधारण मुलगी नव्हती. तर तिच्यात काहीप्रमाणात अंत:प्रेरणेची जाणीव होती. ओजस्वीच्या आजीने तिच्यावर झालेल्या अन्यायाविरोधात आवाज उठविण्याचे आयुष्यभर धाडस दाखविले नाही. अन्यथा ती तिच्या लेकीसुनांसाठी एक प्रेरणादायी उदाहरण ठरली असती. ती ह्या जगात अस्तित्वात असे पर्यंत तिची माया सर्वत्र पसरत राहिली. परंतू तोवर तिचे हृदय मात्र मानसिक वेदनांचे माहेरघर झालेले होते. त्यामुळे वेदनांपासून तिची मुक्तता शेवटच्या श्वासापर्यंत होवू शकली नाही. किंबहुना मृत्यूनंतरही तिच्या आत्म्यास शांतता लाभली नाही. कारण वेदनांचा अतिरेक झाल्यामुळे तिने घरातील स्त्रियांनाच 'तुम्हालाही तुमच्याशी जुळलेल्या पुरुषांपासून माझ्या सारखाच मानसिक त्रास होईल' असा आजारी अवस्थेत असतांना श्राप दिला होता. त्यामुळे ती स्वत:च मरणोपरांतही आपल्या कठोर वचनांमधून मुक्त होवू शकली नाही. परंतु तिने दिलेल्या त्या श्रापाचे दुष्परिणाम जेव्हा तिला तिच्या निरागस नातीच्या म्हणजे ओजस्वीच्या आयुष्यावरही

दिसू लागले. तेव्हा मात्र आजीचा आत्मा ओजस्वीची थेरपी सुरू असतांना स्वत:च तिला भेटण्यास आला. तसेच त्याने आपली आपबिती दु:खद स्वरात तिला ऐकविली. ओजस्वीला तर ती आपली मुलगीच म्हणाली. माझ्या मुलीला तुम्ही घडवा. तेव्हाच माझ्या आत्म्यास शांतता लाभेल असेही तिने आवर्जून सांगितले. त्याचप्रमाणे आपल्या आशीर्वादाने नातीला अलंकृतही केले. आजीची आपल्याप्रती आपुलकी व आपल्यावरची अपार माया बघून ओजस्वीच्या मनातही आजीसाठी आणखीच सम्मान वाढला. तसेच तिने मनोमन आजीची इच्छा पूर्ण करण्याचा स्वत:ला शब्दही दिला. ओजस्वीची आजी आपल्या जोडीदाराच्या आसक्ती मधून आजीवन बाहेर येवू न शकल्याने व तिने त्याला माफ न केल्याने ती स्वत:च्याच श्रापरूपी कठोर शब्दांमध्ये अडकली गेली. परंतू जर तिने जिवंत असतांनाच हिम्मत करून स्वत;साठी एकही पाऊल उचलले असते. तसेच स्वत:च्या भावनांची स्वत:च किंमत केली असती. तर स्वत:ला न्याय मिळवून दिल्या बद्दल तिला मृत्यूनंतर निदान मानसिक समाधान तरी लाभले असते. त्याचबरोबर आयुष्यभर केवळ कोणाची पत्नी म्हणून विश्वासघाताच्या वेदना सहन करण्यापेक्षा स्वत:ला माणूस म्हणून स्वतंत्ररीत्या पाहणे किती महत्वाचे आहे. ह्याची तिला जाणीव झाली असती. कारण एक स्त्री आयुष्यात केवळ आपली पत्नी ही भूमिका एका गरीब गायीसारखी निभावण्यासाठी आलेली नसते.
तर तिची आई ही भूमिका देखील तिला समाजाप्रती कर्तव्यदक्षतेने बांधण्यासाठी असते. कारण त्याच जबाबदारीच्या नात्याने ती आपल्या जीवन अनुभवातून गिरवलेल्या धड्यांमधून आपल्या नंतर येणाऱ्या लेकीसुनांचे आयुष्य वाचविण्यासाठी स्वत:च्या मुलांना दूरदृष्टीने घडवू शकते. जर ओजस्वीच्या आजीने तिच्या आयुष्यात मोठ्या कालावधी साठी आलेल्या त्या कठोर वेदनांचे स्वरूप आपल्या दूरदृष्टीने न्याहाळले असते. तर तिला ते एकप्रकारे जलद पसरणाऱ्या काव्व्या जीवघेण्या बुरशी सारखे भासले असते. ज्यामुळे पिढ्या न पिढ्यातील स्त्रियांच्या आयुष्याचे भाकीत अगोदरच निश्चित होत जाते. तेव्हा तिने त्या वेदनांमधून नक्कीच एक यथायोग्य धडा गिरवला असता. किंबहुना समोर येणाऱ्या पिढ्यांप्रती आपली जबाबदारी ओळखून स्वत:ला त्यामधून सुरक्षित बाहेर काढण्यासाठीही ती कसोसीने झटली असती. परंतू दुर्दैवाने तसे होवू शकले नाही. त्यामुळे अखेरीस त्या वेदनांनी ओजस्वीच्या आजीचा नाहक बळी तर घेतलाच. त्याशिवाय तिच्या लेकीसुनांचे आयुष्यही विविध पैलूंनी उध्वस्त झाले. ओजस्वीला मात्र आजीच्या ह्या कहाणीतून स्त्रियांच्या प्रगाढ आयुष्याचा सखोल अर्थ कळला. कारण स्त्रियांचे आयुष्य म्हणजे एक महान स्वार्थत्याग असतो. तेव्हा ते कधी स्वत:साठीच कधी पोटच्या मुलींसाठी कधी सुनांसाठी तर कधी समस्त स्त्रीवर्गासाठी एक प्रामाणिक उदाहरण ठरलेच पाहिजे. ह्या हेतू पुरस्सर जगण्याचा

निर्धार जर कोणत्याही स्त्रीने केला असेल. तरच तिचे आयुष्य एक लढा ठरत असतो. अन्यथा कोणत्या ना कोणत्या क्षुल्लक कारणांनी त्यांचे बहुमूल्य जीवन अशाप्रकारे व्यर्थ जाणे निश्चित असते. त्याचप्रमाणे स्त्रियांचे आयुष्यात केवळ आर्थिकदृष्टीने स्वावलंबी असणे पर्याप्त नसते. तर त्यांनी स्वत:च्या आत्मसम्मानासाठीही वेळोवेळी खंबीरपणे पावले उचलली पाहिजेत. स्त्रिया फक्त स्वत:च्याच वेदनांमध्ये स्वत:ला अशाप्रकारे अविवेकीपणे बुडवून घेवू शकत नाही. त्यांना काहीही करून त्या वेदनांवर मात करून आशेच्या किरणापर्यंत पोहोचता आलेच पाहिजे. ओजस्वीच्या आजीने मात्र आपल्या आयुष्याचा एका दशकापेक्षा अधिक काळ जोडीदाराच्या पुरुषी मानसिकतेला व त्याने तिला दिलेल्या विश्वासघाताला मुकाट्याने सहन करत. अतिसामान्य स्त्रियांप्रमाणे घालविला. जेव्हा कि ती सर्वतोपरी एक कणखर स्त्री होती. समाजात तिच्या शब्दाला किंमत होती. असे असतांना तिला स्वत:बरोबर हा अन्याय होवू देण्याचा काहीही अधिकार नव्हता. ती स्वत:ला त्यामधून काढण्यासाठी धडपडली असती. तर आज पुढच्या पिढीचे चित्र निराळे असते. परंतू दुर्भाग्याने ओजस्वीच्या आजीचे आयुष्य सर्वांसाठी केवळ एक शोकांतिका ठरली. ज्यामधून एकाही स्त्रीला आत्मबळ लाभले नाही. ओजस्वीला मात्र आजीच्या कहाणीतून प्रकर्षाने हा बोध झाला कि स्त्रियांनी अशा हतबल अवस्थेत वर्षो नु वर्ष खितपत पडून राहण्यापेक्षा त्या परिस्थितीतही आपल्या क्षमतांना उजाळा द्यावा. स्वत:ला न्याय मिळवून देण्यासाठी त्यांनी स्त्रियांसाठी असलेल्या कायद्याचे सहकार्य घ्यावे. जेणेकरून त्यांना आपल्या मनातून आपल्या आयुष्याप्रती टोकाचा निर्णय घेण्याचे धाडस बांधता येईल. अशाप्रकारे ओजस्वीला तिच्या आजीच्या जीवनअनुभवातून स्वत:चे आयुष्य एका महान हेतू पुरस्सर घडविण्याचा दृष्टीकोन मिळाला. ओजस्वी लहान असतांना तिची आई तिला आपल्या लहानपणीचे गंमतीशीर किस्से व गोड आठवणी आवर्जून ऐकवीत असे. तसेच ओजस्वीला गंमतीजमती सांगत असतांना ती सुद्धा त्या आठवणींमध्ये पुन्हा एकदा विहार करण्यापासून स्वत:ला थांबवू शकत नसे. कारण ओजस्वीच्या आईचे बालपण दाट जंगलांनी वेढलेल्या खेड्यांमधील निसर्गाच्या सान्निध्यात व पशुपक्ष्यांच्या सहवासात व्यतीत झालेले होते. ज्यात उन्हाळ्याच्या सुट्टीतील आठवणी तर विशेष होत्या. आंब्याच्या झाडाखाली दिवस दिवसभर थांबून कैऱ्या गोळा करण्याचे अनुभव होते. रात्री अंगणात खाटा टाकून आकाशात टपोऱ्या चांदण्यांकडे बघत झोपी जाण्याचे अनुभव होते. भूतांच्या गोष्टींनी घाबरून नंतर झालेल्या फजितीचे अनुभव होते. सर्वात महत्वाचे म्हणजे ओजस्वीची आजी म्हणजे तिच्या आईची आई उन्हाळ्यात विविध प्रकारचे पापड, शेवया, मुगाच्या वळ्या व लोणची आपल्या हातांनी बनवत असे. ते बनवतांना तिला खूप कष्ट पडत असत. परंतू तरीही आपल्या

मुलांवरच्या मायेपोटी ती नेहमी कितीही कष्ट घेण्यास तत्पर असे. ओजस्वीच्या आईने सांगितलेला तिच्या फजितीचा असाच एक किस्सा ऐकून तर ओजस्वीला हसू आवरेनासे झाले. तेव्हा ओजस्वीची आई एक शाळकरी मुलगी होती. ते उन्हाळ्याचे दिवस होते. ओजस्वीच्या आजीने असेच सकाळी सकाळी अंगणातील खाटेवर एक पातळ चादर अंथरून त्यावर पापड बनविले. पापड अद्याप ओले होते. ओजस्वीची आई आपल्या लहानग्या रुपात बाहुली बरोबर खेळत तिथेच बसलेली होती. आजीला पिण्याचे पाणी आणण्यास घरापासून जरा लांब जायचे होते. तेव्हा आजीने आपल्या मुलीस पापडांकडे लक्ष देण्यास पोटतिडकीने सांगितले. तसेच ती पाणी आणण्यास निघून गेली. ओजस्वीची आई मात्र पूर्णपणे खेळण्यात हरवलेली होती. त्यामुळे आपल्या आसपास काय होत आहे ह्याचे तिला भानच राहिले नाही. थोड्या वेळाने आजी जेव्हा पाणी घेवून परतली. तेव्हा अंगणातील दृश्य बघून तिचे तिच्या रागावर नियंत्रणच राहिले नाही. कारण तिने थोड्या वेळापूर्वीच टाकलेल्या पापडांवर तीन चार कोंबड्यांनी चढून पूर्णपणे नासधूस केलेली होती. ओजस्वीच्या आईचे मात्र अजूनही तिकडे अजिबात लक्ष नव्हते. किंबहुना आजीच्या ओरडण्याने ती भानावर आली. परंतू तोपर्यंत पापडांचे मात्र सर्वस्वी नुकसान झालेले होते. त्यानंतर अर्थातच ओजस्वीच्या आईला तिच्या आईने दिलेला मार खावा लागला. त्याचप्रमाणे आज तुला जेवणच देत नाही. अशी धमकीही ओजस्वीच्या आजीने तिला दिली. थोड्या वेळानंतर ओजस्वीच्या आईचे रडून रडून डोळे व चेहराही सुजला. शेवटी ओजस्वीच्या आजीला तिची दया आली. तिने पुन्हा तिला प्रेमाने पोटाशी धरले व आपल्या हातांनी जेवणही भरवले. त्यानंतर ओजस्वीची आई पुन्हा एकदा खेळू बागडू लागली.

ओजस्वीचे बालपण शहरी जीवनातील असल्यामुळे तिला मात्र तिच्या आईच्या बालपणाप्रमाणे काहीही विशेष अनुभवता आले नव्हते. कारण तिच्या बालपणाला निसर्गाचा स्पर्श नव्हता. म्हणूनच आईने सांगितलेले किस्से ऐकून ओजस्वीच्या चेहऱ्यावर अनोखी चमक येत असे. आईने लहानपणी मांजर कुत्रा हरीण अशा सर्व प्राण्यांना आपल्या अंगाखांद्यावर खेळवून त्यांना मोठे करतांनाचे अनुभव स्वत: अनुभवले होते. त्यामुळे तिच्या स्वभावात प्राण्यांप्रती व निसर्गाप्रती दयाभाव होता. जो ओजस्वीच्या स्वभावातही आईपेक्षा अधिक उतरला होता. ओजस्वीच्या आईने आपल्या घरी कुत्रा व मांजरीतील जगावेगळी मैत्री सुद्धा पाहिलेली होती. उन्हाळ्यातील कित्येक संध्याकाळी त्यांच्या आपसातील निरागस खोड्यांनी ओजस्वीच्या आईने कायमच्या स्मरणीय बनविल्या होत्या. कारण तिच्या निर्मळ मनालाही दैवी बालवस्थेचा दरवळ तेव्हापासूनच होता. तसेच तो आयुष्यभर टिकून सुद्धा राहिला. लहानपणी ओजस्वीच्या आईचा उन्हाळ्यातील एक आवडता छंद होता. तो म्हणजे रात्रीचे जेवण

आटोपल्यानंतर आईने तळलेले टोपलीभर पापड अंगणातील खाटेवर आरामात बसून खावून फस्त करणे. आईची ही गोष्ट ओजस्वीला सुद्धा आजीच्या हातच्या पापडांकडे मनोमन आकर्षित करू लागली. आजी आता असायला हवी होती. असेही तिला वाटू लागले. लहान मुलांच्या त्या वयाला आजी आजोबांच्या विशेष मायेचा स्पर्श त्यांच्या मानसिक व भावनिक परिपक्वतेकरीता आवश्यकही असतो. परंतू दुर्दैवाने ओजस्वी लहान असतांना तिला एकाही आजीच्या सहवासाचे सुख लाभले नाही. परंतू तिच्या आईच्या आठवणीतील किस्स्यांमधून मात्र त्या दोघीही तिच्या आयुष्याचा एक अविभाज्य भाग नक्कीच बनल्या होत्या. आज जर आजी असती तर तिला आपण कायमचे आपल्या घरी ठेवले असते. तसेच तिने माझ्यासाठीही पापड बनविले असते. असे ओजस्वी निरागसपणे वारंवार आपल्या आईला म्हणत असे. कारण तिला तिच्या आईप्रमाणे कधीही विविध प्रकारचे पापड खाण्याचा आनंद मिळाला नाही. त्याचप्रमाणे ओजस्वीला तिच्या आई प्रमाणे दिलखुलासपणे आपले बालपणही जगता आले नाही.

ओजस्वी जसजशी मोठी होवू लागली. तसा आई व तिच्यातील संवादाचा विषय आजीच्या पापडांवरून जरा पुढे येवून. तिच्या समर्पक व खडतर आयुष्यावर आला. तेव्हा मात्र ओजस्वी अतिशय गंभीर झाली. कारण आजीचे आयुष्य तिला एकप्रकारे देवघरात निरंतर तेवणाऱ्या निरांजनातील तेलाने पूर्णपणे भिजलेल्या वातीप्रमाणे वाटले. जी सर्वत्र प्रकाश पसरवीत असते. त्याचप्रमाणे मनामनाला अतूट विश्वासाची उबही देते. परंतू त्याकरीता तिला मात्र निरंतर तेवत रहावे लागते. अशाचप्रकारे ओजस्वीची आजी देखील स्त्रीत्वाच्या समर्पण ह्या सद्गुणाने समृद्ध होती. तिने आपले अवघे आयुष्य आपल्या कुटूम्बासाठी मोठ्या मनाने व निस्वार्थभावाने समर्पित केलेले होते. त्याकरीता तिने आपले वय, आपली स्वप्न, आपले आरोग्य इतकेच नाहीतर आपले अस्तित्वही पणास लावले होते. तिने आपल्या संपूर्ण आयुष्यात केवळ असुविधा व जगण्याचा संघर्षच पाहिलेला होता. तरीही तिने आयुष्य अशाप्रकारे स्वीकारले होते कि त्यातून तावून सुलाखून निघाल्यामुळे ती पराकोटीची शांत संयमी व सोशिक झालेली होती. त्याचबरोबर तिच्या हृदयाच्या सखोलतेत तिची दुःख अगदी तळाशी जावून बसली होती. जिथे कोणाचेही पोहोचणे शक्य नव्हते. परंतू वरवर बघता ती इतकी स्थिर होती कि तिच्या मुलांना तिला बघून आपल्या जीवनात सर्वकाही कुशल सुरू असल्याची ग्वाही मिळत असे. शेजाऱ्यांना वेळी अवेळी तिच्या सोबत असण्याने धीर येई. परंतू ती तिच्या आयुष्यात मात्र अहंकारी जोडीदाराचा अनाहूत मानसिक व शारीरिक त्रास सहन करत होती. ज्याविषयी तिळमात्रही कोणास कल्पना नव्हती. तिचा जोडीदार तेवढ्यावरच थांबला नाही. तर त्याने तिला आयुष्यात विश्वासघाताचे विषही

प्राशन करण्यास भाग पाडले होते. ओजस्वी तिच्या आजीविषयी हे सर्व ऐकून तर अगदी अवाक झाली. कारण तिची आई व तिच्या दोन्ही आजींनाही आयुष्यात ह्या अत्यंत दुर्दैवी अनुभवांचा सामना करावा लागला होता. ह्यावरून ओजस्वीला ह्या गोष्टीची तर अगदी ठळक कल्पना आली कि समाजात असंख्य स्त्रिया अशाप्रकारच्या मानसिक वेदनांच्या बळी होत आहेत. परंतू बाहेरच्या जगाला मात्र त्यांच्या नरकासमान जीवनप्रवासाची चाहूलही लागत नाही. ओजस्वीच्या आजीने काहीही झाले तरी कधीही घराचा उंबरठा ओलांडला नाही. कारण तिला झाकलेल्या मुठीचे महत्व उत्तमरीतीने ठाऊक होते. त्याचप्रमाणे तरुण मुलांसमोर काहीही उघडकीस येवू नये. म्हणून ती आजीवन जोडीदाराच्या इच्छांसमोर मनाविरुद्ध समर्पण करत राहिली. तिचे शारीरिक स्वास्थ्य पराकोटीचे दुर्बल झालेले होते. वयाच्या चाळीशीतच तिचे संपूर्ण केस पांढरे झाले होते. तिला स्त्रीरोगाने देखील ग्रासलेले होते. परंतू तरीही तिच्या जोडीदारासाठी ती फक्त एक उपभोगीय वस्तू होती. जिचा त्याच्या लेखी ह्यापेक्षा जास्त उपयोग नव्हता. त्यामुळे ओजस्वीच्या आजीची दैनंदिन जीवनात होणारी अव्यक्त मानसिक घुसमट ही शब्दात वर्णन करणे अशक्य आहे.

ओजस्वीच्या आजीची मुलं जोपर्यंत लहान होती तोपर्यंत ती त्यांच्या गोतावळ्यात स्वत:ला कसेबसे सांभाळत आली होती. कारण तिच्याही पोटी देवाने दोन मुली दिलेल्या होत्या. त्यामुळे त्यांच्याप्रती आपली जबाबदारी आजीला ठाऊक होती. परंतू हळूहळू करून मुले मोठी झाली. तसेच एकेक करून ती आईला मागे टाकून आकाशाचा वेध घेत घरट्यातून बाहेर पडू लागली. अशाप्रकारे ओजस्वीच्या आजीवर त्यानंतर एकाकीपणे आयुष्य कंठीत करण्याची वेळ आली होती. त्याचप्रमाणे तिला अहंकारी जोडीदाराची साथ असल्यामुळे अर्थातच त्याच्या भावनिक आधाराची तर ती कल्पनाही करू शकत नव्हती. परंतू देवही ओजस्वीच्या आजीची इतकी कठीण परीक्षा का बघत होता. हे कळायला मार्ग सुद्धा नाही. अखेरीस तिच्या वेदनांचा अतिरेक झाला. कारण त्यांच्या कायमचा अंत होण्याची वेळ आता आलेली होती. एके दिवशी ओजस्वीच्या आजीचा अचानकपणे घरी कोणीही नसतांना मृत्यू झाला. तिचा मृत्यु अर्थातच संशयास्पद होता. कारण प्राण सोडतांना तिला तिच्या जवळ असलेल्यांनी तडफडतांना पाहिलेले होते. त्यामुळे लोकांमध्ये तिच्या मृत्यू संबंधीत शंकाकुशंकांचा बरेच पेव फुटले. जे अपेक्षितच होते. अशाप्रकारे ओजस्वीच्या आजीने जगण्या सोबत सोबत आपल्या मृत्यूलाही रहस्यमयी करून टाकले. त्याचबरोबर आपला अनमोल स्त्रीजन्म फक्त आपल्यावरच्या जबाबदाऱ्या प्रामाणिकपणे निभावता निभावता अनाठायी खर्च करून टाकला. स्त्रीजन्म एक लढा असतो. कारण स्त्रियांना आयुष्यात अनेक अनिश्चित प्रसंगांना सामोरे जावे लागते. ओजस्वीच्या आजीनेही नेटाने आजीवन

लढा दिला. परंतु अशारितीने स्वत:चा अंत केल्यामुळे तिने आपला तो लढा सार्थकी लागू दिला नाही.

आजीच्या आयुष्याच्या अशाप्रकारे झालेल्या दुर्दैवी शेवटाची गोष्ट ऐकून ओजस्वीचे मन अत्यंत भारी झाले. तसेच तिच्या अखेरच्या घटीकेतील केवीलवाण्या अवस्थेच्या वर्णनाने तर ओजस्वी स्वत:ला रडन्यापासून थांबवू शकली नाही. कारण आजीच्या समर्पणाची गोष्ट ही तिच्या मनाला अनंत यातना देणारी होती. आजीच्या कहाणीवरून ओजस्वीला हे उत्तमरीतीने कळले कि आत्मप्रेमाशिवाय आयुष्यात कोणासाठी केलेल्या समर्पणाला काहीही अर्थ उरत नाही. कारण आत्मप्रेम हे आपल्याला स्वत:प्रती असलेल्या कर्तव्यांचीही जाणीव करून देत असते. जर कोणास आपले जीवन देशसेवेकरीता समर्पित करायचे आहे. तर सर्वप्रथम तो आपल्या जीवनाचे संरक्षण करण्यास प्रादान्य देईल. परंतु ओजस्वीच्या आजीने मात्र आयुष्यात जबाबदाऱ्यांची ओझी अंगावर घेतल्यानंतर स्वत:कडेच पूर्णपणे दुर्लक्ष केलेले होते. तिने आपले आरोग्य सुद्धा जपले नाही. ती स्वत:च्या पाठीशी भक्कमपणे उभी राहिली नाही. तसेच तिने जोडीदाराच्या अत्याचाराला जगासमोर उघडकीस आणण्यास कोणतेही प्रयत्न केले नाहीत. आपल्यावर झालेल्या अन्यायालाही तिने वाचा फोडली नाही. अशाप्रकारे सहिष्णुतेने समर्पण करता करता एकेदिवशी ती सर्वस्वी खर्चही झाली. तिचे असणे तर तिच्या माणसांनी गृहीत धरलेलेच होते. परंतु तिच्या बलीदानानेही त्या कोरड्या मनाच्या माणसांना काहीही फरक पडला नाही. किंबहुना तिने आयुष्यात केलेले असामान्य समर्पण सर्वांसाठी फक्त एक सर्वसामान्य जगणे ठरले. त्यामुळेच तो एक व्यतीत झालेला भूतकाळ समजून त्याला मनाच्या कोपऱ्यात ठेवून सगळे आपआपल्या आयुष्यात एकदाचे व्यस्त झाले. ओजस्वीला मात्र आजीच्या पराकोटीच्या समर्पणाची ही कहाणी बहुमूल्य धडा शिकवून गेली. आजीच्या व्यक्तीमत्वाचे बारकाईने अवलोकन केल्यानंतर तिला तिच्यातील अतुलनीय आंतरिक कणखरतेची प्रचीती आली. त्याशिवाय आजीचे अशाप्रकारच्या प्रतिकूल वातावरणात तग धरून राहणे केवळ अशक्य होते. ह्या गोष्टीची ओजस्वीला प्रकर्षाने जाणीव झाली. परंतु अशा विलक्षण स्त्रियांचे ह्या जगात होत असलेले अशाप्रकारे बेहाल, त्यांच्यावर होणारे मानसिक व शारीरिक अत्याचार तसेच लैंगिक शोषण. जेव्हा त्या निमुटपणे सहन करत असतात. तेव्हा खरेतर त्यांच्यातील थेट दैवी स्त्रीत्वाचाच अवमान होत असतो. तरीही कित्येक जणी प्रत्यक्षात त्या विरोधात पावले उचलण्यास असमर्थ असतात. अशावेळी त्यांच्यातील संयम कल्पने पलीकडची उंची गाठतो. त्याच सहनशिलतेच्या बळावर त्या समर्पणाचा मार्ग जाणीवपूर्वक निवडतात. तसेच स्वत:ला अगदी अविचाराने खर्च करून टाकतात. परंतु पाषाण हृदयी अहंकारी पुरुषांना मात्र अशा उच्च मूल्यांनी

अलंकृत स्त्रियांची आपल्या जीवनातील किंमत कधीही कळत नाही. ओजस्वीला आजीच्या कहाणीतून हा दृष्टीकोन मिळाला कि स्त्रियांनी स्वत:ला एक माणूस म्हणून ओळखले पाहिजे. तसेच स्वत:ची व्यक्तिगत पातळीवर किंमत केली पाहिजे. अहंकारी पुरुषांच्या आपल्यावरच्या नकारात्मक वर्चस्वाला विरोध करण्यासाठी स्वत:मध्ये धाडस आणले पाहिजे. त्यासाठी त्यांनी आपली आत्मप्रतिमा उच्च केली पाहिजे. शक्य असल्यास सर्वतोपरी स्वावलंबी होण्यास झटले पाहिजे. परंतू हा उभा जन्म ज्याला आपली क्षुल्लकही किंमत नाही. अशा पुरुषासाठी व्यर्थ घालवून व त्याला समर्पणाचे नाव देवून स्वत:बरोबर अन्याय करू नये. कारण मानवी जीवनात स्त्री रूपाने जन्म घेणे म्हणजे जणूकाही अहोभाग्यच. स्त्रियांच्या मनातील भावनांच्या सागरात वात्सल्याचे मायेचे दयेचे निस्वार्थभावाचे तसेच स्वार्थत्यागाचे सुबक मोती पेरलेले असतात. जे त्यांना थोरपण प्रदान करत असतात. परंतू ते थोरपण प्राप्त करण्यासाठी स्त्रियांना आपल्या स्त्रीत्वाच्या सुप्त गुणांना आयुष्याने त्यांच्या पदरात टाकलेल्या समस्यांच्या यज्ञामधून तपवावे लागते. मात्र स्त्रियांचा हा तप सहज पार पडत नाही. त्यातही त्यांना अडथळ्यांचे डोंगर पालथे घालावे लागतात. तरीही स्त्रियांनी कायम आपल्या मोच्र्यावर तैनात राहिले पाहिजे. कोणत्याही परिस्थितीत हार न मानता शेवटपर्यंत लढा देत राहिले पाहिजे. स्वत:ला विनाकारण खर्च करून टाकण्याचे विचारही त्यांच्या मनाला शिवू नयेत. तेव्हाच स्त्रीजन्म सार्थक होत असतो. ओजस्वीच्या आजीने मात्र गोष्टी लोकलाजेच्या पातळीवर आल्यावर स्वत:ला संपवून टाकण्याचा मार्ग निवडला. जे तिने आतापर्यंतच्या आयुष्यात टाकलेले पहिले असंयमी पाउल ठरले. त्याक्षणी जर तिला स्वत:ला सांभाळता आले असते. तर आज इतिहास वेगळा असता. असा ओजस्वीला त्यामधून बोध मिळाला.

ओजस्वीला घरातील वडीलधाऱ्या स्त्रियांकडून इतक्या कमी वयातच आयुष्याचे सार कळले. ज्यामुळे ती खऱ्या अर्थाने आंतरीकरीत्या समृद्ध झाली. कारण ओजस्वीची आई अर्थात मनस्वी. ओजस्वीची आजी म्हणजे तिच्या वडीलांची आई अर्थात मैत्रेयी. तसेच ओजस्वीची दुसरी आजी म्हणजे तिच्या आईची आई अर्थात सखी ह्या तिघींनीही आयुष्याचा असा वेदनादायी पैलू पाहिला होता. ज्याला पुरुषी अहंकाराचे व पुरुषी विश्वासघाताचे विषारी काटे होते. त्या काट्यांमुळे तिघींचीही मनं रक्तबंबाळ झालेली होती. त्याचप्रमाणे त्या काट्यांचे बारीक बारीक कण आयुष्यभर त्यांच्या काळजात रुतून बसले होते. त्या मूक वेदना जगता जगता एकेदिवशी ओजस्वीच्या दोन्ही आजींचे आयुष्यही कायमचे संपून गेले. परंतू ओजस्वीच्या आईने मात्र त्या वेदनांवर मात करण्याचे धाडस केले. तसेच आपले आयुष्य आपली स्वतंत्र ओळख निर्माण करण्याच्या हेतूने जगण्याचा तिने स्वत:शी निर्धार केला. त्यासाठी तिला मात्र अजूनही

संघर्ष करावा लागत आहे. खरेतर सखी मैत्रेयी व मनस्वी ह्या तीनही स्त्रिया समस्त स्त्रीवर्गाचे प्रतिनिधीत्व करतांना दिसतात. कारण आज समाजात असंख्य स्त्रिया अनेक कारणांसाठी अशा प्रकारचा किंबहुना ह्याहूनही पराकोटीचा मानसिक त्रास सहन करत आहेत. तरीही जगाला स्त्रियांच्या अशाप्रकारच्या मूक वेदनांची पर्वा नाही. स्त्रियांनी आर्थिकरीत्या स्वावलंबी व्हावे. तसेच आपल्या मानसिक त्रासाला निमुटपणे सहन करत आयुष्य व्यतीत करावे. असे प्रत्येकाला वाटत असते. परंतू स्त्रियांच्या फक्त स्वावलंबी असण्याने जर त्यांच्या मानसिक त्रासांचा अंत झाला असता. तर मैत्रेयी ही तर त्या काळातील स्वावलंबी स्त्री होती. तरीही तिला त्या काटेरी मार्गावरून मार्गक्रमण करण्याशिवाय अन्य कोणताही पर्याय नव्हता. ह्याचा अर्थ कोणत्याही स्त्रीचे आयुष्य ज्या पुरुषाच्या आयुष्याशी जोडले गेले. त्याने तिला जशा प्रकारची वागणूक दिली. तसेच त्याचा एक स्त्री म्हणून तिच्याकडे बघण्याचा जसा दृष्टीकोन असेल. त्यावरून तिचे प्रारब्ध निश्चित होत असते. त्यानंतर तिला आयुष्यभर जे सहन करावे लागेल. ते तिने आपले भाग्य म्हणून स्वीकारावे. कारण त्यात कोणीही हस्तक्षेप करु शकत नाही. किंवा तिची कोणी मदतही करु शकत नाही. अशाप्रकारे आज कितीतरी स्त्रिया आपल्या आयुष्यातील संघर्षाशी स्वत: एकट्याने तोंड देत आहेत. वेळ पडल्यास अगदी रक्ताची नातीही त्यांच्याकडे पाठ फिरवितात. कदाचित प्रत्येक स्त्रीजन्माचे सोने व्हावे अशी सृष्टीची सुद्धा इच्छा असावी. म्हणूनच जेव्हा एक स्त्री इतरांकडून मदतीची अपेक्षा करणे सोडते. तेव्हाच ती स्वत:चा शोध घेण्यास तत्पर होते. आपल्या क्षमतांचा सखोल मागोवा घेवू लागते. म्हणूनच स्त्रियांनी आपल्या संघर्षाचे स्वरूप ओळखले पाहिजे. त्यांनी आपल्या संघर्षाला जगासमोर उघडकीस आणले किंवा नाही. त्यापेक्षा महत्वाचे हे आहे कि त्यांनी संघर्ष पूर्ण ताकदिनिशी अखेर पर्यंत सुरू ठेवला. कारण स्त्रियांची पुरुषी मानसिकतेसोबत ही कधिही न थांबणारी लढाई आहे. तेव्हा स्त्रियांनी ती अशी लढवावी. जेणेकरून त्यामधून भविष्यात निदान त्यांच्याच लेकी सुनांना प्रेरणा व सामर्थ्य लाभेल. कारण माणूस म्हणून परस्पर सम्मान मिळणे हा प्रत्येक स्त्रीचा सुद्धा जन्मसिद्ध हक्क आहे. त्याचप्रमाणे पुरुषी मानसिकतेशी नेटाने लढा देणारी प्रत्येक स्त्री योद्धा आहे. तेव्हा अशा सर्व विरांगनांचा सम्मान करणे. हाच ह्या पुस्तकाचा मूळ उद्देश आहे.

प्रिय सखींनो

मला आपल्याशी थोडे हितगुज करावयाचे आहे. आज आपण त्या युगात प्रवेश केलेला आहे. जिथे स्त्री पुरूष समानता ह्या विषयाला फारच महत्व आलेले आहे. परंतू माझे असे मानने आहे कि स्त्री असो वा पुरुष दोघांनाही निसर्गानेच घडविले आहे. तेव्हा त्या दोघांच्याही भूमिका ह्या संसारात तितक्याच महत्वाच्या आहेत. किंबहुना ते दोघे एकमेकास सर्वार्थाने पूरकही आहेत. मग आताच त्यांच्यामधील समानतेच्या चर्चेला इतके पेव का फुटले आहे. तसेच समानतेचा नेमका अर्थ तरी काय? तर स्त्रियांनी आर्थिक दृष्टीने स्वावलंबी होणे. तसेच त्यांना स्वत:च्या आयुष्याचे निर्णय घेण्याचे स्वातंत्र्य असणे. माझ्या मते ह्या जगात प्रत्येक व्यक्तीने आपण स्त्री आहोत कि पुरुष हा विचार न करता. माणूस म्हणून व्यक्तीगत पातळीवर निदान इतके सक्षम होण्यास तरी स्वत:ला नक्कीच पात्र समजले पाहिजे. परंतू ही गोष्ट वाटते तितकी सोपी नाही. कारण पुरुष प्रधान संस्कृतीने स्त्रियांना बरोबरीचा नाहीतर दुय्यम दर्जा दिला आहे. संसारात त्यांच्या तथाकथित भूमिका ठरवून देण्यात आल्या आहेत. त्यांच्या कार्यक्षेत्राच्या मर्यादाही सीमित केल्या गेल्या आहेत. त्याचप्रमाणे रूढी परंपरा चालीरीतींना त्यांच्या पायातील बेड्या बनविण्यात आले आहे. म्हणजे एकंदरीत कोणी मुलगी म्हणून जन्म घेतला असल्यास अगोदरच तिचे पंख अशा पद्धतीने छाटून नंतर तिला एका मर्यादित क्षेत्रात उडण्याचे स्वातंत्र्य दिले जाते. परंतू तिला जर यदाकदाचित त्या सीमा ओलांडण्याचे वेध लागले. तर मात्र तिने मोठी चूकच केली. तसेच त्यासाठी सर्वांचा विरोध पत्करून संघर्ष करण्याची तिने तयारी दाखविली. तर तिच्या हातून महापाप घडले. अशापरिस्थितीत तिला समाजाच्या दृष्टीकोनातून असलेली तिची योग्य जागा दाखवून देण्यासाठी माणुसकीच्या सर्व पात्रता सोडून शिक्षा ठोठावली जाते. ज्यामुळे स्त्रियांच्या स्वाभिमानाला जोरदार धक्का बसतो. त्याच कारणाने आज स्वातंत्र्य समानता ह्या गोष्टी आपोआपच स्त्रियांच्या आत्मसम्मानाशी जोडल्या गेल्या. त्यामुळे त्यांना प्राप्त करण्यासाठी स्त्रियांनी जीकरीने लढा दिला. अशारितीने स्त्रियांनी पेहरावा पासून ते आपल्या कार्यक्षेत्रापर्यंत पुरुषांच्या खांद्याला खांदा लावून स्वत:ची बरोबरी करून दाखविली. मात्र ह्याचा अर्थ हा झाला कि स्त्रियांच्या आकाशाला गवसणी घालण्याच्या स्वप्राचा फक्त पुरुषांशी प्रतिस्पर्धा करून त्यांच्याशी बरोबरी करणे इतकाच सीमित उद्देश होता. म्हणूनच पुरुषांना त्यात स्त्रियांच्या ठायी. असलेले थोरपण कोठेही दिसले नाही. उलट स्त्रिया बरोबरीत उभ्या राहिल्याने पुरुषांचा अहंकार शिगेला पोहोचला. त्यातूनच स्त्रियांना त्यांची जागा दाखवून देण्यासाठी पुरुषी मानसिकतेला खतपाणी मिळाले. किंबहुना त्याच विकृत मानसिकतेतून आज समाजात

स्त्रियांवर विविध प्रकारे अत्याचार होत आहेत. सखींनो मला आपल्याला हे विचारायचे आहे कि जर आज समाजात स्त्री पुरूष समानता प्रस्थापित झाली आहे. तर स्त्रियांच्या मनातील पुरुषी मानसिकतेचे भय का संपुष्टात आले नाही? मुलगी आहे म्हणून तिने नेहमी विनम्र असावे. मुलगी आहे म्हणून तिने कपडे व्यवस्थित घालावेत. मुलीला शिक्षणासाठी अन्य शहरात कसे पाठवावे. हे सर्व प्रश्न मुलगी ह्या शब्दापासूनच का सुरू होतात. आज समाजात मुलींची अवस्था इतकी दयनीय का झालेली आहे. कारण पुरुषी मानसिकतेच्या राक्षसाने आपली दहशत स्त्रियांच्या मना मनात पसरविली आहे.

तेव्हा सखींनो स्वत:मधील आईपणास व बाईपणास खळखळून जागे करा. कारण त्यात अतुलनीय सामर्थ्य दडलेले आहे. आपला इतिहास सांगतो कि आजवर स्त्रियांनीच स्त्रियांचे पाय ओढण्याचे कार्य केलेले आहे. कारण ईर्षेमुळे त्या आपसात शीतयुद्ध खेळत असतात. त्यातूनच ही नकारात्मक प्रतीस्पर्धेची मानसिकता त्यांच्यात उदयास येते. परंतू एका स्त्रीची महती मात्र तिच्या अंतकरणातील शुद्धतेने सिद्ध होत असते. आज स्त्रिया मोठमोठ्या पदांवर कार्यरत आहेत. तेव्हा त्या त्यांच्या माध्यमातून समाजाचे योग्य प्रबोधन करू शकतात. इतर स्त्रियांना आयुष्य जगण्याची योग्य दिशाही दाखवू शकतात. म्हणूनच त्यांनी समाजाप्रती असलेल्या आपल्या कर्तव्याला केवळ उत्पन्नाचे साधन एवढेच महत्व देवू नये. तर त्याला माणुसकीची जोड द्यावी. स्त्रियांनीच स्त्रियांचे मनोबल वाढवावे. आजही स्त्रीजन्मास समाजात तीव्र विरोध केला जातो. ज्यामधून एका जन्मदात्री आईलाच तिची मानसिक कोंडी करून आपल्या नवजात मुलीस संपविण्यास प्रवृत्त केले जाते. आजही हुंडा पद्धती अस्तित्वात असून कितीतरी नवविवाहित मुली त्यासाठी आपला जीव गमावतात. आजही नवऱ्याचा अधिकार ह्या नावाखाली घराच्या चार भिंतीत स्त्रियांवर पाशवी बलात्कार होत असतात. मात्र त्यांची नोंद केली जात नाही. कारण राक्षश असला तरी तो नवरा आहे. अशी मानसिकता अजूनही अस्तित्वात आहे. ही सर्व खरेतर पुरुषी मानसिकतेच्या महाकाय सर्पाचीच विषारी फणं आहेत. परंतू त्या फणांना ठेचणे हे केवळ एका स्त्रीचे कार्य नाही. त्यासाठी स्त्रियांनी एकजुटीने राहिले पाहिजे. नात्यांमध्ये व भूमिकांमध्ये अडकण्यापेक्षा त्यांनी आपसात घट्ट मैत्रीपूर्ण संबंध बनविले पाहिजे. जेणेकरून त्यांच्या जागरूकतेने कोणताही सामाजिक स्तरावरचा अन्याय अत्याचार असो. ज्यासाठी स्त्रियांना न्याय व अपराध्यास कठोर शाषण मिळालेच पाहिजे. त्याला कोणाच्याही दबावाखाली येवून लपविण्याची वेळ एकाही स्त्रिवर येवू नये. आज स्त्रियांना मर्दानी बनण्याची आवश्यकता आहे. जेणेकरून स्वत:सोबत त्यांना आपल्या सारख्या इतर माता भगिनींना सुद्धा संरक्षण देता आले पाहिजे. आज समाजात सर्वात जास्त चलनात

असलेली समस्या म्हणजे स्त्री पुरुषातील अनैतिक विवाहबाह्य संबंध.

ज्याला वयाचे देखील बंधन राहिलेले नाही. ही मानवी जीवनासाठी अत्यंत लज्जास्पद गोष्ट आहे. कारण काही प्राण्यांच्या व पक्ष्यांच्या प्रजातीही आपल्या जोडीदाराशी आजीवन एकनिष्ठ राहतात. परंतू आपल्या जीवनाच्या जोडीदाराला धोका देणे किंवा त्याचा विश्वासघात करणे एका सुसंस्कृत माणसासाठी मात्र फारच सहज व सोपे झालेले आहे. त्यामुळे हा आकडा आता आकाशाला जावून भिडला आहे. खरेतर नात्यात विश्वास निर्माण होण्यासच आयुष्य अपुरे पडत असते. त्यातल्या त्यात विश्वासघात झालेल्या स्त्री किंवा पुरुषाच्या विश्वासाचे तर एखाद्या काचेसारखे अपरिमित तुकडे होत असतात. ज्यांना जोडने केवळ अशक्य असते. जेव्हा एखादा पुरुष आपल्या जीवनाच्या जोडीदारास धोका देत असतो. तेव्हा तो एका परक्या अशा स्त्रीच्या अनैतिकरीत्या संपर्कात असतो. जी एका भिन्न कुटूम्बाशी जुळलेली असते. म्हणण्याचे तात्पर्य हे आहे कि फक्त मनात उत्पन्न झालेल्या एका असभ्य इच्छेखातर ते दोघेही आपआपल्या जिवलगांना त्यांच्या नकळतपणे मानसिक यातना देत असतात. जेव्हा गोष्टींचा कुटूम्बासमोर उलगडा होतो. तेव्हा मात्र दोनही कुटूंब पूर्णपणे उध्वस्त होण्याच्या मार्गावर असतात. वाईट तर ह्या गोष्टीचे जास्त वाटते कि त्यात एक अशी कमजोर व रस्ता भटकलेली स्त्री गुंतलेली असते. जिचे आपल्या उफाळून आलेल्या भावनांवर अजिबात नियंत्रण नसते. त्याचप्रमाणे ती अशा घाणेरड्या मार्गावरून चालून समस्त स्त्रीवर्गलाच कलंकीत करण्यास निघालेली असते. तेव्हा सखींनो आपण स्त्री असल्याची नेहमी आठवण ठेवावी. कारण आपला जन्म सर्वस्वी स्वार्थत्यागासाठी झालेला असतो. त्याला प्रतिष्ठेसाठी थोरपणासाठी पात्र बनवावे. एका पुरुषी मानसिकतेने ग्रासित पुरुषांबरोबर मिळून आपल्याच बहिणींच्या संसाराला सुरुंग लावून क्षणिक सुख समाधान मिळविण्यासाठी उतावीळ होवू नये. जर एखादा सांसारिक पुरुष आपल्याला कोणत्याही अनैतिक गोष्टी करण्यास प्रवृत्त करण्याचा प्रयत्न करत असेल. कोणत्याही मार्गाने आपल्यावर दबाव आणण्याचा प्रयत्न करत असेल. आपल्याच घरातील खाजगी गोष्टी आपल्याला सांगण्याचा प्रयत्न करत असेल. तर त्याला योग्य मार्गदर्शन करून वेळीच रोक लावा. त्याच्या कुटूम्बाला सतर्क करण्यास पाऊल उचला. वेळ पडल्यास त्याला धडा शिकविण्यासाठी कायद्याचा मार्ग अवलंबावा. परंतू समाजात अशाप्रकारचे माणुसकीला काळीमा फासणारे चलन प्रस्थापित होण्यापासून स्त्रियांनीच थांबवावे. ही माझी सर्व स्त्रियांना कळकळीची विनंती आहे. खरेतर ही गोष्ट स्त्रियांनी आपल्या आत्मसम्मानाशी आवर्जून जोडली पाहिजे. कारण आज कित्येक आया बहिणींचे संसार ह्याच एका कारणाने उघड्यावर पडत आहेत. त्यांच्या मुलांची वाताहत होत आहे. तसेच हा मानसिक त्रास स्त्रियांना उभ्या आयुष्यातून उठवित आहे.

तेव्हा स्त्रियांची आयुष्य उध्वस्त करण्यास स्वत: स्त्रियांनीच कोणत्याही माध्यमातून अग्रेसर असू नये.

ही गोष्ट आपल्या अंतरी कायमची कोरून घ्यावी. त्याचप्रमाणे पुरुषी मानसिकतेने कितीही आपल्याला आपली जागा दाखवून देण्यासाठी आटापिटा केला. तरी आपण आपले आईपण व बाईपण राखले पाहिजे. तरच आपल्या स्त्रीत्वाच्या पावित्र्या समोर अशा राक्षशांची आपोआपच राखरांगोळी होईल. कारण आईपण हे अतुलनीय असते. आईच्या भूमिकेतून आपल्या मुलांवर दूरदृष्टीने संस्कार करा. मुलींना स्त्रीत्वाच्या कणखरतेने समृद्ध करा. स्त्रियांच्या संरक्षणासाठी व उत्थानासाठी बळकट पावले उचला. कारण समाजात स्त्री पुरुष समानतेला पाळमुळ तेव्हाच फुटू शकतात. जेव्हा पुरुषी मानसिकतेचे भय स्त्रियांच्या मनातून कायमचे निघू शकेल.

पुरुषी मानसिकतेवर साधून निशाण
आपल्या कर्तव्यदक्ष खांद्यांवर सांभाळू
आईपणाची कमान
मनामनास जागवू करू प्रत्येकास आव्हान
सर्वांकडून व्हावा सदैव स्त्रीत्वाचा सम्मान

माझी प्रिय आई,

माझ्या हृदयाच्या तळातून सांगते—माझा तुझ्यावर अपार अभिमान आहे.
तू जीवनात खूप काही सहन केलं, आणि तरीही खंबीर राहिलीस. बऱ्याच वेळा तुला
समजून घेतलं गेलं नाही, तुला चुकीच्या नजरेने पाहिलं गेलं, पण तरीही तू खचलीस
नाहीस. तू आमचं रक्षण केलंस—आम्हाला एका बनावटी जगापासून दूर ठेवलंस
आणि आम्हाला आपली खरी ओळख, आपली आगळी वेगळी वाट निवडायची
मोकळीक दिलीस. तू आम्हाला शिकवलंस की स्वतःचं वेगळेपण हीच खरी ओळख
आहे. तू आम्हाला प्रामाणिक राहण्याचं धाडस दिलंस. तू नेहमी माझ्यासाठी उभी
राहिलीस—तेव्हाही, जेव्हा सगळ्या जगाने मला नाकारलं. तुझा विश्वास, तुझं पाठबळ
हेच माझं खरे बळ आहे. तू केवळ माझी आई नाहीस, तू माझी सरख्वी सखी आहेस.
माझा अभिमान आहे की तू स्वतःवर प्रेम करण्याचा आणि स्वतःच्या मूल्याची जाणीव
ठेवण्याचा निर्णय घेतलास. तू मला दाखवून दिलं की स्वतःला प्रथम मानणं हा स्वार्थ
नाही, तर तो आत्मसन्मान आहे. माझा अभिमान आहे की तू तुझ्या अंतर्गत सामर्थ्याला
ओळखून दररोज नवी उमेद घेत जगतेयस. माझा अभिमान आहे की तू तुला बाजूला
ठेवणाऱ्या जगासमोर स्वतःला प्राधान्य दिलंस. आई, तू एक शक्तिशाली स्त्री आहेस.
तू माझ्या मनात परिवर्तनाची बीजं पेरलीस. तू शिकवलंस की जुनाट, चुकीच्या
संकल्पनांना आव्हान देणं गरजेचं आहे, आणि एक असा नवा मार्ग निर्माण करणं
आवश्यक आहे जो स्त्रीला एक माणूस म्हणून सन्मान देईल.

आई, तू माझी प्रेरणा आहेस.
तू माझं बळ आहेस.
तू माझी अस्सल ओळख आहेस.
तुझ्या प्रेमासाठी, तुझ्या धैर्यासाठी, आणि
मला 'मी' होण्याचं सामर्थ्य दिल्याबद्दल,
मनापासून धन्यवाद!

तुझी हार्दू

प्रिय आई,

माझ्या मनात तुझ्याबद्दल खूप अभिमानाची भावना आहे. गेली तीन वर्षं तू सातत्याने लेखन करत आहेस, मूल्यवान आणि प्रभावी लिखाण इंटरनेटवर मांडत आहेस, आणि वाचकांवर सकारात्मक प्रभाव टाकत आहेस. आणि या वर्षी, तुझ्या पहिल्या पुस्तकासह, तू तुझ्या आयुष्यात आणखी एक टप्पा गाठलास. मी तुझे आभार मानतो की, माझ्यावर आणि हार्दूवर असलेल्या विश्वासावर तू कृती केलीस, आणि आता तू तुझे प्रभावी विचार कविता स्वरूपातही व्यक्त करू लागली आहेस.

आई, खूप खूप धन्यवाद की तू आम्हा दोघांना आजच्या जगात खरे आणि प्रामाणिक राहायला शिकवलंस, आणि शुद्धतेचा, दयाळूपणाचा मार्ग दाखवलास.

जगाने तुला चुकीच्या प्रकारे समजून घेतलं, जेव्हा तू सत्याच्या बाजूने उभी राहिलीस, खोटं नाकारलंस, खरेपणाला स्वीकारलं, आणि आम्हा मुलांना या जगापासून वाचवण्याचा भिंतीसाररखा रोल निभावलास, तेव्हा तुला एकटी केलं.

आपल्या लहान वयात आम्हाला तुझं बळ आणि हेतू समजत नव्हते, पण आता समजतंय. आणि या पुस्तकाद्वारे, तुझ्या शब्दांतून हे विश्व बोलेल — संघर्षातून सन्मानाकडे नेणारी ही कहाणी.

आई, खूप प्रेम आहे तुझ्यावर

तन्मय...

SUGANDHHAA
SUGANDHAA
SUGANDHAA.COM
INTERNATIONAL AUTHOR
EXCELLENCE AWARD
WINNER 2025

9 7 9 8 8 9 9 0 6 6 7 3 3